நரகத்திலிருந்து ஒரு குரல்

சாரு நிவேதிதா

எழுத்து
பிரசுரம்

நரகத்திலிருந்து ஒரு குரல்

First Edition: 2006
First Edition by Ezutthu Prachuram: January 2020
(An imprint of Zero Degree Publishing)

ISBN: 978-93-88860-37-6

Title No. EP: 106

Zero Degree Publishing
No. 55(7), R Block, 6th Avenue,
Anna Nagar,
Chennai - 600 040

Website : www.zerodegreepublishing.com
E Mail : zerodegreepublishing@gmail.com
Phone : 98400 65000

Cover Design : Iyal
Layout: R. Prakash

துபாயில் வசிக்கும்
எனதருமை நண்பர்
சுதாகருக்கு...

முன்னுரை

லத்தீன் *அமெரிக்க சினிமா: ஓர் அறிமுகம், சினிமா: அலைந்து திரிபவனின் அழகியல், தீராக் காதலி, சினிமா சினிமா* என்று தொடரும் சினிமா தொடர்பான கட்டுரைத் தொகுப்புகளில் இந்தத் தொகுப்பு ஐந்தாவது. சினிமா பற்றித் தொடர்ந்து எழுதி வருவதன் காரணம், தமிழில் நல்ல சினிமா வர வேண்டும் என்ற ஆசைதான். செனகல் போன்ற ஒரு குட்டி தேசத்திலிருந்து கூட உலகமே கவனிக்கக் கூடிய சினிமா வந்து கொண்டிருக்கும் போது, இவ்வளவு பெரிய கோடிகளைக் கொட்டி உருவாக்கப்படும் தமிழ் சினிமா, உலக அரங்கில் நகைப்புக்குரிய இடத்தையே பெற்றுக்கொண்டிருப்பதன் காரணம் என்ன என்ற கவலையினாலும் எழுதப்பட்டவைதான் இக்கட்டுரைகள்.

ஏற்கனவே சில கட்டுரைகளில் நான் குறிப்பிட்டது போல் தமிழ் சினிமா, ஹாலிவுட்டை தனது ஆதர்சமாகக் கொண்டதுதான் இந்த அவலநிலைக்குக் காரணம். மாறாக, ஐரோப்பிய சினிமாவை முன்மாதிரியாகக் கொண்டிருந்தால் - அல்லது, எந்த முன்மாதிரிகளும் வேண்டாம் என்று ஒதுக்கிவிட்டு நல்ல சினிமாவின் இலக்கணத்தை மட்டும் வெளியிலிருந்து வாங்கிக்கொண்டு தனக்கான ஒரு பிரத்தியேக மொழியுடன் வெளிப்பட்டிருந்தாலும் தமிழ் சினிமா உலக சினிமா அரங்கில் இன்று ஒரு குறிப்பிடத்தக்க இடத்தைப் பெற்றிருக்கக்கூடும்.

நல்ல சினிமா என்று நம்மால் கொண்டாடப்பட்ட *பருத்தி வீரன், சுப்ரமணியபுரம்* ஆகிய படங்களில் கூட அதன் நாயகர்கள் எம். ஜி. ஆர்., சிவாஜி, கமல், ரஜினி, விஜய், விக்ரம் என்ற மாஸ் ஹீரோக்களின் தொடர்ச்சியையே கொண்டிருந்தார்கள் என்பதை நாம் கவனிக்க வேண்டும். *பருத்தி வீரனின்* நாயகன் பொறுக்கி வர்க்கத்தை சேர்ந்தவனாய் இருந்தாலும் அவன் மேற்குறிப்பிட்ட ஹீரோக்களின் புதிய வார்ப்பாகவே இருந்தான். ஆனால் வசந்த

பாலன், பாலாஜி சக்திவேல் ஆகியோர் தேர்ந்தெடுத்த நாயகர்கள் நிஜமாகவே விளிம்புநிலையைச் சார்ந்த, நாம் அன்றாடம் பார்த்துவிட்டு நகர்ந்து செல்லக்கூடிய பாத்திரங்களாக இருக்கிறார்கள். உதாரணமாக, வசந்த பாலனின் *வெயிலில்* வரும் சினிமா தியேட்டர் ஆப்பரேட்டர். இதே பாத்திரத்தை ஒரு விக்ரமோ விஜய்யோ அமீர் அல்லது பாலாவின் இயக்கத்தில் நடித்திருந்தால் அது எத்தகைய சினிமாவாக இருந்திருக்கும் என்று யூகித்துப் பாருங்கள்! தமிழ் சினிமாவை இந்த ஹீரோ என்ற அசுர சக்தியிடமிருந்து பாதை மாற்றுவதுதான் நல்ல சினிமாவை நோக்கிய முதல் அடியாக இருக்கும் என்று தோன்றுகிறது.

தமிழ் சினிமா பாடல்கள் பற்றி இந்நூலில் ஒரு கட்டுரை இடம் பெற்றுள்ளது. அது ஒரு நீண்ட கட்டுரையின் முதல் அத்தியாயம் மட்டுமே. ஆனாலும் என் விமர்சனத்தில் ஒரு முக்கியமான விடுபடல் என்று *வெயில்* படத்தின் பாடல்கள் பற்றி அப்போதே குறிப்பிடாதது. ஏதோ காரணத்தால் *வெயில்* படத்தைப் பார்த்தபோது எனக்குப் பிடிக்காமல் போய்விட்டதால் தமிழ் சினிமாவில் அந்தப் படத்தின் முக்கியமான பங்களிப்பைப் பற்றி ஏதும் சொல்லாமலேயே நகர்ந்துவிட்டேன் என்று இப்போது தோன்றுகிறது. இது என்னுடைய பிழை என்றே சொல்ல வேண்டும். நேற்றுதான் எதேச்சையாக *வெயில்* படப் பாடல்களைக் கேட்டுக்கொண்டிருந்தபோது அதில் கைலாஷ் கேர், ஜாஸி கிஃப்ட் போன்றவர்களெல்லாம் பாடியிருக்கிறார்கள் என்ற விஷயமே தெரிந்தது.

ஏன் *வெயில்* பற்றித் திரும்பத் திரும்ப எழுதுகிறேன் என்றால் அமீரின் *யோகி* பற்றி தினம் தினம் செய்தித்தாள்களில் செய்திகள் வந்த வண்ணம் இருக்கின்றன. ஆனால் வசந்த பாலனின் *அங்காடித் தெரு* முடிந்து பல மாதங்கள் ஆகின்றன. ஆனால் வெளிவருவதற்கான அறிகுறிகளே காணோம். காரணம், *யோகியின்* விளிம்புநிலை மனிதன் ரஜினிகாந்தைப் போல் ஒரு ஹீரோ; ஆனால் *அங்காடித் தெருவின்* இளைஞன் ஒரு சாதாரண ஜவுளிக்கடை சேல்ஸ்மேன். எந்தப் படம் முக்கியத்துவம் பெற வேண்டும்? ஏன் *அங்காடித் தெரு* பற்றிய பேச்சே இல்லை? இப்படி இருந்தால் எப்படி நல்ல சினிமா வரும்? இதைத்தான் தமிழ் சினிமாவின் அவல நிலை என்கிறேன்.

இப்படியாக நல்ல சினிமாவிற்கான தேடலை நோக்கிய கோபத்தில் எழுதப்பட்டவையே இக்கட்டுரைகள். பாடல்கள் பற்றிய கட்டுரைக்கு பெங்களூர் நண்பர் பிரபுதேவாவும் அவரது

நண்பர்களும் ஒரு மாதம் ராப்பகலாக உழைத்திருக்கிறார்கள். சுமார் ஆயிரம் பாடல்கள். யார் யார் பாடியது, எந்தப் படம், இயக்குனர் யார், வெளிவந்த ஆண்டு, இசையமைப்பாளர் யார், இயக்குனர் யார். இவ்வளவு விபரங்களோடும் அந்த ஆயிரம் பாடல்களையும் தொகுத்து குறுந்தகடுகளில் போட்டு என்னிடம் கொடுத்த அந்த நண்பர்களின் உழைப்பை வெறும் நன்றி என்ற ஒற்றை வார்த்தையால் ஈடுகட்டிவிட முடியாது. அதேபோல் சினிமா களஞ்சியமான என் நண்பர் R.P. ராஜநாயஹம். என் எழுத்தின் மீது இவர்கள் எல்லோருக்கும் உள்ள ஈடுபாடே சினிமா பற்றிய என் கட்டுரைகளை மேலும் செழுமைப்படுத்துகிறது.

கலாகௌமுதியில் வெளிவந்தபோது கேரளத்தில் பெரும் விவாதங்களை உண்டாக்கிய இக்கட்டுரைகள் இப்பொழுது புத்தகமாகத் தொகுக்கப்படுகின்றன. இவற்றோடு என்னுடைய இணையதளத்தில் வாசகர்களோடு நான் நடத்திய விவாதங்களும் உரையாடல்களும் இதில் இடம்பெற்றிருக்கின்றன.

சாரு நிவேதிதா

23.11.2009
மைலாப்பூர்
சென்னை - *4*

பொருளடக்கம்

சங்கராபரணம் - ஓர் அலசல்

(முன்குறிப்பு: இந்தக் கட்டுரை *நீலமலைப் பனிமலர்* என்ற சிறுபத்திரிகையில் ஆகஸ்ட் 1980 இதழில் வெளிவந்தது. 30 ஆண்டுகளுக்கு முன்பும் இப்போது பேசுவது போலவே சுரணையுணர்ச்சி பற்றிக் கவலை கொண்டிருக்கிறேன். ஆனால் இப்போதும் தமிழ்ச் சமூகத்தில் ஒரு சிறிதும் மாற்றமில்லை என்பது ஆச்சரியம். 30 ஆண்டுகளுக்குப் பிறகும் ஒரு சமூகத்தில் அதே பிரச்சினையைப் பேச வேண்டியிருப்பது சோர்வூட்டக்கூடிய விஷயம்தான். இசை பற்றி இந்த ஆண்டு (2009) நான் எழுதிய ஒரு கட்டுரைக்கும் பின்வரும் கட்டுரைக்கும் வரிக்கு வரி காணப்படும் ஒற்றுமையும் இங்கே கவனிக்கத்தக்கது).

சிறந்த தெலுங்குப் படம் என்று இந்த வருடம் பரிசு பெற்று பரவலாக பெரிய்ய சங்கீதப் படமாக்கும் என்று பேசவும் படுகிற இந்தப் படத்தை பார்க்கின்ற துர்ப்பாக்கியம் எனக்கு சமீபத்தில் நேர்ந்தது. அது பற்றி சில பகிர்ந்து கொள்ளல்கள்.

சங்கராபரணம் சங்கர சாஸ்திரி என்ற இசைக்கலைஞர் மீது விலைமாதர் குடும்பத்தைச் சேர்ந்த ஒரு பெண் பக்தி கொள்கிறாள். அவருடைய சங்கீதத்தின்பால் ஈர்க்கப்படுகிறாள். இவள் அக்கா ஒரு பெரிய ஜமீந்தாருக்கு வைப்பாட்டியாக இருக்கிறாள். எல்லா வழக்கமான சினிமா ஜமீந்தார்கள் மாதிரியே இந்த

ஜமீந்தாரும் அக்காவோடு தங்கையையும் சேர்த்து உறவு கொள்ள நினைக்கிறான். அவள் மறுக்கிறாள்.

இந்த இடத்தில் மஞ்சு பார்கவி ரொம்ப 'அழகாக' நடித்திருக்கிறார். எப்படித்தான் சிறந்த நடிகைக்கான விருதைக் கொடுக்காமல் விட்டார்களோ! நடிப்பா அது? ஜமீந்தார் கையைப் பிடித்து இழுத்ததும் ஏதோ முதலிரவில் மனைவி மறுகுவாளே அந்த மாதிரி சிணுங்குகிறார் மஞ்சு. தனக்கு விருப்பமில்லாத ஒருவன் பலாத்காரமாக உறவு கொள்ள முயற்சிக்கும்போது இப்படியா சிணுங்குவார்கள்! அதற்காக பாலசந்தர் படங்களில் வரும் கற்பழிப்புக் காட்சி மாதிரி இருக்க வேண்டும் என்று சொல்லவில்லை. இருந்தாலும் பார்கவியின் நடிப்பு 'ஏதோ அவள் அதற்கென்றே காத்திருந்தது போல்' இருந்தது!

கற்பழித்த ஜமீந்தார் அதோடு நிறுத்தாமல் அந்தப் பெண் அளவற்ற மதிப்பு வைத்திருந்த சங்கர சாஸ்திரியின் புகைப்படத்தை எட்டி உதைத்துவிடுகிறான். அப்போதுதான் அவளுக்கு ஆவேசம் வருகிறது. புகைப்படம் உடைந்து சிதறிய கண்ணாடித் துண்டை எடுத்து அந்த ஜமீந்தாரைக் குத்தி சாகடித்துவிடுகிறாள். பின் தன் ரத்தம் தோய்ந்த கைகளுடன் சென்று சங்கர சாஸ்திரியின் கால்களில் ரத்தாபிஷேகம் செய்கிறாள்.

பின் காலமாற்றத்தால் சங்கர சாஸ்திரி ஏழையாகிவிடுகிறார். அப்போது அந்தப் பெண்தான் அவருக்கு மறைமுகமாக அவர் அறியாமல் பிறர் மூலமாக பண உதவி செய்கிறாள். தன் மகனையும் சங்கீதப் பயிற்சிக்கு அவரிடம் அனுப்பி வைக்கிறாள்.

சங்கர சாஸ்திரி வளர்க்கும் பெண்ணுக்கும் அவள் காதலித்த பையனுக்கும் திருமணம் நடைபெறுகிறது. (திருமணத்துக்கு முன் டூயட், கனவு சீன் எல்லாம் உண்டு). அத்திருமண நிகழ்ச்சியில் வெகுநாட்களுக்குப்பின் சங்கர சாஸ்திரி பாடுகிறார். ஆனால் கடவுளின் திருவுளம்தான் என்னே! அவரால் பாட முடியவில்லை. அப்போது அவரிடம் இசைப் பயிற்சி பெற்றுக்கொண்டிருக்கும் ஒரு சிறுவன் பாட்டை அவர் விட்ட இடத்திலிருந்து தொடர்ந்து பாடுகிறான். முடிந்ததும் அவனை ஆசீர்வதித்துவிட்டு மேடையிலேயே உயிர் துறக்கிறார் சங்கர சாஸ்திரி.

அவரோடு அவருடைய பக்தையான அந்தப் பெண்ணும் பிராணனை விட்டுவிடுகிறாள். அந்தச் சமயத்தில் சரியாகக் குறிவைத்து சங்கர சாஸ்திரியின் பாதங்களிலேயே தலையை

வைத்து உயிர் துறக்கிறாள்! காமராவும் அந்த இடத்தில் க்ளோஸப்பில் காட்டி நம்மைப் பார்த்து "பார்த்தீர்களா! பார்த்தீர்களா!" என்று கதறுகிறது.

உண்மையில் சங்கர சாஸ்திரி அந்தச் சிறுவனை ஆசீர்வதிக்கும் இடம் மிகவும் உருக்கமானது. ஆனால் இந்திய சினிமாவின் வழக்கமான செண்டிமெண்டல் அபத்தங்கள் அடுத்தடுத்த காட்சிகளில் தொடர்ந்து வந்து அந்தக் காட்சியிலிருந்த நெகிழ்ச்சியைக் கெடுத்துவிடுகிறது. நல்லவேளையாக பாரதிராஜாவின் புதிய வார்ப்புகளில் அந்த 'ஊதாங்கோல் வித்துவான்' (படத்தில் பார்ப்பதற்கு அந்த ஊதாங்கோல் நாதஸ்வரம் மாதிரியே இருக்கிறது!) மாண்டு போகும்போது ரத்தமானது அந்த ஊதாங்கோலின் ஓட்டை வழியாக வழிவதுபோல் சாஸ்திரியும் ரத்தம் கக்கியெல்லாம் செத்துப் போகாமல் சாதாரணமாகவே சாகிறார். அந்த வரைக்கும் இயக்குனருக்கு நன்றி.

இதுதான் கதை. இதைத் தந்திருக்கும் பாணியும் வழக்கமான சிவாஜி அல்லது கே. எஸ். கோபாலகிருஷ்ணன் பாணிதான்! உதாரணமாக, சங்கர சாஸ்திரி அந்த விலைமாதர் வீட்டுப் பெண்ணை தன் பாட்டுக்கு தம்புரா போட அழைக்கும்போது கச்சேரி கேட்க வந்திருந்தவர்களும், பக்க வாத்தியக்காரர்களும் எழுந்து போய்விடுகிறார்கள். உடனே சாஸ்திரி கோபாவேசமாக ஒரு பாட்டு பாடுகிறார். உடனே இடியும், காற்றும், மின்னலும் மழையும் ஒரே ரகளை பண்ணி விடுகிறது. இம்மாதிரி ஒரு காட்சியாவது சிவாஜி படங்களில் தவறாமல் இருக்கும். இதுபோக, மற்ற பல கோமாளித்தனங்களுக்கும் படத்தில் பஞ்சமில்லை. நம்முடைய சபா நாடகங்களே பிச்சை வாங்க வேண்டும்; அதுபோன்ற காமெடி சீன்கள்... (காமெடிக்கென்று தான் வக்கீல், போலீஸ் எல்லாம் இருக்கிறார்களே!)

பரத நாட்டியம் என்ற பெயரில் மஞ்சு பார்கவி ஒரு டான்ஸ் ஆடுகிறார். இந்த டான்ஸ் படத்தில் அடிக்கடி வருகிறது. சாஸ்திரி பாடும் போது காமரா அவரைக் காட்டுவதில்லை; அந்தப் பாட்டு முடியும் வரை பார்கவியை 'பரத நாட்டியம்' ஆடவிட்டு விடுகிறார்கள். அதாவது, பார்கவி கற்பனை செய்வதாகக் காட்சி. எம்ஜியார் படத்தில் லதா நிமிஷத்துக்கு ஒரு ட்ரெஸ்ஸில் வந்து ஒரு நாட்டியம் ஆடுவாரே, அதுபோன்ற நாட்டியம்! உண்மையில் பார்கவியின் அந்த பரத நாட்டியம் ஹெலனின் கிளப் டான்ஸை விட மட்டமாக இருந்தது. உடை மட்டும் பரதநாட்டிய உடை.

அதுவும்கூட நிஜமான பரதநாட்டிய உடையலங்காரமில்லை. ஜோதிலட்சுமி, ஜெயமாலினி டான்ஸ்களில் போட்டிருப்பார்களே ஒரு இறுக்கமான ஆடை (பேண்ட் மாதிரி), அந்த ஆடைதான் மஞ்சு பார்கவிக்கு. ஆனால் பார்ப்பதற்கு நாட்டிய உடை மாதிரியும் தெரிகிறாற்போல் வடிவமைக்கப்பட்டிருந்தது.

பார்கவியின் இந்த நாட்டியங்கள் பாக்தாத் பேரழகி படத்தில் ஜெயலலிதா ஆடும் ஒரு பரத நாட்டியம் இருக்கிறதே, அதேபோல் தரையைத் தரையை மிதிப்பது. இதற்குப் பெயர் பரத நாட்டியம்! பாக்தாத் பேரழகியின் பரத நாட்டியத்தை குமுதமேகூட 'வலது காலைச் சுழற்றி ஒரு அரைவட்டம்; இடது காலைச் சுழற்றி ஒரு அரை வட்டம். இதுதான் பரத நாட்டியமா?' என்று கிண்டல் செய்திருந்தது. ஆனால் இங்கு பார்கவியின் நடனம் அதை விடவும் மோசம். நிற்க.

இந்தப் படத்தைப் பற்றி பத்மா சுப்ரமண்யம் சொல்லியிருக்கும் சில விஷயங்கள் நம் கவனத்திற்குரியவை. ஒரு வழக்கமான, படு மோசமான படத்தைப் பற்றி நாட்டிய ஞானமுள்ள பத்மா சுப்ரமண்யம் ஆஹா, ஓஹோ என்று புகழ்ந்து புளகாங்கிதம் அடைகிறார். (இதயம் பேசுகிறது 20.04.80) ஒரு துறையில் சாதனை காட்டியவர்கள் இன்னொரு கலைத்துறையில் அசிங்கத்தை, அபத்தத்தை ரசித்து சப்புக் கொட்டுவது நமக்கு ஒன்றும் புதிதானதல்ல. உயர்ந்த கர்னாடக இசையை ரசிப்பவர்கள் சென்னை சபா நாடகக் கோமாளிக்கூத்தை ரசிப்பது போன்ற விஷயம் இது. காரணம், ஒரு அடிப்படையான சுரணையுணர்ச்சி இல்லாதது. எனவே புதிதாகச் சொல்ல ஒன்றுமில்லை. அப்படித்தான் சங்கராபரணமும் 'திரையில் உருவான ஒரு கவிதையாகிவிட்டது' பத்மா சுப்ரமண்யம் அவர்களுக்கு. இதுபற்றி நாம் ஆச்சர்யப்பட வேண்டியதில்லை. ஆனால் பத்மா இதோடு நிற்கவில்லை. மேலே போய், மஞ்சு பார்கவியின் நடனத்தைப் பற்றியும் சிலாகிக்கிறார். கீழே வருவது பத்மாவின் வார்த்தைகள்:

"ரொம்ப சுத்தமாக, கலை அழகு குறையாமல் ஆடி இருக்கிறார். ஒரு சீனில் மணலில் அவர் அவ்வளவு அழகாக ஆடுகிறார். கல்லிலோ மேடையிலோ ஆடலாம். மணலில் அப்படித் துளி பிசகாமல் ஆடுவது ரொம்ப சிரமம்."

- *இதயம் பேசுகிறது (20.4.80)*

இது மிகவும் ஆச்சர்யமான விஷயம். இது எப்படி சாத்தியம் என்றே எனக்குத் தெரியவில்லை. பரத நாட்டியத்தைப் பற்றிய

ஞானமுள்ள ஒருவர் மஞ்சு பார்கவியின் 'தரையை உதைக்கும்' நடனத்தை ரசித்துப் புளகாங்கிதம் அடைவதை எப்படிப் புரிந்துகொள்வது?

அதோடு மேலும் சொல்கிறார் பத்மா: *"எந்த நுட்பமான கலையையும் பாமரன் ரசிக்கும்படியாக அழகுடன் எடுத்துக்காட்ட வேண்டும். அப்போதுதான் ஒரு கலைஞன் வெற்றியடைந்ததாகச் சொல்ல முடியும். இதை நான் சொல்லவில்லை! நாட்டிய முனி பரதர் சொன்னது. விசுவநாத் இதையேதான் செய்து காட்டி இருக்கிறார். அவருக்குப் 'பரத புத்ரா' என்று ஒரு பட்டமே கொடுக்கலாம்!"*

'பாமரன் ரசிக்கும்படியாக கலையை அழகுடன் எடுத்துக் காட்டுவது என்றால் அதில் பல சிக்கல்கள் எழுகின்றன. ஒன்று. வயிற்றுக்கஞ்சிக்காக மாடாய் உழைக்கும் பாமரனுக்கு சிறுகுடலை பெருங்குடல் தின்னும் பசியில் மேடையில் நடப்பது பரத நாட்டியமா ரெகார்ட் டான்ஸா என்றே தெரியாது. அவனுடைய முதல் தேவை கஞ்சி. இரண்டாவது, P. கிருஷ்ணமூர்த்தி அமுதா கணேசன் கதைக்கு படம் வரைய வேண்டியிருக்கும். (இதுதான் படிக்கத் தெரிந்த பாமரருக்கு கலையை எடுத்துக்காட்டுவது!) எம்.எஃப்.ஹுசேன் Mills & Boon Seriesக்கு படம் வரைய வேண்டியிருக்கும். (இது ஆங்கிலம் அறிந்த பாமரருக்கு கலையை எடுத்துக்காட்டுவது!!)

ஆனால் இதிலும் ஒரு தடங்கல் உண்டு. அதாவது, டி.என்.சேஷகோபாலனை ரசிப்பவரைப் பார்த்து "அதெல்லாம் பெரிய விஷயமுங்க; நமக்கெல்லாம் அது புரியாதுங்க" என்று சொல்லி ஒதுங்கிவிடும் ஒரு பாமரன் வாசுதேவின் ஒரு நவீன ஓவியத்தைப் பார்த்தால் 'என்னாங்க இது? சின்னப்பசங்க கிறுக்கின மாதிரியிருக்கு. படமா இது?' என்று கிண்டல் பண்ணி அதற்குத் தானே நீதிபதியாய் இருந்து அந்த ஓவியத்தை ஒதுக்கிவிடுகிறான். எனவே மேலே சொன்ன வழியில் கூட நவீன ஓவியம் பாமரனைச் சென்றடைய தற்போதைக்கு நம்பிக்கை இல்லை; அதனால் பாமரனைச் சென்றடையாத நவீன ஓவியக் கலைஞனே வெற்றி அடையவில்லை என்று சொல்வது எவ்வளவு பெரிய அறியாமை!

ஆனால் படத்தைப் பார்த்துவிட்டுத் திரும்பும்போது வெங்கட் சாமிநாதன் என்னிடம் சில கேள்விகளைக் கேட்டார். அதாவது, இப்படத்தின் அபத்தம் ஒருபுறம் இருக்க, இது அந்தக் காலத்து தியாகராஜ பாகவதரின் light classical என்ற அளவுக்கும் மேலே

போய் தியாகையரின் சாகித்தியங்கள் என்ற உயரத்துக்குப் போய் அவை பயன்படுத்தப்பட்டு, இவ்வளவு பாராட்டும் பெறுகிறதே, எப்படி? ஒரு முப்பது வருஷ காலமாக உள்ளே முங்கிப் போயிருந்தது, சுவடே தெரியாமலிருந்தது இப்போது ரத்தப் பீறிடலாக வெளிப்பட காரணம் என்ன? நந்தனாருக்கு இப்போதும் கூட்டம் கூடுகிறது. *சங்கராபரணத்திற்கும்* பெரிய வரவேற்பு இருக்கிறது. ஜனக்கூட்டத்தில், இது இத்தனை வருஷங்களாக அமுங்கியிருந்ததற்கும் இப்போது அமோக வரவேற்பு பெறுவதற்கும் காரணம் என்ன? இத்தகைய அமோக வரவேற்பைத் தருவது எந்த சாரார்? ஏன்? பழைய ஞாபகங்களா? அந்தப் பழமையை ஆதுரத்துடன் திரும்பிப் பார்க்கும் செயலா? அப்படியானால் இளைஞர்களும் இதை ரசிக்கிறார்களே, என்ன காரணம்?

இதெல்லாம் ஓர் ஆழ்ந்த சமூகவியல் ஆய்வுக்குரியது. கள ஆய்வின் மூலமே பதில் தேட வேண்டிய விஷயம். அப்படியில்லாமல் அறையில் உட்கார்ந்துகொண்டே அனுமானங்களை பதிலாகச் சொல்லிக் கொண்டிருந்தால் அது சரியாகாது. இருந்தாலும் இது பற்றி எனக்குச் சில சந்தேகங்கள் உண்டு.

சில உதாரணங்கள் மூலம் விளக்குகிறேன். எனக்குத் தெரிந்த நண்பர் ஒருவர் ந. முத்துசாமியின் நாடகத்தைக் கொண்டு கொடுத்தாலும் 'அற்புதம்' என்பார். அதே கையோடு மெரீனா நாடகத்தையும் பாராட்டுவார். சிறுபத்திரிகைகளையும் படிப்பார். குமுதத்தையும் ரசிப்பார். இதை எப்படி அர்த்தப்படுத்திக் கொள்வது?

ஒரு சின்ன தோண்டியில் அண்டா நீரைக் கொண்டு ஊற்றினாலும் அந்தத் தோண்டி அதன் அளவுக்குத்தானே எடுத்துக்கொள்ளும்? அதே மாதிரிதான் இந்தப் பாமர ரசிகக் கூட்டமும் *சங்கராபரணத்தின்* இசையைத் தனக்கே உரிய அளவில்தான் எடுத்துக்கொள்ளும். அவர்களுக்கு வேண்டியது ரசிக்கத் தகுந்த சினிமா பாட்டுக்கள், அவ்வளவுதான். அது 'மச்சானெப் பாத்திங்களா?'வையும் ரசிக்கும்; 'தண்ணி கறுத்திருக்கு' வையும் ரசிக்கும், அதே ரீதியில்தான் *சங்கராபரணம்* பாடல்களையும் ரசிக்கும். பாமர ரசனைக்கு 'மச்சானைப் பாத்தீங்களா'வும் ஒன்றுதான்; 'மானஸ ஸஞ்சரரே'யும் ஒன்றுதான்.

சில ஆண்டுகளுக்கு முன்பு *சிரி சிரி முவ்வா* சென்னையை ஒரு கலக்கு கலக்கியதே, அதையும் நினைவில் கொள்ள வேண்டும்.

அந்தப் படம் எப்படி அத்தனை வரவேற்பைப் பெற்றது? முக்கியமான காரணம், பாட்டுகள். அதேபோல் இப்போது *சங்கராபரணம்!* போவாவின் Second Sexஐப் பார்த்துவிட்டு 'இது செக்ஸ் புக்கா?' என்று கேட்பதுதான் பாமர ரசனை. பாமர ரசனைக்கு எத்தனை உயர்ந்த விஷயம் கொடுக்கப்பட்டாலும் அதைத் தன் தரத்திற்கேற்ப ஒரு ரசாயன மாற்றம் பண்ணித்தான் ஏற்றுக்கொள்ளும்.

இன்று பல நகரங்களிலும் உள்ள திரைப்படக் கழகங்களில் உறுப்பினராக உள்ளவர்களில் பெரும்பாலானவர்கள் அவை தணிக்கை செய்யப்படாத படங்கள் என்ற ஒரே காரணத்திற்காகத்தான் பார்க்கிறார்கள். அவர்கள் எதிர்பார்க்கும் காட்சிகள் இல்லையெனில் எழுந்து போய்விடுகிறார்கள். படித்த மேல்தட்டு வர்க்கம் என்று சொல்லப்படுகின்ற இவர்களின் நிலையே இப்படி!

சமீபத்தில் நடந்த ஒரு விஷயம். *26th of July* என்ற ரஷியப் படம் Delhi Film Societyயில் திரையிட்டார்கள். ரஷ்யப் படத்தில் போய் பெண் சதையை எதிர்பார்க்கலாமா என்ற முன்னெச்சரிக்கை கூட இல்லாமல் அரங்கம் நிரம்பிவிட்டது. படம் முடியும் தறுவாயில் பார்த்தால் இருபது முப்பது பேர் உட்கார்ந்திருக்கிறோம். இப்படித்தான் classics என்று சொல்லத்தக்க படங்களைத் தந்திருக்கும் இயக்குனர்கள் ஸொல்த்தான் ஃபாப்ரி, இஸ்த்வான் ஸாபோ. மார்த்தா மேஸாரோஸ் போன்ற எல்லா இயக்குனர்களிடமும் நம் ரசிகர்கள் எதிர்ப்பார்ப்பது படத்தில் யதாத்தமாக நிகழும், எந்தவித வக்கிரமும் இல்லாத நிர்வாணக் காட்சிகளைத்தான். கிட்டத்தட்ட நீலப்படம் பார்க்க வருகின்ற ஆசையோடுதான் இந்தப் படங்களைப் பார்க்கக் குழுமுகிறது கூட்டம்.

இன்னும் ஒன்றையும் கூறலாம். எக்ஸிஸ்டென்ஷியலிசம் பற்றி ஒரு நல்ல புத்தகம் எழுதியிருக்கும் ஒரு மேலை விமர்சகர் சார்த்தர் நோபல் பரிசை மறுத்தது பற்றி இப்படிச் சொல்கிறார்: "சார்த்தர் நோபல் பரிசை மறுத்ததற்குக் காரணம், தன்னை விட மிகவும் ஜூனியரான கம்யுவுக்கு தனக்கு முன்பாகவே நோபல் பரிசு கொடுக்கப்பட்டு, தனக்கு இவ்வளவு காலம் கடந்து கொடுக்கப்படுகிறதே என்ற எண்ணம்தான். இப்படியும் யோசிக்கும் விமர்சகனைப் பற்றி என்ன சொல்வது?

எனவே மக்களின் ரசனையில் ஓர் ஆழமான மாற்றத்தை ஏற்படுத்தாமல் (எப்படி என்று எனக்குத் தெரியாது) இம்மாதிரி படங்கள் மூலம் கர்னாடக சங்கீதத்துக்கு ஒரு பயனும் இல்லை. மேலோட்டமான ஒரு சலனத்தைக்கூட இப்படம் ஏற்படுத்த முடியாது. எனவே இம்மாதிரி வழிகளில் கர்னாடக சங்கீதம் ஜனத்திரளை சென்றடைவதை விட அது இருக்கின்ற இடத்திலேயே இருந்து விட்டுப் போகட்டும் என்றே தோன்றுகிறது.

வழக்கமான இந்தி, தமிழ் சினிமாவைப் போலவே இந்தப் படத்திலும் மேற்கத்திய பாப் சங்கீதம் கேவலப்படுத்தப்படுகிறது. உதாரணமாக ஒரு கட்டம்; சங்கர சாஸ்திரி உறங்கச் செல்லும்போது பக்கத்து வீட்டு மாடியில் நாலைந்து இளைஞர்கள் 'மம்மா — மியா' பாடி, ஊளையிட்டு, அவரை நக்கல் பண்ணுகிறார்கள். உடனே சங்கர சாஸ்திரி எழுந்து அவர்களிடம் போகிறார். 'என்னடா பெரீய்ய உங்கள் பாப்?' என்று கேட்டுவிட்டு, பாப் இசையை தன் தொண்டையிலிருந்து வரவழைத்துக் காட்டி 'அப்படி உங்களால் கர்னாடக சங்கீதம் பாட முடியுமா?' என்று சவால் விட்டு, அவர்களால் முடியாமல் போக, அவர்களிடத்தில் ஆங்கிலத்தில் கர்னாடக சங்கீதத்தின் மகிமை பற்றி வீரவசனம் பேசிவிட்டு வருகிறார்.

பாப் இசை என்றால் ஏதோ கிள்ளுக்கீரை என்று நினைத்துக்கொண்டிருக்கிறார்கள். அதைக் கற்றுக்கொள்ள ஒவ்வொருவரும் எத்தனை எத்தனை ஆண்டுகள் முழுமூச்சுடன் பிரயாசைப்பட்டு, தேர்ச்சி பெறுகிறார்கள்! சங்கர சாஸ்திரிகளுக்கோ அது சூ மந்திரக்காளியாக வந்துவிடுகிறது! காரணம், கர்னாடக சங்கீதம் ஹீரோ, பாப் இசை - வில்லன், வில்லன் ஹீரோவிடம் தோற்கத்தானே வேண்டும்? இந்தப் படத்தில் மட்டும் அல்ல; எல்லா தமிழ்ப் படங்களிலும் இதே கதைதான். கற்பழிக்கப் போகும்போது கூட வில்லன் Pop Songஐ கேட்டுக்கொண்டுதான் கற்பழிக்கிறான் (இளமை ஊஞ் சலாடுகிறது). இப்படி பாப் இசையே வில்லனுக்கு உரியதாக ஆகிவிட்டது.

மக்ஸிம் கார்க்கிகூட தன் கட்டுரை ஒன்றில் Jazz சங்கீதத்தை காட்டுமிராண்டித்தனமானது என்று சொல்லியிருக்கிறார். (கார்க்கி கட்டுரைகள்: தமிழ் மொழிபெயர்ப்பு: வல்லிக்கண்ணன்.)

ரசனை என்பது இனத்துக்கு இனம் தேசத்துக்கு தேசம் மாறுபடுகிறது. ஒரு கறுப்பின மனிதனுக்கு பெண்ணின் கால்கள் காமக் கிளர்ச்சியைத் தூண்டக்கூடியது என்றால் தமிழனுக்கு

முலைகள். இசை ரசனையை எடுத்துக்கொண்டால் அதில் ஆயிரக்கணக்கான ரசனை மாறுபாடுகளைக் காணலாம். ஒருவருக்கு டி.என். சேஷகோபாலன், ஒருவருக்கு அப்துல் பாஸித்தின் கிராத். ஒருவருக்கு பார்பரா ஸ்ட்ரைஸன்ட் (Barbara Streisand). ஒருவருக்கு சபீனா யாஸ்மின். இதில் ஒருவரை ஒருவர் காட்டுமிராண்டி என்றால் இது எங்கேதான் போய் முடியும்? சங்கீதம் எனில் அது ஒரு சாராருக்கேயான ஏகபோகமா? எப்படி ஒரு கறுப்பின மனிதனுக்குக் கறுப்பு அழகோ அதேபோல் ஊளையும் ஏன் சங்கீதமாக முடியாது? அப்படி ஆக முடிவதால்தான் எருமைக் குரலை உடைய Neil Diamondஇல் என்னையே இழக்கிறேன்.

சங்கீதம் ஓர் உலக மொழி. மொழியற்ற மொழி. ஆனால் சங்கராபரணத்திலோ மேற்கத்திய இசை கெட்ட விஷயமாகக் காட்டப்படுகிறது. இன்னொரு சந்தேகம்கூட. இந்தப் படமே முஸாஃபர் அலியின் கமன் மாதிரி ஒரு கவிதையைப் போல் ஏன் எடுக்கப்படவில்லை?

சங்கீதம் என்ற உயர்ந்த விஷயத்தை ஏன் இப்படிக் கேவலப்படுத்துகிறார்கள்? மட்டுமல்லாமல், இது ஒரு கலைப்படம் என்ற அந்தஸ்து வேறு கொடுக்கப்பட்டிருக்கிறது.

இந்த இடத்தில் சமீபத்தில் நான் பார்த்த ஒரு ஹங்கேரியத் திரைப்படம் நினைவு வருகிறது. படத்தின் பெயர் K.O. ஒரு புகழ்பெற்ற குத்துச்சண்டை வீரன், தேசியக் குத்துச்சண்டைப் போட்டிக்காக பயிற்சி எடுத்துக்கொண்டு அதில் கலந்துகொள்கிறான். ஆனாலும் போட்டி நடுவர்களின் நேர்மையின்மையால் முதல் பரிசு கிடைக்காமல் இரண்டாமவனாகவே தேர்ந்தெடுக்கப்படுகிறான். இதுதான் கதை. இவ்வளவேதான். ஆனால் இவ்வளவு சிறிய கதையை எவ்வளவு கலாபூர்வமாகச் சொல்லியிருக்கிறார்கள்! அந்த இளைஞனுக்கும், அவன் தந்தைக்குமிடையேயான அந்த உணர்ச்சிபூர்வமான ஈடுபாடு எத்தனை கவித்துவமாக சித்தரிக்கப்படுகிறது! தன் மகனுக்கு முறையாகக் கிடைத்திருக்க வேண்டிய முதலிடம் நடுவர்களால் தரப்படாததை அறிந்து அந்தத் தந்தை அவர்களுடன் வாதிடும் காட்சி ஒரு உதாரணம். தந்தையும் மகனும் அவர்கள் வீட்டில் பயிற்சிக்காகப் போட்டுக்கொள்ளும் குத்துச்சண்டை எவ்வளவு உக்ரமாக இருக்கிறது! கடைசிக் காட்சியில் அந்தக் குத்துச்சண்டை போட்டி மட்டும் பத்து நிமிஷம் நடக்கிறது. உண்மையான ஒரு குத்துச் சண்டையையே நாம் பார்க்கிறோம்.

K.O.என்ற ஹங்கேரியப் படம் பற்றி ஏன் இங்கே சொல்ல வேண்டும் என்ற கேள்வி எழலாம். நான் சொல்ல வருவது இதுதான்: ஐரோப்பிய சினிமாவில் ஒரு சாதாரண விஷயத்தைக்கூட எவ்வளவு ஒரு தீவிரத்தன்மையோடும் அதனுடனேயான ஒன்றுதலோடும் (authenticity and intensity) சொல்லுகிறார்கள் என்பதுதான்.

ஆனால் தமிழ் சினிமாவில் ஓர் உயர்ந்த விஷயத்தைக் கூட கேலிக்கூத்தாக்கி, ஆபாசமாக்கி விடுகிறார்கள். K.O. வில் அந்த இளைஞனுக்கு குத்துச்சண்டையில் இருக்கும் தீவிர ஈடுபாட்டை எப்படி அதே அளவில் தருகிறார்கள் என்பதும், இங்கு கர்னாடக சங்கீதமே உயிர் மூச்சு என்கிற *சங்கராபரணம்* சங்கரசாஸ்திரி எப்படி *சித்திரப்பாவை* என்ற நாவலில் ஓவியக் கலைஞன்' என்று சொல்லப்படும் கதாபாத்திரம் ஒரு ஹைஸ்கூல் ட்ராயிங் மாஸ்டர் அளவில் மலினப்படுத்தப்பட்டதோ அதே அளவில்தான் அவர் சங்கீதத்தில் கொண்டிருக்கும் ஈடுபாடும் கொச்சையாகக் காண்பிக்கப்படுகிறது என்பதும் ஒப்பு நோக்கத்தக்கது. சங்கீதக் கலைஞர் என்கிறபோது அது அப்படியே காட்சி ரூபத்தில் வரவேண்டும்; ஆனால் இதிலோ செயற்கைத்தன்மைதான் படம் முழுவதும் வியாபித்திருக்கிறது.

கடைசியாக, இப்படத்தின் கதையிலும் ஆயிரத்தெட்டு ஓட்டைகள். எல்லாம் அலாவுதீனின் அற்புத விளக்கு மாதிரி நடக்கிறது. படம் பார்ப்பவர்கள் 'ஏன்? எப்படி இது சாத்தியம்?' என்ற கேள்வியே எழுப்பக்கூடாது. அது பற்றியெல்லாம் எழுதுவது கூட வீண்; ஆக, இப்படிப்பட்ட படங்கள் ஜோதிலட்சுமியின் ஜேம்ஸ்பான்ட் டப்பாப் படங்களை விட மட்டரகமானது. ஏனெனில், அம்மாதிரிப் படங்கள் கௌரவ முகமூடி எதையும் போட்டுக்கொண்டு வராது. கிராமத்துக் கீற்றுக்கொட்டகைகளிலும், நகர முடுக்குகளில் மூட்டைப்பூச்சி தாங்கிய அழுக்கு தியேட்டர்களிலும் அம்மாதிரி ஆபாசக் குப்பைகளை நாம் நிறைய பார்க்கலாம். ஆனால் *சங்கராபரணத்தையோ* விக்ஞான் பவனில்' பார்க்கிறோம்! அசிங்கம் அசிங்கமாகவே எந்தப் பூச்சுமின்றி, மறைவும் இன்றி வருவதில் அவ்வளவு பிரச்சினை இல்லை; ஒரு கலைப்போர்வையுடன் வருவதுதான் ரொம்ப ஆபத்தானது.

- நீலமலைப் பனிமலர்

ஆகஸ்ட், *1980*

கமல்ஹாசன்: நிகழ மறுத்த அற்புதம்

தமிழர்களிடம் காணக் கிடைக்கும் ஒரு வினோதமான பழக்கம் என்னவென்றால், உலகத்திலேயே சிறந்த மொழி, சிறந்த கலாச்சாரம், சிறந்த கலை, சிறந்த இலக்கியம் - இன்னும் என்னென்ன சிறந்த விஷயங்கள் உண்டோ அத்தனை சிறந்தவைகளுக்கும் தாங்களே சொந்தக்காரர்கள் என்று நம்புவது. சமயங்களில் சில கவிஞர்களும் தமிழர்களின் இந்த நம்பிக்கைக்கு உரம் போட்டு வளர்ப்பதுண்டு. கவிஞர்கள் உணர்ச்சிவசப் படக்கூடியவர்கள் என்றோ, இதே கவிஞர் சீனாவில் பிறந்திருந்தால் 'இந்த உலகத்திலேயே இனிமையான மொழி சீன மொழிதான்' என்று சத்தியம் செய்யக்கூடியவர் என்றோ நினைத்துப் பார்க்கும் அளவுக்குத் தமிழர்கள் தர்க்கரீதியாகச் சிந்திக்கக் கூடியவர்கள் அல்ல.

உலகில் எந்தப் பகுதியிலும் அறிஞர், நாவலர், கலைஞர், புரட்சித் தலைவர், புரட்சித்தலைவி, புரட்சிக்கலைஞர், நடிகர் திலகம், கவிப் பேரரசு போன்ற பட்டங்களை நாம் காண இயலாது. காவியங்களில் காணக்கூடிய அளவுக்கு சாகசத்தன்மைகளைக் கொண்டிருந்த மாபெரும் புரட்சிக்காரனாகவும், இன்றைக்கும் உலகிலுள்ள புரட்சி இயக்கங்களுக்கு நம்பிக்கையளிக்கக்கூடியவனாகவும் விளங்கும் சே குவேராவையே யாரும் புரட்சித்தலைவன் என்று அழைத்தது கிடையாது. ஆனால் தமிழ்நாட்டில் சினிமாவில் திறமையாக ஸ்டண்ட் செய்பவர்கள்தான் புரட்சிக்காரர்கள்.

தமிழ்நாட்டில் உருவாகும் எந்த ஒரு பிரபலமான நபரும் இந்த இமேஜ் என்ற பொறியில் சிக்கிக்கொள்ளாமல் இருந்ததில்லை. சினிமாவை எடுத்துக்கொண்டால், சிவாஜி. (எம்ஜியார் அரசியலுக்குள் போய்விட்டதால் அவரை விட்டுவிடுவோம்). சிவாஜியை தமிழ்நாடே நடிகர் திலகம் என்று கொண்டாடியது. ஆனால் அவருடைய பெயர் தமிழ்நாட்டு எல்லையை விட்டு வெளியே தெரியவில்லை. உண்மையிலேயே உலகின் தலைசிறந்த எந்த நடிகனோடும் ஒப்பிடும் அளவுக்கு நடிப்புத் திறமை கொண்ட கணேசன் தன்னுடைய வாழ்நாள் முழுவதுமே தரத்தில் மிகத்தாழ்ந்த வர்த்தக சினிமாவிலேயே தொடர்ந்து நடித்ததன் காரணமாக இன்று சாதாரண ஆட்களால் கூடப் பகடி செய்யப்படும் அளவுக்கு கேலிப்பொருள் ஆகிவிட்டார். தனது கடைசி காலத்தில் அவர் நடித்த *முதல் மரியாதை* என்ற படம் மட்டுமே அவருக்கு நற்பெயரை ஈட்டித் தந்தது என்றால் அது அவரது நீண்டகால சினிமா அனுபவத்துக்கு எவ்வளவு பெரிய நஷ்டம்!

காரணம், உலகின் மிகச் சிறந்த நடிகர்களுள் ஒருவராக விளங்கினாலும் சிவாஜிக்கு உலகின் தரமான சினிமா பற்றி எதுவும் தெரிந்திருக்கவில்லை. தெரிந்திருக்காதது மட்டும் அல்ல; சினிமா மேதைகளுள் ஒருவராக உலகமே கொண்டாடும் சத்யஜித் ரேயை சிவாஜியும், எம்ஜியாரும், ராஜ் கபூரும் கிண்டலும் கேலியும் செய்தார்கள் என்பது வரலாறு.

சிவாஜியை அடிக்கடி பலரும் மார்லன் ப்ராண்டோவோடு ஒப்பிடுவதைப் பார்க்கிறோம். ஆனால் மார்லன் ப்ராண்டோ *The Street Car Named Desire* (1951), *Julies Ceasar* (1953), *On The Waterfront* (1954) போன்ற உலகப்புகழ் பெற்ற படங்களைத் தந்து கொண்டிருந்தபோது சிவாஜி *எதிர்பாராதது, கூண்டுக்கிளி, தூக்குத்தூக்கி, மனோகரா* போன்ற வர்த்தக சினிமாவில் நடித்துக்கொண்டிருந்தார். '*மனோகரா* தமிழ் சினிமாவின் முக்கியமான படமாயிற்றே?' என்று சிலர் கேட்கலாம். அந்தப் படத்தில் கருணாநிதி எழுதிய 'பொறுத்தது போதும் பொங்கியெழு' போன்ற வசனங்களும் அந்தப் படமும் பின்னர் அவர் முதல் மந்திரியாக ஆனதால் திராவிட இயக்க வரலாற்றில் வேண்டுமானால் முக்கியமான நிகழ்வாக இருக்கலாமே ஒழிய உலக சினிமா வரலாற்றில் இதுபோன்ற படங்களுக்கு எந்த அர்த்தமும் இல்லை. கவனியுங்கள். *மனோகரா* வெளியான ஆண்டு 1954. இதற்கு அடுத்த ஆண்டு வெளியான சத்யஜித்

ரேயின் *பதேர் பாஞ்சாலி* உலக சினிமாவின் காவியங்களில் ஒன்றாக இன்றளவும் கொண்டாடப்படுகிறது. உலகம் முழுவதும் உள்ள திரைப்படக் கல்லூரிகளில் பாடமாக வைக்கப்பட்டுள்ளது.

இந்தப் பின்னணியை அறிந்து கொண்டால்தான் தமிழ் சினிமாவில் கமல்ஹாசனின் இடத்தையும், சினிமாவின் உலக நாயகனாக விரும்பும் அவரது ஆர்வத்தில் இருக்கக்கூடிய அசட்டுத்தனத்தையும் புரிந்து கொள்ள முடியும்.

கமல்ஹாசன் தனது முன்னோடியான சிவாஜி கணேசனின் பாதையையே பின்பற்றுவதுதான் அவரது முயற்சிகள் தோல்வியடைவதற்கான காரணம் என்று சொல்லத் தோன்றுகிறது. ஆனால் கணேசனுக்கும் கமலுக்கும் உள்ள வித்தியாசம், கமலுக்கு உலக சினிமா தெரியும் என்பதுதான். இருந்தாலும், இதனால் எந்தப் பயனும் ஏற்படவில்லை. காரணம், கமல் தனது உலக சினிமா அறிவைத் தமிழ் சினிமாவை செழுமைப்படுத்துவதற்குப் பயன்படுத்தவில்லை. மாறாக, நகலெடுப்பதற்கு மட்டுமே பயன்படுத்தினார். உதாரணம், *நாயகன் (1987)* படத்தில் கமல் தலையைக் கோதும் ஸ்டைல் கூட *காட்ஃபாதரில் (1972)* மார்லன் ப்ராண்டோ தனது தலையைக் கோதும் மேனரிஸத்திலிருந்து அப்பட்டமாக நகல் எடுத்துக்கொண்டதுதான். *நாயகனோடு* முடியவில்லை இந்த நகல் சமாச்சாரம்; *தேவர் மகனிலும் (1992)* அது தொடர்ந்தது.

கமலின் *அவ்வை சண்முகி (1996)* ராபின் வில்லியம்ஸ் நடித்த *Mrs. Doubtfire* என்ற படத்தின் அப்பட்டமான தழுவல். இப்படி சொல்லிக்கொண்டே போகலாம்.

கமலின் உலக சினிமா அறிவு இப்படி நகலெடுக்க மட்டும்தான் பயன்படுகிறது என்றால், தான் வாழும் சமூக, அரசியல், கலாச்சார சூழலை அவர் எவ்வாறு புரிந்து கொண்டிருக்கிறார்; எவ்வாறு தனது படங்களில் கையாளுகிறார் என்று பார்த்தால் அதிலும் பெரிய ஏமாற்றமே மிஞ்சுகிறது. *குருதிப் புனலில் (1996)* வரும் நகஸல் போராளி ஒரு சிறுமியைப் பாலியல் நோக்கத்துடன் பார்க்கிறான். அவனுடைய மனைவி ஒரு விபச்சாரியைப் போல் சித்தரிக்கப்படுகிறாள்.

வன்முறையைத் தங்கள் வழியாகக் கொண்டு போராடும் தீவிரவாதிகளோடு ஒருவருக்கு முரண்பாடு இருக்கலாம். ஆனால் அந்தத் தீவிரவாதிக்கும் ஒரு ஜேப்படித் திருடனுக்கும் வித்தியாசம் இருக்கிறது அல்லவா? மனித வெடிகுண்டாக

மாறி மக்களைக் கொல்லும் ஒரு தீவிரவாதி நிச்சயமாக ஒரு சமூக விரோதிதான். ஆனால் அவன் தான் நம்பும் ஒரு கொள்கைக்காகத்தானே தன்னையே சாகடித்துக்கொள்ளத் தயாராகிறான்? அப்படியானால் அவன் ஒரு ஐடியலிஸ்ட்தானே? இந்தப் புரிதல் இல்லாமல், ஒரு சராசரி மனிதனின் பார்வையோடு அணுகியதால்தான் *குருதிப் புனலில்* வரும் போராளி கேவலமான முறையில் சித்திரிக்கப்பட்டிருகிறான்.

சராசரி மனிதனின் பார்வை என்றால் என்ன என்ற சந்தேகம் எழலாம். இதோ உதாரணம்: வெள்ளைக்காரன் காலத்தில் இந்தியா சிறப்பாக இருந்தது; ராஜாங்கம் நன்றாக நடந்தது. இந்தியாவில் ராணுவ ஆட்சி வந்தால் எல்லாம் சரியாகிவிடும். (பாகிஸ்தானில் ஏதோ ரொம்ப அற்புதமான விஷயங்கள் நடந்துகொண்டிருப்பது போல் இவர்களுக்கு நினைப்பு!)

இப்படிப்பட்ட சராசரி மனிதனின் அணுகுமுறைதான் கமலின் பல்வேறு படங்களில் வெளிப்படுகிறது. *தசாவதாரத்தில்* வரும் முஸ்லீம் பாத்திரம் மற்றொரு உதாரணம்.

கமல் படங்களில் கையாளப்படும் சமூகப் பிரச்சினைகள் சராசரித்தன்மையோடு இருப்பதன் மற்றொரு காரணம், கமல் தேர்ந்தெடுக்கும் இயக்குனர்கள். உதாரணமாக, *தசாவதாரத்தின்* இயக்குனர் கே. எஸ். ரவிக்குமார். ஆனால் இதே காலகட்டத்தில் தான் அமிதாப்பச்சன் நடித்து உலக அளவில் பேசப்பட்டு வரும் *லாஸ்ட் லியர்* வெளியாகியுள்ளது. இதை இயக்கியவர் ரிதுபர்னோ கோஷ். வங்காள மாற்று சினிமாவில் ஒரு சிலருக்கு மட்டுமே தெரிந்த பெயர். அமிதாப் பச்சன் என்ற இந்தி சினிமாவின் சூப்பர் ஸ்டார் ரிதுபர்னோ கோஷ் என்ற யாருக்குமே தெரியாத ஒரு வங்காள இளைஞனை நோக்கி ஓட வேண்டிய அவசியம் என்ன? நல்ல சினிமா பற்றிய அமிதாபின் அக்கறை.

கமல்ஹாசனால் இப்படி ஒரு இளைஞனிடம் பணியாற்ற முடியுமா? பிரச்சினை என்னவென்றால், கமலுக்கு இளைஞர்களுடனும், சம காலத்தோடும் தொடர்பே அற்றுவிட்டதோ என்று எண்ணத் தோன்றுகிறது. (ஆனால் கமலின் நண்பராக இருந்த சுஜாதாவின் எழுத்து அவரது கடைசிக் காலம் வரை இளமைத் துடிப்புடனும், சமகாலத்தன்மையோடும் விளங்கியது என்பதை இங்கே நாம் ஞாபகப்படுத்திக் கொள்ளலாம்). ஏஸி காரில் செல்லும் நம்முடைய அரசியல்வாதிகளுக்கு டவுன் பஸ்ஸில்

செல்லும் சராசரி மனிதனின் துயரமான வாழ்க்கை பற்றி ஏதாவது தெரியுமா? அதைப் போலவே கமலும் தனது சம காலத்திலிருந்தும், சமகாலப் பிரச்சினைகளிலிருந்தும் அந்நியமாகி விட்டார் என்று அவரது படங்களிலிருந்து தெரிகிறது.

விருமாண்டி என்ற படத்தையும், இதே கதைக் களனைக் கொண்ட *பருத்தி வீரனையும்* எடுத்துக்கொள்வோம். உலக சினிமாவை அறிந்த கமல்ஹாசனின் *விருமாண்டி* ஒரு சராசரி கமர்ஷியல் படமாகவும், உலக சினிமா பற்றி எதுவுமே அறியாத அமீரின் *பருத்தி வீரன்* ஒரு கலைப் படைப்பாகவும் உருவானது எப்படி? சினிமாக்காரர்கள் அடிக்கடி பிரயோகிக்கும் வார்த்தையான அதிர்ஷ்டமா? இல்லை. கமல் மட்டும் அல்ல; எத்தனையோ ஆண்டுகளாக உலக சினிமாவைப் பார்த்துக்கொண்டிருக்கும் கோடம்பாக்கத்தைச் சேர்ந்த யாருமே அமீர் உருவாக்கியது போன்றதொரு கலைப் படைப்பை உருவாக்கியதில்லை என்பதுதான் நிஜம். அமீர் மட்டுமல்ல; 30 ஆண்டுகளுக்கு முன்னால் தமிழ் சினிமாவை அடுத்த கட்டத்துக்கு நகர்த்திய பாரதி ராஜாவும் கூட உலக சினிமாவை அறிந்த புத்திஜீவி அல்ல என்பதை இங்கே ஞாபகப்படுத்திக்கொள்ளலாம். அது மட்டுமல்லாமல், தனக்கு இலக்கியமும் தெரியாது என்று மற்றொரு அதிர்ச்சியையும் தருகிறார் அமீர். மறுபடியும் பாரதிராஜா கதைதான். அவரும் சமகால இலக்கியப் பரிச்சயம் உள்ளவர் அல்ல. ஆனால் கமலுக்கு ஞானக்கூத்தனிலிருந்து மனுஷ்ய புத்திரன் வரை நண்பர்கள்.

இதிலிருந்து என்ன தெரிகிறது? எந்த ஒரு கலைப் படைப்புமே வெறும் அறிவினால் மட்டுமே உருவாகக் கூடியதல்ல. அப்படியானால் வேறு என்ன தேவைப்படுகிறது? வாழ்க்கை பற்றிய கூரிய அவதானமா?' என்றெல்லாம் கேட்டால் எனக்குத் தெரியாது. ஏனென்றால் அது ஒவ்வொரு கலைஞனுக்கும் வேறு படுகிறது.

பருத்தி வீரனைப் போல் அல்லாமல் *விருமாண்டி* தோற்றுப் போனதற்கு மற்றொரு காரணம், கமலின் தன்முனைப்பு. *விருமாண்டியில்* மட்டும் அல்ல; கமலின் எல்லாப் படங்களிலுமே அவர் தன்னையே முன்னிறுத்திக்கொள்கிறார். அவரது படங்களில் அவர் ஏற்கும் பாத்திரங்கள் அடிபட்டுப் போய் கமல்ஹாசன் என்ற பிரம்மாண்டமான நட்சத்திரமே நம் முன் ரூபமெடுக்கிறார். இதனாலேயே அவருடைய நோக்கம் வெற்றியடையாமல்

போகிறது. *ஹே ராம், ஆளவந்தான், தசாவதாரம்* போன்றவை இதற்கு நல்ல உதாரணங்கள். இதைத்தான் ஆரம்பத்தில் இமேஜ் பொறி என்று குறிப்பிட்டேன். இப்போது ரிதுபர்னோ கோஷுக்கு வருவோம். யாருக்குமே தெரியாத இந்த வங்காள இளைஞனின் இருப்பிடத்தை நோக்கி மும்பையிலிருந்து கொல்கொத்தா நோக்கிச் செல்கிறார் இந்தி சூப்பர் ஸ்டார் அமிதாப் பச்சன். ஆனால் இங்கே தமிழ்நாட்டில் ஆழ்வார்ப்பேட்டையில் உள்ள கமல்ஹாசனின் அலுவலக கேட்டைக்கூட ரிதுபர்னோ கோஷ் போன்ற ஒரு இளம் இயக்குனரால் தொட முடியுமா என்பது சந்தேகம்.

கமலும் அவரது சகாவான ரஜினியைப் போலவே நடிகர் என்ற இடத்திலிருந்து நட்சத்திரம் என்ற தந்த கோபுரத்தில் அமர்ந்திருப்பதால் ஏற்பட்ட விளைவே இது எனலாம். 1978ஆம் ஆண்டு தீபாவளி அன்று ஐந்து படங்கள் வெளியாயின. அதில் *அவள் அப்படித்தான், சிவப்பு ரோஜாக்கள், மனிதரில் இத்தனை நிறங்களா?* என்ற மூன்று படங்களில் கமல் ஹீரோ. ஆனால் அதே நாளில் வெளிவந்த பாலச்சந்தரின் *தப்புத் தாளங்களில்* ஒரே ஒரு காட்சியில் மட்டும் கமல் சோடா புட்டி கண்ணாடி அணிந்து கொண்டு ஒரு பாலியல் தொழிலாளியின் வாடிக்கையாளனாக வருகிறார். இதை கமல் அவரது குருநாதரான பாலச்சந்தருக்காக அப்போது செய்தார். இப்படி தனது ஹீரோ அந்தஸ்தைத் துறந்துவிட்டு ஒரு நடிகனாக மட்டுமே கமல் இப்போது இதைச் செய்யத் துணிவாரா? அமிதாப் செய்கிறார்.

மேலும் ஒரு விஷயம், கமலின் குருநாதர் பாலச்சந்தர் பற்றி. நேற்று வந்த ரிதுபர்னோ கோஷ் பற்றியும், ஷ்யாம் பெனகலின் சமீபத்திய படம் *வெல்கம் டு சஜ்ஜன்பூர்* பற்றியும், சந்தோஷ் சிவனின் *தஹான்* பற்றியும் உலக சினிமா அரங்கில் விவாதிக்கிறார்கள். காரணம், இவர்கள் சினிமாவை ஒரு கலையாக வெளிப்படுத்தியவர்கள். ஆனால் பாலச்சந்தர்? தமிழ்நாட்டுக்கு வெளியே யாருக்காவது இந்த இயக்குனர் சிகரத்தின் பெயர் தெரியுமா? பாலச்சந்தர் பற்றி 35 ஆண்டுகளுக்கு முன்னால் வெங்கட் சாமிநாதன் கூறினார், "பாமரத்தனத்துக்கு கௌரவமான கலைப்பூச்சுதான் பாலச்சந்தர்" என்று. இப்படிப்பட்ட ஒருவரை குருநாதராக வரித்துக்கொண்டு எங்கிருந்து நல்ல சினிமாவை உருவாக்குவது?

இப்போதும் ஒன்றும் தாமதமாகிவிடவில்லை. கமல்ஹாசன் தன்னை ஒரு நட்சத்திரம் என்பதை மறந்துவிட்டு, அமீர், சசிகுமார்

போன்ற இயக்குனர்களிடம் தன்னை ஒரு அறிமுக நடிகனைப் போல் முழுமையாக ஒப்படைத்தால் உலக அளவில் கவனத்தைத் திருப்பக் கூடிய கலைப் படைப்புகளை உருவாக்க முடியும்.

இறுதியாக, இவ்வளவு விமர்சனங்களையும் கமல்ஹாசன் என்பதால் மட்டுமே திறந்த மனதுடன் முன்வைத்திருக்கிறேன்; அவரை எனது சஹ்ருதயர் என்று கருதுவதால். வேறு நடிகர் என்றால் ஒரு வார்த்தை பேசி இருக்க மாட்டேன்.

இந்தியா டுடே

குழந்தைகளுக்கான சினிமா

Azur & Asmar: மிஷெல் ஓஸ்லோவின் இயக்கத்தில் வெளிவந்த இந்த ஃப்ரெஞ்ச் கார்ட்டூன் படம் ஒரு அராபிய மாயாஜாலக் கதையை அடிப்படையாகக்கொண்டது. அசுர், அஸ்மர் என்ற இரண்டு சிறுவர்கள். வெள்ளை நிறமும், நீலநிறக் கண்களும் கொண்ட அசுர் ஒரு பணக்கார ஃப்ரெஞ்ச் குடும்பத்தைச் சேர்ந்தவன். அஸ்மரோ வட ஆஃப்ரிக்காவைச் சேர்ந்தவன். கறுப்பு நிறம். ஏழை. அஸ்மரின் அம்மா ஜெனானி ஃப்ரான்சுக்கு அகதியாகக் குடிபெயர்ந்து வந்து பணக்கார வீடுகளில் வீட்டு வேலை செய்து பிழைப்பவள். தற்சமயம் அசூரின் வீட்டில் ஆயாவாக வேலை பார்க்கிறாள். அசூருக்கு அம்மா இல்லை. அப்பாவுக்கோ அசூரிடம் ஒரு வார்த்தை பேசுவதற்குக்கூட நேரம் இல்லை.

ஜெனானி தன் மகன் அஸ்மரையும், அசூரையும் எந்த வேறுபாடும் இல்லாமல் சகோதரர்களைப் போலவே வளர்த்து வருகிறாள். அப்போது அவள் அவர்களுக்கு ஒரு கதை சொல்கிறாள். அந்தக் கதையில் வரும் மோகினி அவளுடைய ஆஃப்ரிக்க தேசத்தில் ஒரு கறுப்புநிற மலையில் அடைபட்டுக் கிடக்கிறாள். அந்த மோகினியை ஒரு தேர்ந்த இளவரசனால் மட்டுமே விடுதலை செய்ய முடியும். விடுதலை செய்தால் அவளை அவன் மணந்துகொள்ளலாம்.

இதற்கிடையில் அசூரின் அப்பா ஜெனானியையும் அஸ்மரையும் தன் வீட்டைவிட்டுத் துரத்திவிட்டு, அசூரை தொலைதூரத்து நகரம் ஒன்றில் உள்ள ஒரு உயர்தரப் பள்ளிக்கூடத்தில் சேர்த்துவிடுகிறார். பல வருடங்கள் ஆகியும் அசூருக்கு ஜெனானியையும், அவள் சொன்ன மோகினியையும், அஸ்மரையும் மறக்க முடியவில்லை. என்றாவது ஒருநாள் அஸ்மரின் ஆஃப்ரிக்க தேசத்துக்குச் சென்று அவர்களைப் பார்க்க வேண்டும் என்றும், அந்த மோகினியை விடுவித்து மணம் புரிந்துகொள்ள வேண்டும் என்றும் முடிவு செய்துகொள்கிறான் அசூர்.

அதே போல், படிப்பு முடிந்து அஸ்மரைப் பார்க்க ஆஃப்ரிக்காவை நோக்கிச் செல்கிறான் அசூர். அங்கே அஸ்மரும் அசூரைப் போலவே அரண்மனையில் மிக நல்ல பதவியில் இருப்பது தெரிகிறது. ஆனால் அந்த தேசத்து மக்கள் அசூரின் நீலநிறக் கண்களைக் கண்டு மிகவும் அஞ்சினார்கள். அந்த நாட்டில் நீலநிறக் கண்கள் துரதிர்ஷ்டத்தைக் குறிப்பவை. அதனால் அசூர் தனக்குக் கண்பார்வை கிடையாது என்று சொல்லி, பார்வையற்றவனைப் போலவே கண்களை மூடிக் கொள்கிறான்.

இப்போது இந்த இரண்டு பேரில் யார் அந்த மோகினியை விடுவிக்கிறார்கள் என்பதே படத்தின் இறுதி முடிச்சு.

உலகத் திரைப்பட விழாக்களில் பல பரிசுகளைப் பெற்றிருக்கும் இந்தப் படம் மிகுந்த கலை நுணுக்கமும், அரபிப் பின்னணி இசையும் கொண்டது. அதே சமயத்தில் மனிதர்களுக்குள் இனம், ஜாதி, மதம், தேசம் போன்றவற்றின் அடிப்படையில் வெறுப்பும் விரோதமும் இருக்கக் கூடாது என்பதை வலுவாக வலியுறுத்தும் படம் இது.

என்னுடைய நண்பனின் வீடு எங்கே இருக்கிறது? (1987): Abbas Kiarostami என்ற ஈரானிய இயக்குனரின் படம் இது. குழந்தைகள் என்றால் அவர்களை நாம் ஏதோ சர்க்கஸ் கூண்டுகளில் அடைக்கப்பட்ட விலங்குகளைப் போல் நடத்துகிறோம். நாம் என்ன சொல்கிறோமோ அதை மட்டுமே அந்தக் குழந்தைகள் செய்ய வேண்டும்; அப்படிச் செய்தால் அவர்களுக்கு பல வித்தைகள் காட்டி சிரிக்க வைக்கிறோம். இதைச் செய், அதைச் செய்யாதே என்று சொல்லிச் சொல்லியே அவர்களின் இயல்பான சிருஷ்டிகர உணர்வை மழுங்கடித்துவிடுகிறோம்.

உதாரணமாக, குழந்தைகளைச் சிரிக்க வைக்க வேண்டுமானால் நாம் சர்க்கஸ் விலங்குகளாக மாறி பல கோமாளித்தனங்களைச் செய்து அவர்களைச் சிரிக்க வைக்கிறோம். ஆனால், பெரியவர்களை விட குழந்தைகள் எவ்வளவு தூரம் சிருஷ்டிகரத்தன்மை கொண்டவர்களாக இருக்கிறார்கள் என்பதற்கு இந்தப் படத்தின் கதை ஒரு உதாரணம்.

ஒரு எட்டு வயதுச் சிறுவன் (அஹமத்) தன்னுடைய நண்பன் முகமதின் நோட்டுப் புத்தகத்தைத் தவறுதலாக எடுத்து வந்து விடுகிறான். ஏற்கனவே பலமுறை வீட்டுப் பாடங்களை எழுதாமல் வந்ததால், நாளையும் அப்படி வந்தால் பள்ளியிலிருந்து வெளியேற்றி விடுவதாக அன்றைய தினம் முகமதிடம் கூறியிருக்கிறார் வகுப்பு ஆசிரியர். அதனால் முகமதின் வீட்டுக்குச் சென்று அந்த நோட்டுப் புத்தகத்தைக் கொடுத்துவிட வேண்டும் என்று முடிவு செய்கிறான் அகமத். ஆனால் அது அவ்வளவு எளிதான காரியம் அல்ல. முகமதின் வீட்டுக்கு செங்குத்தான மலைப்பாதைகளில் ஏறி இறங்க வேண்டும். (மலைப்பகுதிகள் நிறைந்த வடக்கு ஈரானில் நடக்கும் கதை இது). அந்த வழிகளில் அகமத் இதற்கு முன்பு சென்றதும் இல்லை. மலைக் காட்டுப்பாதையில் வழி தவறினால் உயிருடன் திரும்புவதே சிரமம். அதனால் முகமதின் வீட்டுக்குச் செல்லக் கூடாது என்கிறாள் அம்மா. ஆனாலும் அம்மாவின் பேச்சைக் கேட்காமல் முகமதின் வீட்டுக்குக் கிளம்புகிறான் அகமத். இவ்வளவுதான் இந்தப் படத்தின் கதை. தமிழ் சினிமா இயக்குனர்கள் யாரிடமாவது இப்படி ஒரு கதையைச் சொன்னால் உங்கள் நிலை என்ன ஆகும் என்று யோசித்துப் பாருங்கள். இந்த ஒரு வரிக் கதையை இயக்குனர் கியொரஸ்டாமி 83 நிமிடங்களில் மிகுந்த கவித்துவத்துடன் விவரிக்கிறார்.

மலைப்பாதைகளில் செல்லும் அகமதுக்கு எல்லாப் பாதைகளுமே ஒரே மாதிரி இருக்கின்றன. திரும்பத் திரும்ப ஆரம்பித்த இடத்துக்கே வந்து சேர்கிறான். கடைசியில் முகமதின் கிராமத்தைக் கண்டுபிடித்த பிறகும் அதே பிரச்சினை. அவனுக்கு முகமதின் பெயரைத் தவிர வேறு எந்த விபரமும் தெரியாது. தெருக்களில் சுற்றிச் சுற்றி வருகிறான். கடைசி வரை அவனால் தன் நண்பனின் வீட்டைக் கண்டு பிடிக்கவே முடியவில்லை.

மிகவும் சோர்வுடன் தன் வீட்டுக்குத் திரும்பி வந்து இரவு உணவை உண்ணும் போது தன் நண்பனை நினைத்துக்

கவலைப்படுவதாக படம் முடிகிறது. இன்றைய தினம் அரபு நாடுகள் என்றாலே தாடி வைத்த முல்லாக்களும், அவர்களின் ஃபத்வாக்களும், பயங்கரவாதமும், துப்பாக்கிகளும்தான் ஊடகங்களின் வாயிலாக எல்லோருடைய மனங்களிலும் தொடர்ந்து பதிய வைக்கப்படுகின்றன. ஆனால் உண்மை நிலை அப்படி அல்ல. எல்லா மதத்திலும் ஒரு சில தீவிரவாதிகள் உள்ளனர். அந்த ஒரு சிலருக்கும், ஒரு இறை நம்பிக்கையைப் பின்பற்றும் கோடிக்கணக்கான மக்களுக்கும் எந்தச் சம்பந்தமும் இல்லை. ஈரானியத் திரைப்படங்களே அதற்குச் சான்று.

Maroa (2006); ஸ்பெயன் மற்றும் வெனிசுவலா இரண்டு நாடுகளின் கூட்டுத் தயாரிப்பான இந்தப் படத்தில், வெனிசுவலா நாட்டின் கராகஸ் நகரின் சேரிப் பகுதியில் வாழும் மரொவா என்ற சிறுமியைப் பற்றிய கதை சொல்லப்படுகிறது. மிக மோசமான வறுமையில் வாழும் மரோவா, சிறுவர் சீர்திருத்தப் பள்ளியில் சேர்க்கப்படுகிறாள். அங்கே அவளுக்கு மேற்கத்திய சாஸ்திரீய சங்கீதம் கற்பிக்கப்படுகிறது. அவளுக்கு அந்த சங்கீதத்தின் மீது ஏற்படும் இயல்பான விருப்பத்தால், அதிலேயே தன்னுடைய கவனத்தை முழுமையாகச் செலுத்தித் தேர்ச்சி பெறுகிறாள்.

ஒரு சிறுமியின் மீது வன்முறையும், ஏழ்மையும் திணிக்கப்பட்டாலும், கலை என்ற ஒரு விஷயத்தைப் பிடித்துக் கொண்டு அதிலிருந்து அவளால் விடுதலை பெற்று மேலே வர முடிகிறது என்ற அருமையான விஷயத்தை வலியுறுத்துகிறது இந்தப் படம்.

Saving Mom and Dad: பத்து நிமிடங்களே ஓடும் இந்தக் குறும்படத்தை இயக்கியவர் கார்த்திக் சிங். 21 நாடுகளில் மொத்தம் 87 திரைப்பட விழாக்களில் திரையிடப்பட்டு 14 பரிசுகளைப் பெற்றிருக்கிறது இந்தப் படம். ரவி மல்ஹோத்ரா என்ற எட்டு வயதுச் சிறுவனின் பள்ளிக்கூடத்தில் இயேசுவின் மூலமாக மட்டுமே சொர்க்கத்தை அடைய முடியும் என்று கற்பிக்கப்படுகிறது. ஆனால் அவனுடைய சீக்கியப் பெற்றோர் நிச்சயமாக இயேசு கிறிஸ்துவை ஏற்றுக்கொள்ளப் போவதில்லை என்பது ரவிக்குத் தெரியும். எனவே, தன்னுடைய பெற்றோரை எப்படி நரகத்திலிருந்து காப்பாற்றுவது என்ற கவலை அவனைப் பீடித்துக்கொள்கிறது.

கார்த்திக் சிங் கடந்த 12 ஆண்டுகளாக பாரிசில் வாழந்து வருபவர். அவர் சிறுவனாக அமெரிக்காவில் தன் பெற்றோருடன்

இருந்தபோது கிடைத்த அனுபவங்களையே அடிப்படையாகக் கொண்டு இந்தப் படத்தை உருவாக்கியிருக்கிறார். கலாச்சார வேறுபாடுகள், மாறுபட்ட மத நம்பிக்கைகள் ஆகியவற்றையும் மீறி மனிதார்த்தம் அல்லது மனிதவாழ்க்கை எவ்வாறு மேன்மையுற்று இருக்க வேண்டும் என்பதை வலியுறுத்தும் அருமையான படைப்பு இது.

நீலநிறக் குடை (2007): இமாச்சலப் பிரதேசத்தில் ஒரு சிறிய கிராமம். அந்த கிராமத்தில் நந்த் கிஷோர் என்ற ஒருவர் ஒரு சிறிய கடை வைத்திருக்கிறார். பில் கேட்ஸை விடவும் பணக்காரனாகி விட வேண்டும் என்ற ஆசை கொண்டவர். அதே கிராமத்தில் ஒன்பது வயதான பினியா என்ற ஒரு சிறுமி. அவளிடம் ஒரு அழகான நீலநிறக் குடை இருக்கிறது. அந்தக் குடையைப் பார்த்து ஆசைப்படுகிறார் நந்து. அவர் மட்டும் அல்ல; அந்த கிராமமே அவளுடைய நீலநிறக் குடையைப் பார்த்து ஆசைப்படுகிறது. ஆனால் எவ்வளவு பணம் கொடுத்தாலும் சரி, அந்தக் குடையை யாருக்கும் தர மாட்டேன் என்று சொல்லிவிடுகிறாள் பினியா.

இப்படி இருக்கும் போது ஒருநாள் பினியாவின் குடை காணாமல் போய் விடுகிறது. அதிர்ந்து போகும் பினியா, நந்துதான் அந்தக் குடையை எடுத்திருக்க வேண்டும் என்று போலீசில் புகார் கொடுக்கிறாள். நந்துவின் கடை போலீஸ்காரர்களால் சோதிக்கப்படுகிறது. ஆனால் பினியா சந்தேகப்பட்டபடி அவளுடைய நீலநிறக் குடை அங்கே இல்லை. தான் மிக மோசமாக அவமானப்படுத்தப்பட்டதாக உணர்கிறார் நந்து. பினியாவின் குடை மாதிரியே தானும் ஒரு குடையை வாங்கப் போவதாக கிராமவாசிகளிடம் சொல்கிறார்.

சொன்னது போலவே ஒரு சில நாட்களில் மிக அழகான ஒரு சிவப்புநிறக் குடையைத் தருவிக்கிறார். கிராமவாசிகள் அவரைத் தாங்கள் சந்தேகப்பட்டுவிட்டதற்காக அவரிடம் மன்னிப்புக் கேட்டுக் கொள்கிறார்கள். அந்தக் குடையினால் நந்துவின் மதிப்பு உயர்கிறது. கிராமமே அவரைக் கொண்டாடுகிறது. அந்தக் கிராமத்திற்கு வரும் சுற்றுலாப் பயணிகள் கூட நந்த் கிஷோருடனும் அவரது அழகான சிவப்பு நிறக் குடையுடனும் புகைப்படம் எடுத்துக்கொள்கிறார்கள். வரப் போகும் குத்துச் சண்டை போட்டியின்போதுகூட அவரைத் தலைமை வகிக்கச் சொல்லலாம் என்று முடிவு செய்கிறார்கள் அந்தக் கிராமத்தின் பெரியவர்கள்.

ஆனால் பினியா மட்டும் தன்னுடைய குடை எப்படித் திருடப்பட்டிருக்கும் என்பதைக் கண்டுபிடிப்பதிலேயே கவனமாக இருக்கிறாள். இறுதியில் பினியாவின் நீலநிறக் குடையை நந்துதான் திருடி, அதை சிவப்பு நிறமாக மாற்றி வைத்துக்கொண்டிருக்கிறார் என்று தெரிந்துவிடுகிறது. அப்போது பினியா அந்தக் குடையை நந்துவிடமே தனது அன்பளிப்பாகக் கொடுத்துவிட்டு மிகுந்த சந்தோஷத்துடன் சாலையில் நடந்து போகிறாள்.

ரஸ்கின் பாண்ட் எழுதிய நாவலை அடிப்படையாகக் கொண்ட இந்தப் படத்தின் இயக்குனர் விஷால் பரத்வாஜ். இவரது படங்கள் மற்ற ஜனரஞ்சக இந்தி சினிமாவை விட வித்தியாசமானவை. கலை அம்சம் கூடியவை. ஷேக்ஸ்பியரின் மேக்பத் நாடகத்தைத் தழுவி இவர் இயக்கிய மக்பூல் என்ற படம் மிகவும் சிலாகிக்கப்பட்ட ஒன்று.

நீலநிறக் குடை என்ற இந்த சிறுவர் படம் கூறும் செய்தி மிக விசேஷமானது. சந்தோஷம் என்பது பொன்னாலோ பொருளாலோ வருவதல்ல; மற்றவர்களுக்கு ஒரு பொருளை வழங்குவதன் மூலமே நாம் சந்தோஷத்தை அடைய முடியும். பொறாமை, பேராசை போன்ற தீய குணங்களை ஈகை என்ற விஷயத்தின் மூலமாக நாம் வெற்றி கண்டுவிட முடியும் என்பதையும் சொல்லுகிறது இந்தப் படம்.

- குமுதம் சிநேகிதி

நரகத்திலிருந்து ஒரு குரல்: பின்நவீனத்துவப் புரட்சி

தமிழகமே கொண்டாடி வரும் பாலாவின் படங்களை இதுவரை நான் கடுமையாக விமர்சனம் செய்து வந்தவன். அதனால் இந்த முறை நான் கடவுள் படத்தைப் பார்க்க வேண்டாம் என்று முடிவு செய்திருந்தேன்.

அப்படி இருந்த போதுதான் குமுதத்தில் ஞாநி இந்தப் படத்தை 'அராஜகமான படம்' என்று எழுதியிருந்ததைப் படித்து ஒரு நம்பிக்கைக் கீற்று துளிர்விட்டது. ஏனென்றால், ஞாநி ஒரு படத்தைத் திட்டினால் அது மிக நல்ல படமாக இருக்க வேண்டும் என்பது என்னுடைய அனுமானம்.

ஞாநியின் மூலமாகக் கிடைத்த நம்பிக்கை வெளிச்சத்துக்குப் பிறகும் ஒரு சின்ன தயக்கம். படத்தைப் பார்த்த என் நண்பர்களிடம் ஒரு கருத்துக் கணிப்பு எடுக்க ஆரம்பித்தேன். சுமார் இருபது பேரிடம் கேட்டிருப்பேன். எல்லோருமே ஒருவித மருட்சியான பதிலையே சொன்னார்கள்.

"ம்... இருக்கு..."

"அருவருப்பா இருக்கு..."

"ஆர்யாவுக்கு வேலையே இல்லை..."

"ம்... நீங்களே பாருங்களேன்..."

"படம் உங்களுக்குப் பிடித்ததா இல்லையா?" என்ற என்னுடைய நேரடியான கேள்விக்குத்தான் இப்படிப்பட்ட

பூடகமான பதில்கள். இருந்தாலும் ஞாநியின் தைரியத்தில் ஒருவழியாகப் பார்க்கச் சென்றுவிட்டேன்.

ஐந்தே நிமிடம்தான். ஞாநி பற்றிய என்னுடைய அனுமானம் சரியே என்று தெரிந்து போயிற்று. இது பாலாவின் வழக்கமான படம் அல்ல. ருத்ரன் (ஆர்யா) வாரணாசியிலிருந்து தமிழ்நாட்டுக்கு வந்ததுமே ஒரு உலகத்தரமான படத்தைப் பார்த்துக்கொண்டிருக்கிறோம் என்ற எண்ணம் ஏற்பட்டுவிட்டது. அப்போதுதான் படத்தில் பிச்சைக்காரர்களும், குருடர்களும், உடல் ஊனமுற்றவர்களும், பைத்தியக்காரர்களும், குரூரமான/ விசித்திரமான உருவ அமைப்புகளோடு பிறந்தவர்களும் இடம் பெறும் காட்சிகள் துவங்குகின்றன.

அகிரா குரஸவாவின் *The Lower Depths,* (1957) நிகரான ஒரு படத்தைப் பார்த்துக்கொண்டிருப்பதாகவே தோன்றியது. *The Lower Depths* மக்ஸிம் கோர்க்கியின் நாடகத்தைத் தழுவி எடுக்கப்பட்ட படம். அதிலும் *நான் கடவுள்* போலவே விளிம்புநிலை மனிதர்கள்தான் கதை மாந்தர்கள். *Lower Depths*-இன் பாலியல் தொழிலாளிகள், பிச்சைக்காரர்கள், திருடர்கள் எல்லோரும் நரகத்தைப் போல் தோற்றமளிக்கும் ஒரு குப்பைக்கிடங்கின் பாதாள அறையில் வசிக்கிறார்கள். *நான் கடவுளின்* பாதாள அறை எனக்கு அகிரா குரஸவாவின் பாதாள அறையையே ஞாபகப்படுத்தியது.

ஒருவகையில் *Slumdog Millionaire*-ஐ விட *நான் கடவுள்* சிறந்ததொரு கலைப்படைப்பு என்று சொல்லலாம். உலக சினிமாவில் புனுவெல் (Luis Bunuel) மட்டும்தான் இந்த அளவுக்கு, இவ்வளவு தீவிரமான முறையில் விளிம்புநிலை மனிதர்களைப் பற்றிய வாழ்க்கைச் சித்திரங்களை உருவாக்கியிருக்கிறார்.

நான் கடவுளின் பிச்சைக்காரர்கள் அந்த பாதாள அறையில் அறிமுகமாகும் காட்சி முழுக்க முழுக்க புனுவெல், அகிரா குரஸவா போன்றவர்களின் தரத்தில் அமைந்துள்ளது. இந்தியா போன்ற மூன்றாம் உலக நாட்டின் யாரும் கண்டிராத, அல்லது, கண்டும் காணாமல் போய்க் கொண்டிருக்கும் ஒரு குரூரமான வாழ்வின் அசலான சித்திரம் இது.

தாண்டவன் என்பவன் சமூகத்தால் நிராகரிக்கப்பட்ட அனாதைகளைக் கடத்தி வந்து (பெரும்பாலும் குழந்தைகள்), அவர்களை ஊனமாக்கி, வழிபாட்டுத்தலங்களிலும், பஸ் ஸ்டாண்டு போன்ற பொது இடங்களிலும் பிச்சை எடுக்க

வைத்து, அதில் கிடைக்கும் வருமானத்தைக் கொண்டு ஒரு தொழிலதிபரைப் போல் வாழ்கிறான். உருப்படிகளைக் கடத்திக்கொண்டு வருவதற்கு சில ஏஜெண்டுகளையும் வைத்திருக்கிறான். இந்தத் தொழிலில் இவனுக்கு உடந்தையாக இருப்பது போலீஸ். “இப்படிப் பிச்சை எடுத்துப் பிழைப்பதை விட செத்துப்போகலாம்” என்று சொல்லும் ஒரு ஊனமுற்ற பெண்ணை சாட்டையால் அடிப்பதுபோல் இரும்புச் சங்கிலியில் பூட்டைக் கட்டி அடிக்கிறான். ஏற்கனவே ஒருமுறை இவள் தப்பியோட முயன்றபோது இவளுடைய தண்டுவடத்தில் கருங்கல்லால் அடித்து முடமாக்கியவன் தாண்டவன். இந்தச் சம்பவத்தைச் சொல்லும் ஒரு ஊனமுற்ற பிச்சைக்காரன் “நல்லவேளை, நான் பிறவியிலேயே ஊனமுற்றவன்; எனக்கெல்லாம் அதற்கு வேலையே இல்லை” என்கிறான்.

விபச்சாரத் தொழிலில் பெண்கள் ஆடுமாடுகளைப் போல் விற்கப்படுவது போலவே இந்தப் பிச்சைக்காரத் தொழிலிலும் உருப்படிகள் வாங்கி விற்கப்படுகிறார்கள். கண் பார்வையற்ற அம்சவல்லி (பூஜா) ரயிலில் பாட்டுப் பாடி பிச்சை எடுத்துப் பிழைப்பவள். அவளுடைய குரலைக் கேட்டு அவளை அவளுடைய கும்பலிலிருந்து போலீஸின் உதவியுடன் கடத்திக்கொண்டு வந்துவிடுகிறான் தாண்டவன். அவளைப் பற்றிய தகவலைக் கொடுத்த அவனுடைய ஏஜெண்ட் முருகனிடமே அவளை ஒப்படைக்கிறான்.

முருகனும் ஒரு பிச்சைக்காரிக்குப் பிறந்தவன்தான். ஆனால் அனாதைகளைக் கடத்தி விற்று ஏஜெண்டாக ஆகி விடுகிறான். அவனுடைய பாவச்செயல் அவனை உறுத்துகிறது. அந்த ஊரில் மாங்காட்டுச் சாமி என்று ஒரு சாமியார் இருக்கிறார். இரண்டு கைகளும், இரண்டு கால்களும் இல்லாமல் படம் முழுவதும் இரண்டே இரண்டு முறை மட்டுமே பேசும் இந்த மாங்காட்டுச்சாமியை (கிருஷ்ணமூர்த்தி) ஒரு பொம்மையைத் தூக்குவது போல் தூக்கிக்கொண்டு வருகிறார்கள் பக்தர்கள். அவரிடம் சென்று தனக்கு பாவ மன்னிப்பு தரும்படி வேண்டுகிறான் முருகன். சாமிக்குப் பணிவிடை செய்யும் பூசாரி “இவன் பாவக் கணக்கையும், இவன் முதலாளியின் பாவக் கணக்கையும் தீர்க்கணும்னா ஊர்ல இருக்கிற மொத்த சாமியும் வந்தாக்கூட முடியாதே?” என்கிறான்.

முருகனின் கும்பலுக்கு வந்து சேரும் அம்சவல்லியை அந்தக் கும்பலில் உள்ள ஆசானும் (விக்ரமாதித்யன்) இன்னும் சில

பிச்சைக்காரர்களும் ஆறுதல் வார்த்தை சொல்லித் தேற்றுகிறார்கள் ஆசான் அவனுடைய மகளால் விரட்டிவிடப்பட்டவன். 4000 ரூபாய் விலை கொடுத்து ஆசானை வாங்கியிருக்கிறான் தாண்டவன். கும்பலில் மிக மோசமான முறையில் உடல் ஊனமுற்றுக் கிடக்கும் இரண்டு பேரின் விலை தலா 20, 000 ரூ.

ஆரம்பக்காட்சியில் உருப்படிகளின் எண்ணிக்கையும், வசூல் கணக்கெடுப்பும் நடக்கிறது. ஒரு ஏஜெண்ட் தன்னுடைய உருப்படிகள் சரியாகக் கத்திப் பிச்சையெடுப்பதில்லை என்று புகார் செய்யும்போது, தன் பக்கத்தில் பல்லியைப் போல் கிடக்கும் ஒரு ஊனமுற்றவனின் முதுகை ரம்பத்தால் அறுத்து அவனுடைய அலறலை உதாரணமாகக் காண்பிக்கிறான் தாண்டவன். ("இப்படிக் கத்திப் பிச்சை எடுக்க வேண்டும்.")

இந்தக் காட்சியின் இடையிடையே பிச்சைக்காரர்களுக்கு எடுக்கப்படும் பயிற்சி வகுப்பிலிருந்து "அம்மா, தாயே, பிச்சைப் போடுங்க; ஐயா, சாமி, தர்மம் பண்ணுங்க; சாப்பிட்டு ரெண்டு நாள் ஆச்சு" என்ற கோரஸான குரலும் கேட்டுக்கொண்டே இருக்கிறது.

உடல் ஊனமுற்றவர்கள் என்றால் பொதுவாக நாம் கற்பனை செய்து பார்ப்பதுபோல் அல்ல; நரகத்தில் வசிக்கும் மனிதர்களைப் பற்றி புராணங்களிலும், இதிகாசங்களிலும் காணக்கூடிய வர்ணனைகளுக்கு ஏற்ற உருவத்தோற்றம் கொண்டவர்களாக இருக்கிறார்கள் அவர்கள். ஒரு அடி உயரமே உள்ள ஒரு உருப்படியை வியாபாரத்துக்குக் கொண்டுவருகிறான் ஒரு ஏஜெண்ட். அந்த உருப்படியின் கை கால்கள் வளைந்தும் நெளிந்தும் ஒரு பூச்சியைப் போல் இருக்கின்றன. அதைப் பார்த்து நல்லவேளை, ஆண்டவன் நமக்கு வேலையில்லாமல் பண்ணிவிட்டான்; இல்லாவிட்டால் நாமே உடைக்க வேண்டியிருக்கும்; டாக்டர் செலவு மிச்சம் என்று மகிழ்ச்சி அடைகிறான் தாண்டவன். இவ்வளவு விபரீதமான உடலமைப்பு கொண்ட மனிதர்களை ஒரு வெர்னர் ஹெர்ஸாக் படத்திலும் ஹொடரோவ்ஸ்கியின் படங்களிலும் மட்டுமே பார்த்திருக்கிறேன்.

இந்த உருப்படிகளெல்லாம் ஹாலிவுட் சினிமாவில் நாம் காணும் க்ராஃபிக்ஸ் ஜீவராசிகள் இல்லை; எல்லா வழிபாட்டுத் தலங்களின் வாசல்களிலும் காணக்கூடிய பிச்சைக்காரர்கள் தான் இவர்கள்.

ஆனால் நாம் இவர்களுக்குச் சில்லறைகளைப் போட்டுவிட்டு நகர்ந்து விடுவோம். ஆனால் பாலா இந்தப் பிச்சைக்காரர்களின் உலகத்துக்குள் சென்றுவந்திருக்கிறார். அந்த உலகம் நாம் வாழும் கற்பனை உலகம் அல்ல; தொலைக்காட்சிப் பெட்டியும், மசாலா சினிமாவும் தரும் ஜிகினா கனவுகளால் நிரம்பியது அல்ல. அது ஒரு நிஜமான நரகம். இந்த நரகத்தை ஒரு சினிமாவில் காண்பிப்பதே அராஜகம் என்றால், இப்படி ஒரு நரகத்தை உருவாக்கி, இதில் ஒரு மனிதக் கூட்டத்தையே அடைத்து வைத்திருக்கும் இந்தச் சமூகத்தையும், இதன் அங்கத்தினர்களாகிய நம்மையும், நம்முடைய அரசாங்கத்தையும் என்ன செய்யலாம்?

ஸ்லம்டாக் மில்லியனர் படத்தை இந்துத்துவவாதிகள் தாக்குவதற்கும், நான் கடவுள் மீதான ஞாநியின் தாக்குதலுக்கும் எனக்கு வித்தியாசம் தெரியவில்லை. கலை, கலாச்சாரம், பண்பாடு போன்ற விஷயங்களை அணுகும்போது இடதுசாரிகளும், இந்துத்துவவாதிகளும் ஒத்துப் போவதும் நமக்குப் புதிதல்ல.

இந்தப் படத்தின் மற்றொரு சிறப்பு அம்சம், இதில் வரும் எல்லாப் பாத்திரங்களுமே ஒரு படத்தின் கதாநாயகனுக்குக் கொடுக்கப்படும் முக்கியத்துவத்தோடு சித்தரிக்கப்பட்டிருக்கின்றனர். முருகன், ஆசான், அம்சவல்லியை 10 லட்ச ரூபாய் கொடுத்து தாண்டவனிடமிருந்து வாங்கி, அவளைத் தனது செக்ஸ் பார்ட்னராக வைத்துக்கொள்ள விரும்பும் குரூரமான முகத்தைக் கொண்ட ஒரு பணக்காரன், முருகனின் உதவியாளாக வரும் திருநங்கை, முருகன் கோஷ்டியில் வரும் பிச்சைக்காரர்கள், ஊனமுற்றவர்கள், குறிப்பாக எப்போதும் சிரித்துக்கொண்டே இருக்கும் பொடியன் (கூனன்), பெண் குரல் கொண்ட பிச்சைக்காரன், தாண்டவனின் பாதாள அறையில் வரும் நூற்றுக்கணக்கான ஊனமுற்றவர்கள், பைத்தியக்காரர்கள், ருத்ரனின் அப்பா நமச்சிவாயம், ருத்ரனின் குரு, காசியில் ருத்ரன் இருக்கும் இடத்தைக் கண்டுபிடிக்க உதவும் வடஇந்திய பண்டிட்...

இவர்களில் பலருக்கு பெயரே இல்லை என்றாலும், இவர்கள் அனைவருமே படத்தில் ஒரு கதாநாயகன் அளவுக்கு முக்கியத்துவம் கொடுக்கப்பட்டிருக்கின்றனர். குறிப்பாக, கேமரா இவர்களின் முகத்தை எப்போதும் க்ளோசப்பிலேயே காட்டுகிறது. வழக்கமான தமிழ் சினிமாவில் இதை நாம் பார்க்க முடியாது.

அதர்மமும், கொடூரமான வன்முறையும் சூழ்ந்த இந்த சமூகத்தின் மீதான ஒரு கலைஞனின் கோபமே *நான் கடவுள்*. இந்தக் கோபம் இவ்வளவு உக்கிரமாகவும், இவ்வளவு கலாபூர்வமாகவும் தமிழ் சினிமாவில் இதுவரை வெளிப்பட்டதில்லை என்றே சொல்லலாம். படத்தின் ஒவ்வொரு காட்சியும் இதற்கு சாட்சியாக இருக்கிறது. குரூரம் என்றால் அதன் உச்சபட்சமான எல்லைக்குச் சென்றிருக்கிறார் பாலா. உதாரணமாக, அம்சவல்லியை 10 லட்சத்துக்கு வாங்க முயற்சிப்பவனின் முகம் ஒரு மம்மியைப் போல் இருக்கிறது. இது ஹாலிவுட் ஒப்பனைக்காரனை கோடம்பாக்கத்துக்கு வரவழைத்துச் செய்யப்பட்டதல்ல; இயற்கையின் வினோத, விபரீத, கோர வெளிப்பாடுகளில் ஒன்றாக வருகிறது.

பாலாவுக்கு இந்தச் சமூகத்தின் மீது ஏன் இவ்வளவு கோபம் என யோசித்தேன். பெரியாரிடம் கேட்பார்களாம், ஏன் இவ்வளவு கடுமையான மொழியைப் பயன்படுத்துகிறீர்கள் என்று. (கடவுளை நம்புபவன் முட்டாள், பரப்புபவன் அயோக்கியன், இத்யாதி) அதற்குப் பெரியார் சொன்ன பதில்: "தமிழர்கள் பல நூற்றாண்டுகளாக உறங்கிக்கொண்டிருக்கிறார்கள்; அதனால் அவர்களை சவுக்கால் அடித்தால்தான் எழுந்து கொள்வார்கள். அந்த வாசகம்தான் பாலாவின் கோபத்தைப் பார்க்கும்போது ஞாபகம் வந்தது. ஆனால் பெரியார் சொன்னதும் நடக்கவில்லை. சவுக்கடியைக்கூட ஏதோ எறும்புக்கடி என்று நினைத்து ஒதுக்கிவிட்டுத் தூங்கிக்கொண்டிருக்கிறது தமிழ்ச் சமூகம். அதைத்தான் விளாறு விளாறு என்று விளாறியிருக்கிறார் பாலா. அதனால்தான் தமிழர்கள் இந்தப் படத்தைப் பற்றித் தெளிவாக எதுவும் சொல்ல முடியாமல் பம்முகிறார்கள்.

ஸ்லம்டாக் மில்லியனர் படத்தை விட *நான் கடவுள்* பல மடங்கு சிறப்பு வாய்ந்த படம். ஆனாலும் *ஸ்லம்டாக்* உலக அளவில் பேசப்படுவதைப்போல் *நான் கடவுள்* பேசப்படாது. காரணம், மொழி அல்ல. ஈரானியத் திரைப்படங்கள் புகழ் பெற்றிருப்பதற்கு மொழி ஒரு தடையாக இல்லை. அப்படியானால் என்ன காரணம்?

இரண்டு காரணங்கள் உள்ளன. ஒன்று, இளையராஜா. பாலா எந்த அளவுக்கு இந்தப் படத்தை புனுவெல், குரஸவா தரத்துக்கு உயர்த்திச் செல்கிறாரோ அந்த அளவுக்கு இளையராஜா இந்தப் படத்தை ராமராஜனின் *கரகாட்டக்காரன்* தரத்துக்குக் கீழே

இழுக்கிறார். நான் இதை ஏதோ சொந்த விருப்பு வெறுப்பினால் சொல்லவில்லை.

படத்தின் ஆரம்பமே காசியும், கங்கையும்தான். இந்த உலகத்திலேயே மரணத்திற்காக ஒரு நகரம் உண்டென்றால் அது காசிதான். மனித வாழ்வில் மரணத்தைப் போன்ற ஒரு புதிர் வேறு எதுவும் கிடையாது. மனிதனுக்கு எப்போது மரணம் வரும் என்று தெரியாது. சில உயிர்கள் கர்ப்பத்திலேயே மரணத்தைக் கண்டுவிடுகின்றன. சில உயிர்களுக்கு நூறு ஆண்டுகள். மரணத்திற்குப் பிறகு என்ன ஆகிறது? யாருக்கும் தெரியாது. எல்லாமே மனித அறிவுக்கு அப்பாற்பட்ட புதிர்கள். மரணத்தைக் கண்டு மனிதன் அஞ்சுகிறான். மரணத்தை கூடியவரை ஒத்திப்போட எண்ணுகிறான். மரணத்தின் தர்க்கம் யாருக்குமே புரிவதில்லை. ஏழை பணக்காரன், ஆண் பெண், நல்லவன் கெட்டவன் என்று எந்தப் பாகுபாடும் இல்லாமல் அது பாட்டுக்கு வருகிறது, போகிறது. இவ்வளவு புதிரான ஒரு விஷயத்திற்கு இளைய ராஜா ஒரு ரொமாண்டிக்கான இசையைக் கொடுத்திருக்கிறார். மனித சமூகமே கண்டு நடுங்கும் மரணத்தை ரொமாண்டிக்காகப் பார்த்த ஒரே மனிதர் இளையராஜாவாகத்தான் இருக்க முடியும்.

அதுவாவது போகட்டும். ஆனால், கண்பார்வையற்ற பிச்சைக்காரி ஒருத்தி ரயிலில் பாடிப் பிச்சையெடுக்கும்போது அதன் பின்னணியில் நூறு வயலின்களும், தபலா, ஆர்மோனியம் போன்ற இன்னபிற வாத்தியக்கருவிகளும் ஒலிக்குமா என்ன?

அம்சவல்லி ரயிலில் பாடிப் பிச்சை எடுக்கிறாள். அவளுடைய இனிமையான குரலே அவளுக்கு ஆபத்தாகிவிடுகிறது. ஒரு குடும்பம் போல் பழகிய அவளுடைய கோஷ்டியிலிருந்து கடத்தப்படுகிறாள். இதேபோல் ஸ்லம்டாகிலும் ஒரு காட்சி வருகிறது. சேரிக் குழந்தைகளையும், அனாதைகளையும் கடத்தி வந்து அவர்களின் கை கால்களை உடைத்தும், கண்களைக் குருடாக்கியும் பிச்சை எடுக்க வைத்து வாழும் ஒருவன். சிறுவர்களை வரிசையாக நிற்க வைத்து, அவர்களை *தர்ஷன் தோ கன்ஷ்யாம் நாத் மோரி அங்கியா(ங்) ப்யாசி ரே* என்ற பாடலைப் பாடச் சொல்கிறான். எல்லோரையும் விட நன்றாகப் பாடும் ஒரு சிறுவனைத் தேர்ந்தெடுத்து அவனுடைய கண்களைக் குருடாக்குகிறான். பின்னாளில் அந்தச் சிறுவன் சுரங்க நடைபாதையில் நின்று அதே பாடலைப் பாடிப்

பிச்சையெடுக்கிறான். அப்போது, முன்பு அந்தக்கூட்டத்தில் சரியாகப் பாடாமல் தப்பியோடிய சிறுவன் இவனைச் சந்திக்க நேர்கிறது. ஸ்லம்டாக் படத்தின் மிக முக்கியமான காட்சிகளில் ஒன்று இது.

தர்ஷன் தோ கன்ஷ்யாம் நாத் மோரி அங்கியா(ங்) ப்யாசி ரே (என் கண்கள் தாகமாக இருக்கின்றன; எனக்கு தரிசனம் கொடு கன்ஷ்யாம் நாதரே) என்று ஒரு கண்பார்வை அற்றவன் பாடும்போது அதில் ஏற்படும் காவியத் துயரத்தையும், அபத்த உணர்வையும் பற்றி இங்கே பேச இடம் இல்லை. ஆனால், அந்தப் பாடலை சிறுவன் பாடும் இரண்டு தருணங்களிலும் பின்னணியில் அல்லா ரக்கா ரஹ்மானின் பிரம்மாண்டமான ஆர்க்கெஸ்ட்ரா ஒலிக்கவில்லை. ஒரு கண்பார்வையற்ற பிச்சைக்காரன் தெருவோரத்தில் பாடும்போது எப்படி இருக்குமோ அதே மாதிரிதான் இருக்கிறது இசையும்.

அப்படியில்லாமல் அம்சவல்லி பாடும் தருணங்களில் எல்லாம் ராமராஜனின் கரகாட்டக்காரனுக்கு அமைப்பது போல் பின்னணி இசை தந்திருக்கிறார் இளையராஜா. எவ்வளவுதான் உயர்ந்த கலைப் படைப்பாக இருந்தாலும், இப்படிப்பட்ட இசை அந்தப் படத்தின் நம்பகத்தன்மையைக் குலைத்து மசாலா படமாக ஆக்கிவிடும்.

ஒரு தனியான குகையில் வசிக்கும் ருத்ரனைச் சந்தித்து அவனுக்குத் தாயின் அருமையைப் பற்றி அறிவுரை சொல்லும் போதும் அம்சவல்லி ஒரு பாட்டு பாடுகிறாள். "தாயிற் சிறந்ததொரு கோயிலுமில்லை; தந்தை சொல் மிக்க மந்திரம் இல்லை" என்ற அந்தப் பாடலைப் பாடும் போது கூட அப்படியே அந்தப் பழைய சினிமாப் பாடலை லௌட் ஸ்பீக்கரில் ஒலிக்க வைப்பது போல் ஒலிக்க வைத்துவிடுகிறார் மேஸ்ட்ரோ. குகைக்குள் எங்கே இருந்து வந்தது அவ்வளவு பெரிய ஆர்க்கெஸ்ட்ரா? இது எப்படி இருக்கிறது என்றால், நீங்கள் உங்கள் காதலியோடு அந்தரங்கமாகப் பேசிக்கொண்டிருக்கும் போது திடீரென்று உங்கள் வாயிலிருந்து *அன்பே வா* படத்தில் எம்ஜியார் சரோஜாதேவியிடம் பேசிய காதல் வசனம் எம்ஜியார் குரலிலேயே வந்தால் (அல்லது, வீரப்பா குரலைக் கற்பனை செய்துகொள்ளுங்கள்) உங்கள் காதலி பயந்து போவாளா இல்லையா? அப்படியேதான் அம்சவல்லி பாடும் போதெல்லாம் நானும் பயந்து போனேன்.

நான் கடவுள் காட்சிகள் ஒவ்வொன்றும் புனுவெல் படத்தைப் பார்ப்பதுபோல் இருக்கின்றன; ஆனால் இசையோ மீண்டும் மீண்டும் கரகாட்டக்காரன் தரத்துக்கே இழுக்கிறது. மேலும், ஒரு உதாரணம். ‘பிச்சைப் பாத்திரம் ஏந்தி வந்தேனே, ஐயனே, என் ஐயனே’ என்ற பாடல் காட்சி. இதில், இந்திய சமூக வாழ்வு இந்த மக்களில் ஒரு பகுதியினருக்கு எப்படி ஒரு நரகத்தை வாழக் கொடுத்திருக்கிறது என்ற குரூரமான நிஜம் பல சலனக் காட்சிகளாய்ப் பதிவு செய்யப்பட்டிருக்கிறது. இரண்டு கால்களும் வளைந்த ஒரு பெண் தனது ஒற்றைக் காலைத் தூக்கிக் காட்டி பிச்சையெடுக்கிறாள். ஒரு அலுமினியத் தட்டில் கிடக்கும் நாணயங்கள், துர்க்கையைப் போல் வேடமணிந்த அவலட்சணமான தோற்றம் கொண்ட ஒரு பிச்சைக்காரி, எப்போதும் தன் பற்களைக் காட்டிச் சிரித்துக் கொண்டேயிருக்கும் கூனன், மடியில் ஒரு குழந்தையோடு பிச்சையெடுக்கும் ஆசான், ரயில் பிச்சை, பஸ்ஸின் ஜன்னல் வழியே பிச்சை, சிறுவர் கூட்டத்துக்குப் பிச்சையெடுக்கக் கற்றுத் தரும் ஏஜெண்ட், உடம்பு பூராவும் வளைந்தும் நெளிந்துமிருக்கும் ஒருவன் தன் புட்டத்தால் நகர்ந்தபடியே பஸ்ஸில் எடுக்கும் பிச்சை, சாக்கு சாக்காக வரும் நாணயங்களை எடை போட்டு அள்ளிக்கொண்டிருக்கும் முருகன், முருகன் கோஷ்டிக்கு உணவு பரிமாறும் திருநங்கை, தன்னுடைய கோஷ்டியில் இருக்கும் இரண்டு கூனன்களுக்கும் சோறு ஊட்டி விடும் முருகன், பிச்சைக்காரர்களின் ஆட்டமும் பாட்டமும், முருகனுக்கு (இது வேறு முருகன்) காவடி தூக்கிச் செல்லும் பக்தர்கள், அந்த பக்தர்களிடம் தவழ்ந்து தவழ்ந்து சென்று பிச்சை கேட்கும் கால் ஊனமுற்ற அனுமார், மலைக்கோவிலின் படிக்கட்டுகளில் அமர்ந்து பிச்சை கேட்கும் சிவபெருமான், ஒரு சிறுமியின் இரண்டு கால்களையும் தனது இரண்டு கை விரல்களில் தாங்கி அந்தரத்தில் நிற்க வைத்தும், உடம்பை வில்லாய் வளைத்தும் மக்களை சந்தோஷப்படுத்தி பிச்சை கேட்கும் கழைக்கூத்தாடிகள் (அதில் ஒரு கிழவன் குரங்கைப் போல் குட்டிக் கரணம் அடிக்கிறான்; மூன்று குச்சிகளை வைத்து எந்தக் குச்சியும் கீழே விழாமல் வித்தை செய்கிறான்; வளையங்களை உடம்பில் பொருத்தி கீழே விழாமல் சுற்றுகிறான்; மற்றொருவன் நெருப்பு வளையத்துக்குள்ளும், கூர்மையான கத்திகள் செருகப்பட்ட வளையத்துக்குள்ளும் புகுந்து காட்டுகிறான்); சாம்பிராணி புகை போட்டு கடைகளில் பிச்சை எடுப்பவர்கள்; பிச்சை எடுக்கும் அரவானிகள், நடக்க முடியாத ஒரு பெண்ணைத் தன் முதுகில் சுமந்தபடி பிச்சை

எடுக்கும் ஒருவன், நேர்த்திக்கடனுக்காக பிச்சைக்காரர்களுக்கு இலையில் சோறு பரிமாறும் பக்தர் கூட்டம், பிச்சைக்காக தன் உடம்பில் சவுக்கால் அடித்துக் கொள்ளும் ஒருவன்...

இருளாலும், நம்பிக்கையின்மையாலும் சூழப்பட்ட இந்தியாவின் நரகம் இது. இதேபோன்ற ஒரு காட்சி ஸ்லம்டாகிலும் வருகிறது. படத்தின் ஆரம்பத்தில் மும்பையின் சேரிப் பகுதி பற்றிய அறிமுகக் காட்சி அது. அல்லா ரக்கா ரஹ்மானின் குரலும், இலங்கைத் தமிழரான மாதங்கி மாயாவின் ராப் பாடலும் கலந்த ஒரு இசை அது. 'ஓ சாயா' என்ற அந்தப் பாடல் ஆஸ்கருக்குப் பரிந்துரை செய்யப்பட்டுள்ளது. என் அனுமானம் சரியாக இருக்குமானால் நீங்கள் இதைப் படித்துக்கொண்டிருக்கும் போது அந்தப் பாடலுக்கு ஆஸ்கர் பரிசு கிடைக்கும். ஆனால், நரகத்தின் குரல்களை ஒரு க்ளாஸிக் என்ற அளவுக்குக் காண்பித்திருக்கும் பாலாவின் காட்சிப் படிமங்களுக்கு நம்முடைய மேஸ்ட்ரோ என்ன இசை அமைத்திருக்கிறார் தெரியுமா? "பிச்சைப் பாத்திரம் ஏந்தி வந்தேன், ஐயனே, என் ஐயனே." இளையராஜாவின் குரலில் இந்தப் பாடலைக் கேட்கும் போது ஏற்படும் உணர்வு - அம்பானி அமிதாப் பச்சன் போன்ற கோடீஸ்வரர்கள் மும்பை விநாயகர் கோவிலுக்கு நேர்த்திக்கடன் செய்வதற்காக தங்கத்தால் ஆன பிச்சைப் பாத்திரம் ஒன்றை ஏந்திச் செல்வார்கள்; குருத்வாராவுக்குச் சென்று பக்தர்களின் செருப்புகளைச் சுத்தம் செய்வார்கள். (வருங்காலப் பிரதம மந்திரி ராகுல் காந்தி தலித் குடிசையில் ஓர் இரவு தங்கியதை நினைவு கூர்க). அம்மாதிரி பக்திப் பரவசக் காட்சிகளுக்கு வேண்டுமானால் மேஸ்ட்ரோவின் இந்தப் பாடல் பொருத்தமாக இருக்குமே ஒழிய, ரத்தமும் சதையும் நிணமும் சளியும் அழுகி ஒழுகும் பாலாவின் பிச்சைக்காரர்களின் வேதனைக் குரலுக்குப் பொருத்தமாக இல்லை.

'பிச்சைப் பாத்திரம் ஏந்தி வந்தேன்' பாடல் எனக்கு மன்னன் படத்தில் ரஜினிகாந்துக்காக மேஸ்ட்ரோ பாடும் "அம்மா என்று அழைக்காத உயிரும் உண்டோ" என்ற 'செண்ட்டி' பாட்டையும் நினைவுப்படுத்தியது.

இப்படி இருந்தால் தமிழ் சினிமாவை உலக அளவில் எப்படி விவாதிப்பார்கள்? உலக அளவில் பேசப்பட்டிருக்க வேண்டிய இந்தப் படத்தை, மசாலா சினிமாவாக மாற்றும் மேஸ்ட்ரோவின் கைங்கரியத்தைப் பற்றிச் சொல்லிக்கொண்டே போகலாம்.

அம்சவல்லியை விற்பதற்காகத் தூக்கிக்கொண்டு போகும்போதும் இதே மாதிரியான ரொமாண்டிக் இசைதான் நம் செவிகளை வட்டமடிக்கிறது. பாலா உட்பட இளையராஜாவின் ரசிகர்கள் யாரும் என் மீது கோபப்படாமல் ஒருமுறை அகிரா குரஸவாவின் *Lower Depths*-ஐப் பார்க்கும் படி சிபாரிசு செய்கிறேன். அதற்கு இசையமைத்தவர் Masaru Sato. இம்மாதிரி படங்களில் இசை எப்படி இருக்க வேண்டும் என்பதற்கு ஒரு உதாரணம் மஸாரு ஸாட்டோவின் இசை.

படத்தில் பாலாவுக்கு இணையாகப் பங்களிப்புச் செய்திருப்பவர்கள் என இரண்டு பேரைக் குறிப்பிடலாம். ஒருவர், கலை இயக்குனர் பி. கிருஷ்ணமூர்த்தி, மற்றொருவர், ஜெயமோகன். பாலா என்ன நினைத்தாரோ அதைப் பேசி இருக்கிறார் ஜெயமோகன். பார்வையாளர்கள் படத்தோடு ஒன்றி ரசிப்பதற்கு ஜெயமோகனின் வசனம் பெரும்பங்கு வகிக்கிறது. நரகத்தைப் பற்றிய குரூரமான காட்சிப் படிமங்களாக இருந்தாலும், படம் நெடுகிலும் ப்ளாக் ஹ்யூமர் என்று சொல்லப்படும் அவல நகைச்சுவை பார்வையாளரை படத்தின் உள்ளே இழுத்துக்கொண்டே செல்கிறது.

ஒரு கட்டத்தில் ஏஜெண்ட் முருகன் கூனனிடம் வந்து "எப்பப் பார்த்தாலும் இப்படி சிரிச்சுக்கிட்டே இருக்காதடா; யாரும் பிச்சைப் போட மாட்டாங்க" என்று கெஞ்சும்போது கூனன் "என்ன முருகா இது, பிச்சைக்காரன் கிட்டயே பிச்சை எடுக்கிறியே" என்று நக்கல் செய்கிறான்.

அதேபோல் அம்பானியைப் போல் பணக்காரனாகிவிட வேண்டும் என்று கூனன் சொல்ல, அது யார் என்று கேட்கிறான் பெண்குரல். அதற்குக் கூனன் "இந்த செல்ஃபோன் விய்க்கிற பய அண்ணே, அதெல்லாம் உனக்குத் தெரியாது" என்று சொல்வது...

இப்படி நிறைய சொல்லிக்கொண்டே போகலாம். மற்றொரு முக்கியமான இடம், முருகனின் பிச்சைக்கார கோஷ்டி மருதமலைக்குச் செல்வது. தமிழ்க் கடவுள்கள் மலைக்கு மேலேதானே வசிப்பது வழக்கம்? அங்கே போய் பிச்சை எடுக்கலாம் என்று மருதமலையின் மேலே ஏறுகிறது கோஷ்டி. கோஷ்டியில் எல்லாருமே ஊனமுற்றவர்கள் என்றபடியால் மலையேற்றம் சிரமமாக இருக்கிறது. மேலே நடக்க முடியவில்லை.

சிவன், துர்க்கை, முருகப் பெருமான், அனுமார், ராமர் என்று எல்லா கடவுள்களும் மூச்சு இரைக்க இரைக்க ஒரு இடத்தில் அமர்கின்றனர். லௌட்ஸ்பீக்கரில் டி.எம். சௌந்தர்ராஜனின் "மருதமலைக்கு நீங்க வந்து பாருங்க" என்ற பாடல் செவிச் சவ்வுகளைக் கிழிக்கும்படி மலை பூராவும் எதிரொலிக்கிறது. அப்போது அந்த கோஷ்டியில் பெண் குரலில் பேசுபவன் "இவன் ஏன் இந்தக் கதறு கதறுகிறான்; விட்டால் நம்மோடு சேர்ந்து பிச்சை எடுப்பான் போலிருக்கிறதே?" என்கிறான். தொடர்ந்து முருகன் வேடமிட்டவனைப் பார்த்து "ஏன்டா ஞானப்பழம், எங்கடா இருக்கு அந்த மருதமல?" என்று அலுப்புடன் கேட்கிறான்.

பிறகு ராமர் வேடமிட்டவனைப் பார்த்துக் கிண்டல் செய்கிறான் அப்போது, "ஏய், யாரும் ராமரைக் கிண்டல் செய்யாதீர்கள்; அவன் பின்னால்தான் இன்னிக்கு எல்லோருமே இருக்காங்க; அவன்தான் இன்னிக்கு சூப்பர் ஸ்டார்" என்று சொல்கிறாள் திருநங்கை. உடனே பெண் குரலில் பேசுபவன் "அப்போ அவனையே முதல் மந்திரி ஆக்கிடுவோம்" என்கிறான். தொடர்ந்து யார் ஃபாரஸ்ட் மந்திரி, யார் குடும்பக் கட்டுப்பாடு மந்திரி, யார் நிதி மந்திரி என்று ஒவ்வொருத்தனுக்காக துறைகள் பிரிக்கப்படுகின்றன. கடைசியில் துறை பிரித்த பெண்குரல்காரனுக்கு என்ன துறை என்று பார்த்தால் அவன் ஜனாதிபதி!

எவ்வளவு பெரிய அரசியல் பகடி! தமிழ்நாட்டின் அரசியல் எதார்த்தத்தை இவ்வளவு பச்சையாகச் சொல்லி பகடி செய்ய ஒருவருக்கு எவ்வளவு துணிச்சல் வேண்டும்!

நரகத்தைப் பற்றிய படமாகவே இருந்தாலும் இதை ஒரு பின்நவீனத்துவ க்ளாஸிக்காக மாற்றுவது இதன் அரசியல் பகடிதான் என்று சொல்லலாம். அம்சவல்லியை தாண்டவனிடம் அனுப்புவதற்காக அம்சவல்லியின் கோஷ்டியை போலீஸ் ஸ்டேஷனுக்கு அழைத்துச் செல்கிறார்கள் போலீஸ்காரர்கள். இன்ஸ்பெக்டர் வரும் வரை கொஞ்சம் பாட்டுப் பாடி, டான்ஸ் ஆடி போலீசை மகிழ்விக்கிறது கோஷ்டி. முதலில் எம்ஜியார் வேடமிட்டவன். "கண்ணை நம்பாதே; உன்னை ஏமாற்றும்" என்ற பாடலைப் பாடி ஆடுகிறார் எம்ஜியார்.

இந்தப் பாட்டைக் கேட்டு சிவாஜி எம்ஜியாரிடம் "உங்கள் பாட்டையெல்லாம் கேட்டுவிட்டு எல்லோரும் ஓட்டை

மட்டும்தானே போட்டான்; ஒருத்தனும் திருந்தலியே?" என்று தனது பாணியில் சொல்கிறார்.

இதையெல்லாம் ஒரு பக்கம் நின்று பார்த்து ரசித்துக் கொண்டிருக்கிறார் ரஜினிகாந்த் (பாட்ஷா வேஷம்). அடுத்து வருகிறது சிவாஜியின் ஆட்டம் பாட்டம். "ஒரு கிண்ணத்தை ஏந்துகிறேன், ஏன், ஏன், ஏன்?" பாடல். இந்தப் பாடலைக் கேட்டு ரஜினி பின்னந்தலை மயிரை ஸ்டைலாக கோதிக்கொள்கிறார். அப்போது எம்ஜியார் "தம்பி கணேசா, இப்போ இருக்கிற நண்டு சுண்டு நடிகனுக்கெல்லாம் உன் நடிப்பில் கொஞ் சமாவது சொல்லிக் குடுத்துட்டுப் போயிருக்கக் கூடாதா?" என்று கேட்கிறார். தொடர்ந்து இப்போதைய சினிமா நடிகர்களைப் பற்றிய பகடி. அப்போது போலீஸ்காரர் "நேத்து ஒரு படம் பார்த்தேன். அந்த கீரோ மட்டும் என் கையில் கிடைச்சான், அவனை அம்மணக்கட்டையா ஆக்கி அடிச்சே கொன்னுருப்பேன்" என்று சொல்ல, உடனே ரஜினி "கண்ணா, அவன் நடிச்சுக் கொன்னான்னா நீ அடிச்சுக் கொல்லாதே; அராஜகத்தை விட்டுட்டு அன்பால் திருத்தப் பார், அன்பால, அன்பால" என்கிறார். உடனே போலீஸ்காரர் ரஜினியைப் பார்த்து, "அதெல்லாம் இருக்கட்டும், நீங்க ஒத்தக்கால்ல நிக்காதீங்க; ஸ்டேஷனுக்கு ஆகாது" என்கிறார்.

அடுத்து, 'அம்மாடி ஆத்தாடி' என்ற சிம்புவின் பாடலுக்கு நயன்தாரா ஆடுகிறாள். இந்தக் காட்சியைப் பார்த்து இப்போதைய மசாலா சினிமாக்காரர்கள் அத்தனை பேரும் நாக்கைப் பிடுங்கிக்கொண்டு சாக வேண்டும். அந்த அளவுக்கு அவர்களை உண்டு இல்லை என்று பண்ணியிருக்கிறார் பாலா. வெறும் ஜட்டி, ப்ரா மட்டும் போட்டுக் கொண்டு, மிகப் பெரிய தொப்பையுடன் இடுப்புக்குக் கீழ்ப்பகுதியை முன்னே கொண்டுவந்து ஆட்டி ஆட்டி ஆடுகிறாள் நயன்தாரா வேடமிட்ட அந்தப் பெண். இந்தப் பாடலை வெகுவாக ரசிக்கும் அந்த ஸ்டேஷனின் பெண் போலீஸ், பாடலை ரசித்து விசில் அடிக்கும் ரஜினி, தாவாங்கொட்டையை மேலும் கீழும் ஆட்டி சப்புக் கொட்டும் சிவாஜி என்று ஒரே ரகளையாக இருக்கும் போது இன்ஸ்பெக்டர் வந்துவிடுகிறார். ஆடிக்கொண்டிருக்கும் நயன்தாராவின் புட்டத்தில் விடுகிறார் ஒரு உதை. ஓடிப்போய் குப்புற விழுகிறாள் நயன்

இன்ஸ்பெக்டர் அந்தப் பிச்சைக்கார கோஷ்டியை ஸ்டேஷனுக்கு அழைத்து வர வைத்ததன் நோக்கம், அவர்களை மிரட்டி

அம்சவல்லியை அவர்களிடமிருந்து பிரித்து தாண்டவனிடம் அனுப்புவது. அந்த எண்ணத்துடன் கோஷ்டியின் தலைவனாக இருக்கும் பிச்சைக்காரனிடம் “டேய், நீ பொம்பளைங்கள கடத்துறியாமே?” என்று மிரட்டி அடிக்க, நயன்தாரா அழுதுகொண்டே தன் ஜட்டி ப்ரா எல்லாவற்றையும் அவிழ்த்துப் போடுகிறாள். பார்த்தால் அவன் ஒரு கிழவன்!

Riot என்று சொல்வார்களே, அதுதான் இந்தக் காட்சியில் நடந்திருப்பது! தமிழ் சினிமாவையும், அதையே தங்களின் உயிர்மூச்சாகக் கொண்டிருக்கும் தமிழ்ச் சமூகத்தையும் இவ்வளவு தீவிரமாக இதுவரை யாரும் பகடி செய்ததில்லை என்றே சொல்லத் தோன்றுகிறது. தமிழ்ச் சமூகத்தின் வழிபாட்டு உருவங்களாக இருக்கும் (Icons) எம்ஜியார், சிவாஜி, ரஜினிகாந்த் போன்ற நடிகர்கள் இந்தக் காட்சியில் வரும் கூத்தாடிகளைப் போன்றவர்கள்தாம்; இவர்களுக்கும் அந்த வழிபாட்டு நாயகர்களுக்கும் உள்ள ஒரே வித்தியாசம் இவர்கள் தெருக்களில் நடித்து, தட்டை நீட்டிக் காசு பெறுகிறார்கள்; நாயக நடிகர்களோ கேமராவுக்கு முன்னால் நடித்து கோடிகளில் பணம் பெறுகிறார்கள். இம்மாதிரி ஆட்களிடம் கொண்டு போய் நாட்டை ஆளும் பொறுப்பை விடுகிறீர்களே, மூடர்களே’ என்று தமிழ்ச் சமூகத்தைப் பார்த்து எள்ளி நகையாடுகிறார் பாலா.

இந்தக் காட்சியில் வரும் எம்ஜியார், சிவாஜி, ரஜினிகாந்த், நயன்தாராவாக வரும் கிழவன் எல்லோருடைய ‘பாடி லாங்வேஜ்’ மிக உன்னிப்பாகக் கவனிக்க வேண்டிய ஒன்று. அதில்தான் பாலா தனது காட்டமான அரசியல் விமர்சனத்தை வைத்திருக்கிறார். இன்ஸ்பெக்டர் வந்து உதைத்ததும் எம்ஜியாரும், சிவாஜியும், ரஜினிகாந்தும் இருக்கும் இடம் தெரியாமல் எலி பதுங்குவதைப் போல் பதுங்குகிறார்கள்.

இந்தப் படத்தை ரஜினிகாந்த் பாராட்டியதாக அறிகிறேன். உலகத்திலேயே கொடுமையான விஷயம் என்னவென்றால், உங்களை ஒருவர் பகடி செய்யும் போது, அது உங்கள் மீதான பகடி என்றும், விமர்சனம் என்றும் உங்களுக்குத் தெரியாமல் போவதுதான்.

இதுபோல் படத்தில் ஏராளமான இடம் உண்டு.

ஸ்லம்டாகை விடவும் சிறந்த படமான நான் கடவுள் உலக அளவில் பேசாப்படாது என்பதற்கு இரண்டு காரணங்கள்

என்று சொன்னேன். இரண்டாவது காரணம், இறுதிக் காட்சியில் ருத்ரன் குழந்தைகளைக் கடத்திப் பிச்சை எடுக்க வைக்கும் தாண்டவனை ஒரு நீண்ட ஸ்டண்ட் சண்டையின் முடிவில் கொல்கிறான்.

ருத்ரன் ஒரு அகோரி. அகோரி என்றால் கடவுள். மனித உருவில் வாழும் கடவுள். ஒரு மனிதனின் அடுத்த பிறவியையே தடுத்து நிறுத்தக்கூடியவன். சுடுகாட்டில் வாழ்பவன். பிணங்களைத் தின்பவன். ஐம்பூதங்களிலும் வசிப்பவன். நெருப்போ பூகம்பமோ அவனை எதுவும் செய்யாது. இதை ருத்ரனே நீதிபதியிடம் சொல்கிறான். இப்படிப்பட்டவன் ஏன் அந்த துஷ்டனை விஜய், விஜய்காந்த், ரஜினிகாந்த், விஷால், தனுஷ் போன்ற மற்ற சினிமா ஹீரோக்கள் மாதிரி ஸ்டண்ட் மாஸ்டர் சொல்லிக் கொடுத்தபடி பத்துப் பதினைந்து நிமிடம் ஸ்டண்ட் போட்டுக் கொல்ல வேண்டும்? தமிழ் மசாலா சினிமாவின் ஃபார்முலா என்ன? கடைசிக் காட்சியில் ஹீரோ மிகப் பெரிய ஃபைட் ஒன்றைச் செய்து வில்லனைக் கொல்லுவான். அதே ஃபார்முலாவை பாலாவும் பயன்படுத்தும்போது படத்தின் நம்பகத்தன்மை குறைகிறது.

நான் கடவுளுக்கு ஜெயமோகன் எழுதியிருக்கும் வசனம் குறித்து மேலும் ஒரு விஷயம். அகண்ட பாரதம் பேசும் இந்துத்துவவாதிகளின் நிலைமையிலிருந்து ஸ்லம்டாக் மில்லியனர் படத்தைத் தாக்கிய ஜெயமோகன், ஸ்லம்டாகை விடவும் பல மடங்கு தீவிரமாக இந்திய யதார்த்தத்தை வெளிக்காட்டியிருக்கும் நான் கடவுளுக்கு இவ்வளவு வலுவாக வசனம் எழுதிருப்பது எப்படி? இதே படம் ஆங்கிலத்தில் எடுக்கப்பட்டு, அதற்கும் அவர் வசனம் எழுதியிருந்தால் அந்த ஆங்கிலப்படத்தை எப்படி எதிர்கொள்வார்?

ஒளிப்பதிவாளரான ஆர்தர் வில்ஸனும் பாராட்டப்பட வேண்டியவரே. என்றாலும், இந்தப் படத்தில் அவர் இன்னும் உழைத்திருக்கலாம் என்று தோன்றுகிறது. சமயங்களில் ஒளிப்பதிவாளர் இயக்குநரையும் மிஞ்சிவிடலாம். அது இந்தப் படத்தில் நடக்கவில்லை. மாறாக, ஆர்யா என்ற நடிகர் ருத்ரனாக வரும்போது அவரைப் பிரதானப்படுத்தும் கேமரா ரஜினிகாந்த் படங்களை நினைவூட்டுகிறது. உதாரணமாக, ருத்ரனின் அறிமுகக்

காட்சியில் சிரசாசனத்தில் இருக்கும் ருத்ரனை கேமரா சுற்றோ சுற்று என்று சுற்றுகிறது.

படத்தில் பாராட்டப்பட வேண்டிய மற்ற இருவர் ஆர்யாவும், பூஜாவும். இந்தப் படத்துக்காக ஆர்யா தனது உயிரையே பணயம் வைத்திருக்கிறார் என்பது தெளிவாகத் தெரிகிறது. இதன் மூலம் நடிப்பை ஒரு தவத்தைப் போல் கையாண்டிருக்கிறார். கலை என்பது வியாபாரம் அல்ல என்ற முக்கியமான செய்தியை ஆர்யா தனது சக நடிகர்களுக்குத் தெரிவித்திருக்கிறார். தமிழ் சினிமாவின் வளர்ச்சிக்கு இது மிகப் பெரிய பங்களிப்பாகும்.

அடுத்து, பூஜா. ஆர்யாவுக்குக் கூறியது அனைத்தும் பூஜாவுக்கும் பொருந்தும். சதையை மட்டுமே காண்பித்து சினிமா பண்ணிக் கொண்டிருக்கும் நடிகைகள் மத்தியில் பூஜாவின் பாத்திரமும், இதற்காக அவர் எடுத்திருக்கும் முயற்சியும் போற்றுதலுக்குரியன. படத்தின் இறுதியில் அவருடைய நீண்ட பேச்சு பலருக்கும் எரிச்சலை உண்டாக்கியிருக்கிறது. மசாலாப் படங்களையே பார்த்துப் பார்த்துப் பழகிய நமக்கு ஒரு காலகட்டத்தின் ஒட்டுமொத்த துயரத்தையே சிற்சில வார்த்தைகளில் அடுக்கும்போது அதை எதிர்கொள்வதில் ஆயாசம் ஏற்பட்டுவிடுகிறது. ஒரு சோக காவியத்தின் துயர முடிவையே அம்சவல்லியின் அந்த நீண்ட பேச்சு உணர்த்துகிறது. கிரேக்க நாடகங்களிலும் ஷேக்ஸ்பியரிலும் இதை நாம் இயல்பாகக் காண முடியும்.

நான் கடவுள் உடல் ஊனமுற்றவர்களைப் பயன்படுத்தியிருக்கிறது என்றும், அவர்களுக்கு எதிராக இருக்கிறது என்றும் பரவலாக ஒரு குற்றச்சாட்டு எழுந்துள்ளது. இதைப்போல் இந்தப் படம் பிச்சைக்காரர்களுக்கும், திருநங்கைகளுக்கும், இன்னும் பல விளிம்புநிலை மனிதர்களுக்கும்கூட எதிராக இருக்கிறது என்று சொல்லிக் கொண்டே போகலாம். இப்படிச் சொல்பவர்களுக்கு கலை பற்றிய தெளிவு இல்லை என்றே கருத வேண்டியிருக்கிறது. இந்தப் படத்தில் விளிம்புநிலை மக்களின் மீது நடத்தப்படும் குரூரமான தாக்குதல் எதுவும் இயக்குனர் செய்வது அல்ல; அது இந்தச் சமூகம் அவர்கள் மீது செலுத்தும் வன்முறை. இதை இவ்வளவு சுரணையுணர்வோடும், கோபத்தோடும் ஒரு

கலா சிருஷ்டியாக மாற்றியிருக்கும் பாலாவுக்கு நாம் நன்றிதான் சொல்ல வேண்டுமே தவிர படத்தில் வரும் வில்லனையும் அவரையும் ஒன்றாகப் பார்ப்பது மதியீனம். இதே போன்ற குற்றச்சாட்டு ஸ்லம்டாக் இயக்குநர் மீதும் எழுந்தது என்பதை நினைவு கூர்க. மற்றபடி, இந்தப் படத்தின் மீது யாராவது புகார் சொல்ல வேண்டும் என்றால் அது முச்சந்திக்கு முச்சந்தி சிலையாக நிற்கும் நம்முடைய கடவுள்கள்தாம். பெரியாருக்குப் பிறகு கடவுளை இந்த அளவுக்குச் சாடிய ஒரு மனிதனை நான் கண்டதில்லை. (ஆசான் தங்களுடைய நம்பிக்கையற்ற வாழ்வைப் பற்றிச் சொல்லும் போது கடவுளை 'தேவடியாள் மகன்' என்று ஏசுகிறான்.)

- கலா கௌமுதி

அல்லா ரக்கா ரஹ்மான்

தமிழ் சினிமா இசையின் மேதைகள் என நம்முடைய ஞாபகத்தில் வருவது எஸ்.வி. வெங்கட்ராமன் (1945இல் வெளியான *மீரா*வில் இடம்பெற்ற 'காற்றினிலே வரும் கீதம்' என்ற புகழ் பெற்ற பாடல்), எஸ். சுதர்ஸனம் (*பராசக்தி*), ஜி. ராமனாதன் போன்றவர்கள். இது நடந்தது நாற்பது மற்றும் ஐம்பதுகளில். இவர்களைத் தொடர்ந்து வந்த மற்றொரு மேதை கே.வி. மகாதேவன். இவருடைய காலகட்டத்திலேயே (ஐம்பது மற்றும் அறுபதுகள்) தமிழ் சினிமா இசையை செழுமைப்படுத்திய மற்றொரு ஜோடி விஸ்வநாதன் - ராமமூர்த்தி. இந்த இரட்டையரின் பிரிவுக்குப் பிறகு, இவர்களில் மிகவும் திறமையானவர் என்று கருதத்தக்க ராமமூர்த்தி தனியாக இசையமைத்த படங்கள் எதுவும் சோபிக்கவில்லை. விஸ்வநாதனின் இசையோ ஒரே மாதிரியாகவும் சலிப்பூட்டுவதாகவும் இருந்தது. இப்படியாக அறுபதுகளின் இறுதியில் தமிழ் சினிமா இசையில் மிகப் பெரிய வெற்றிடம் ஏற்பட்டது.

உறவு, பந்தம், பாசம், காதல், பிரிவு, துக்கம், வீரம், சந்தோஷம், காமம் போன்ற எல்லா உணர்வுகளையும் சினிமா மற்றும் சினிமாப் பாடல்களின் மூலமே உணர்ந்தும், அனுபவித்தும் வந்த தமிழ்ச் சமூகம் திடீரென்று அநாதையாக்கப்பட்டுவிட்டது போல் ஆயிற்று. அப்போதுதான் 1969ஆம் ஆண்டு பம்பாய் நகரில் *ஆராதனா* என்ற திரைப்படம் வெளியாயிற்று.

எஸ்.டி. பர்மன் இசையமைத்த அந்தப் படம் அதற்கு அடுத்த ஆண்டில் சென்னையில் வெளிவந்து தமிழர்களை அவர்களின் துயரத்திலிருந்து மீட்டெடுத்தது என்று சொன்னால் கூட அது மிகையாகாது. 'மேரே சப்னோ கி ராணி' என்ற பாடலைக் கேட்டு மக்கள் பித்துப் பிடித்தது போல் ஆனார்கள். இவ்வளவுக்கும் இந்தி மொழியின் மீது தீராப் பகைமை கொண்டவர்கள் தமிழர்கள். 1965ஆம் ஆண்டு தமிழ்நாட்டில் தென்பட்ட ஒவ்வொரு இந்தி எழுத்தும் தார் பூசி அழிக்கப்பட்டது; வடநாட்டு முட்டாள் அரசியல்வாதிகளின் இந்தித் திணிப்பை எதிர்த்து சில மாணவர்கள் தீக்குளித்தும் இறந்தார்கள்.

இவ்வளவுக்குப் பிறகும் *ஆராதனா* என்ற படம் 'ஆவோ, ஜாவோ' என்றால் கூட அர்த்தம் தெரியாத தமிழர்களின் கைவிடப்பட்ட உணர்வுக்கு வடிகாலாய் அமைந்தது. *ஆராதனா*வின் பாடல்கள் தமிழகத்தின் பட்டிதொட்டிகளிலெல்லாம் ஒலித்தன. அரசியல் ஆதிக்கத்தின் மூலம் உள்ளே நுழைய முடியாத இந்தி, இப்படித் தமிழ் மக்களின் உணர்வு நரம்புகளைத் தட்டியெழுப்பி உள் நுழைந்தது. *ஆராதனா*வைத் தொடர்ந்து *பாபி* மற்றும் *யாதோன் கி பாராத்* என்ற படங்கள் வருகை தந்தன. பாபியின் இசை லட்சுமிகாந்த் பியாரேலால். *யாதோன் கி பாராத்* - ஆர். டி. பர்மன். இரண்டு படங்களுமே 1973இல் வெளியாயின. தமிழ்நாட்டையே ஒரு சூறாவளியைப் போல் இந்தப் படங்களின் பாடல்கள் ஆட்டிப் படைத்தன. பாகவதர், பி.யு. சின்னப்பா காலத்தை நினைவூட்டுவது போல் இந்த இரண்டு படங்களுமே இவற்றின் பாடல்களுக்காக ஒரு ஆண்டுக்கும் மேல் ஓடின.

ஆனால் இந்தப் படங்களுக்குப் பிறகு தமிழர்களின் உணர்வு உலகில் திரும்பவும் ஒரு வெற்றிடம் ஏற்பட்டது. அப்போதுதான் 1976இல் *அன்னக்கிளி* என்ற படத்தின் மூலமாக இளையராஜா என்ற இசையமைப்பாளர் அறிமுகமானார். 'மச்சானைப் பார்த்தீங்களா' என்ற அந்தப் படத்தின் பாடல் ஒலிக்காத இடமே தமிழ்நாட்டில் இல்லை என்று ஆயிற்று. அதிலிருந்து துவங்கியது இளையராஜாவின் ஆட்சி. கால் நூற்றாண்டுக் காலத்திற்கு இளையராஜா என்ற ஒரு பெயருக்காகவே படம் ஓடியது. தமிழ் சினிமாவில் எம்ஜியாரைத் தவிர வேறு யாருக்குமே கிடைக்காத புகழ் இது.

ஆனால் ஒரு கட்டத்தில் எம்.எஸ். விஸ்வநாதனுக்கு ஏற்பட்ட நிலையே இளையராஜாவுக்கும் ஏற்பட்டது. அவரது பாடல்களும்

ஒரே மாதிரியாகவும், சலிப்பூட்டுவதாகவும் தோன்ற ஆரம்பித்தன. இந்த நேரத்தில்தான் 1992இல் *ரோஜா* என்ற படத்தின் மூலமாக அறிமுகமானார் ஏ.ஆர். ரஹ்மான் என்று அறியப்படும் அல்லா ரக்கா ரஹ்மான். அவரது ‘சின்ன சின்ன ஆசை’ என்ற பாடலின் மூலம் தமிழ் சினிமாவை மட்டும் அல்லாமல் இந்தி சினிமா உலகையும் கிறங்க அடித்தார் அவர். அதற்குப் பிறகு நடந்ததெல்லாம் வரலாறு.

தமிழ் சினிமாவின் சாதனையாளர்கள் என்று கருதப்படும் யாருமே இந்தி சினிமாவில் ஓரிரு படங்களுக்கு மேல் நிலைத்திருக்க முடிந்ததில்லை. இந்தப் பின்னணியில் ஏ. ஆர். ரஹ்மான் ஒருவர்தான் மொழி, கலாச்சாரம் போன்ற தடைகளையும் மீறி இந்தி சினிமாவில் ஒரு நிரந்தர இடத்தைப் பிடித்தார். அது மட்டும் அல்லாமல், இந்திய எல்லையையும் கடந்து உலக அளவில் பிரபலமானார். இதற்கு முக்கியமான காரணம், அவரது இசை உலகளாவியதாக இருக்கிறது என்பதுதான். உதாரணமாக, வட ஆஃப்ரிக்காவின் ரய் இசை, லத்தீன் அமெரிக்காவின் சால்ஸா, ரும்பா போன்ற பல்வேறு இசை வடிவங்களின் சாயலை ரஹ்மானின் இசையில் நம்மால் கண்டு உணர முடிகிறது. இது எல்லாவற்றையும் விட இசையில் பூகோள எல்லைகளை அவரால் கடக்க முடிந்ததற்கு முக்கியமான காரணம், அவர் தனது இசையின் ஆதாரமாக ஸூஃபி இசையை எடுத்துக்கொண்டிருக்கிறார். ஸூஃபி இசைக்கும் மற்ற இசை வடிவங்களுக்கும் உள்ள முக்கியமான வேறுபாடு, ஸூஃபி இசை இறைவனை பக்தியின் மூலமாக அல்லாமல் சக மனித அன்பின் வாயிலாக அடைய நினைப்பதாகும். மனிதனைத் தவிர்த்துவிட்டு இறை பக்தி என்ற தனியான ஒன்றைப் பிடித்துக் கொள்ளாமல் மனிதனையே இறைவனின் அம்சமாகக் காண்பதே ஸூஃபி இசையின் அடிப்படைப் பண்பு. ஸூஃபி இசை மட்டும் அல்லாமல், மனித நேயத்தை வலியுறுத்தியவர்களே இசைத்துறையில் மிகப் பெரிய சாதனையாளர்களாகவும், மக்கள் மனதில் நீங்காத இடம் பிடித்தவர்களாகவும் விளங்குகின்றனர். உதாரணமாக, இன்றைய தினம் உலக அளவில் பிரபலமாக இருக்கும் U2 இசைக் குழுவினரின் அரசியல் நிலைப்பாட்டையும், மனித உரிமை குறித்த அவர்களின் செயல்பாடுகளையும் குறிப்பிட்டுச் சொல்லலாம். நேரடியாக இல்லாவிட்டாலும், அல்லா ரக்கா ரஹ்மானின் சமீபத்திய இசை உருவாக்கங்களும், செயல்களும் அவரது அரசியல் நிலைப்பாட்டையே வலியுறுத்துகின்றன.

அது என்ன அரசியல் என்பதைப் புரிந்துகொள்ள நாம் அவரது வாழ்க்கைப் பின்னணியைப் பார்க்க வேண்டும். ஆர். கே. சேகர், கஸ்தூரி தம்பதியினருக்கு 6.1.1966 அன்று பிறந்த திலீப் குமார் பேசக் கற்றுக் கொள்வதற்கு முன்பே இசையைக் கற்றுக்கொண்டான். நான்கு வயதுக் குழந்தையாக இருக்கும் போதே அப்போது பிரபலமாக இருந்த இசையமைப்பாளர் சுதர்ஸனத்திடம் தன் மகனை அழைத்துச் சென்றிருக்கிறார் சேகர். அப்போது அந்தக் குழந்தையின் திறமையைப் பற்றிக் கேள்விப்பட்டிருந்த சுதர்ஸனம் ஒரு கடினமான பாடலை ஹார்மோனியத்தில் வாசித்து, 'இதை வாசித்துக் காண்பி, பார்ப்போம்' என்று திலீப்பிடம் சொல்ல, அதை அப்படியே அட்சரம் பிசகாமல் வாசித்து அவரை பிரமிக்க வைத்திருக்கிறான் திலீப்.

அந்த திலீப் என்ற ரஹ்மானுக்குத்தான் இப்போது *Slumdog Millionaire* என்ற ஹாலிவுட் படத்துக்கு அமைத்த இசைக்காக கோல்டன் க்ளோப் பரிசு கிடைத்திருக்கிறது. இப்போது ஆஸ்கார் பரிசுக்காகவும் அவரது இசையும், அந்தப் படத்தில் அவர் குல்ஸாரோடு இணைந்து எழுதிய இரண்டு பாடல்களும் பரிந்துரைக்கப்பட்டிருக்கின்றன. கோல்டன் க்ளோப் பரிசை வாங்கிய முதல் இந்தியன் ஏ.ஆர். ரஹ்மான் என்ற பெருமை பற்றியெல்லாம் தமிழ் மக்கள் அவ்வளவாகக் கண்டுகொள்ளவில்லை; எந்த உற்சாகமும், ஆரவாரமும் இல்லை.

இது பற்றிய அரசியலுக்குள் நான் இங்கே செல்ல விரும்பவில்லை. ஆனால் இந்தப் பரிசுக்காக தமிழ்நாடு மட்டும் அல்ல; இந்தியா முழுவதுமே கொண்டாடியிருக்க வேண்டும்; பிரதம மந்திரியிலிருந்து ஜனாதிபதி வரை அவருக்குப் பாராட்டுத் தெரிவித்திருக்க வேண்டும். ஆனால் இங்கே ஒரு சிறிய சலனம் கூட ஏற்படவில்லை. பார்ப்போம், நிச்சயமாக அவருக்கு ஆஸ்கார் பரிசும் கிடைக்கும்; அப்போதாவது இந்த நாட்டில் அவருக்காக ஏதாவது கைதட்டல் சப்தம் கேட்கிறதா என்று. (ஆனால் 'டைம்' பத்திரிகை சில ஆண்டுகளுக்கு முன்பே அவரை 'மொஸார்ட் ஆஃப் மெட்ராஸ்' என்று எழுதிவிட்டது என்பதை இங்கே அவருக்குக் கிடைக்கும் மௌனமான எதிர்வினையினூடே ஞாபகப்படுத்திக்கொள்ளலாம்).

ரஹ்மானின் இசை மற்ற இசைக் கலைஞர்களிடமிருந்து வேறுபட்டது; வெறும் கலாரசனையை மட்டும் வைத்து அவரது இசையை ஒருவர் சிலாகிக்க முடியாது. குறிப்பாக, அவரது இசையில் பொதிந்திருக்கும் ஆன்மீகமும், அரசியலும்தான் அவரை

மற்ற இசைக் கலைஞர்களிடமிருந்து வித்தியாசப்படுத்துகிறது. இதற்குக் காரணம், அவரது வாழ்க்கையில் நடந்த சில சம்பவங்கள். திலீப்புக்கு ஒன்பது வயதாக இருக்கும்போது அவர் தந்தை சேகர் இறந்தார். பணவசதி இல்லாத ஏழ்மையான குடும்பம். மூன்று குழந்தைகளை வைத்துக்கொண்டு திலீப்பின் தாய் கஸ்தூரி பட்ட கஷ்டங்கள் கொஞ்ச நஞ்சமல்ல. சேகர் வைத்திருந்த இசைக் கருவிகளை வாடகைக்கு விற்று ஜீவனம் நடந்து கொண்டிருந்தது. திலீப் பள்ளிப் படிப்பைத் தொடர முடியவில்லை. இசைக் குழுக்களில் வாசித்து அதில் கிடைக்கும் சொற்பத் தொகையைக் கொண்டுவந்து தன் தாயாரிடம் கொடுத்தான் திலீப்.

(சமீபத்தில் ஒரு பேட்டியில் “காதலில் உங்களுக்கு அனுபவம் உண்டா?” என்று கேட்கப்பட்டபோது, “காதல் என்பது ஒரு அற்புதமான விஷயம்; ஆனால் நான் ஒரு ஏழ்மையான பின்னணியிலிருந்து வந்தவன். என்னுடைய இளமைப் பிராயத்தில் அதற்கெல்லாம் எனக்கு நேரம் இருந்ததில்லை” என்று கூறினார் ரஹ்மான்.)

திலீப்புக்கு 11 வயது இருக்கும்போது அவருடைய குடும்பத்தினர் கரிமுல்லா ஷா காத்ரி என்ற ஸூஃபி ஞானியை எதேச்சையாகச் சந்தித்திருக்கின்றனர். அதுவே அவரது வாழ்வின் திருப்புமுனையாக அமைந்தது. “இன்னும் பத்து ஆண்டுகளில் நீ என்னிடம் வருவாய்” என்று ஆசி கூறினார் அந்த ஸூஃபி ஞானி. சரியாக திலீப்பின் 21ஆவது வயதில் (1987) திலீப்பும் அவரது தாயார் மற்றும் சகோதரிகள் அனைவரும் இஸ்லாமுக்கு மதம் மாறினர். அதற்குள் அவர் லண்டனில் உள்ள ட்ரினிடி இசைக் கல்லூரியில் சேர்ந்திருந்தார்.

1991ஆம் ஆண்டு ரோஜாவுக்கு இசையமைத்தபோது அவர் தனது பெயரை அல்லா ரக்கா ரஹ்மான் என்று மாற்றிக்கொண்டார். அல்லாஹ்வின் ஆயிரம் திருநாமங்களில் முதலாவதாக வருவது அந்தப் பெயர்.

“இசையை நான் உருவாக்குவதில்லை; இறைவனிடமிருந்தே அது எனக்குக் கிடைக்கிறது; அப்படிக் கிடைக்கும் இசையை மக்களுக்கு வெளிப்படுத்தும் ஒரு சாதாரண கருவியே நான்” என்று கூறும் ரஹ்மானின் ஆன்மீக குரு கரிமுல்லா ஷாவின் புதல்வரான ஆரிஃபுல்லா முகம்மது அல் ஹுஸேனி சிஷ்டி உல்

காதிரி. 'மாலிக் பாபா' என்று ரஹ்மானால் அழைக்கப்படும் இவரது தர்ஹா ஆந்திரப் பிரதேசத்தில் கடப்பாவில் இருக்கிறது.

ஜோதா அக்பர் என்ற படத்தில் ரஹ்மான் பாடியுள்ள 'கரீப் நவாஸ்' என்ற கவ்வாலி பாடலைக் கேட்டால் அவரது ஆன்மீகத்தின் ஆழத்தைப் புரிந்து கொள்ளலாம். அஜ்மீரில் அடங்கியுள்ள ஹஜ்ரத் க்வாஜா மொய்னுத்தீன் சிஷ்டி பற்றிய ஒரு அற்புதமான பாடல் அது.

ஸூஃபிகளின் ஆன்மீகம் மனித வாழ்க்கையைப் புறக்கணித்த, மனித வாழ்வுக்கு அப்பாற்பட்ட தெய்வத்தைப் பற்றிப் பேசுவதல்ல. அஜ்மீர் பாபாவுக்கு கரீப் நவாஸ் (ஏழைப் பங்காளன்) என்ற பெயர் வரக் காரணம், அவர் ஏழைகளின் பாதுகாவலனாக இருக்கிறார் என்பது தான். 2007இல் ரஹ்மான் வெளியிட்ட 'Pray for me, brother' என்ற பாடலின் அடிப்படையும் இதுதான். அதில் அவர் குறிப்பிடுகிறார்; "உலகில் சக மனிதர்கள் பட்டினியாலும், நோயினாலும், தேசம் - தேசியம் - மதம் போன்றவற்றின் பெயராலும் செத்து மடிந்து கொண்டிருக்கிறார்கள். மனிதனுக்கு மனிதனே எதிரியாக இருக்கிறான். மனிதர்களிடையே அன்பு இல்லை; மனித வாழ்வில் வெறுப்பு கூடிவிட்டது. எந்த விதத்தில் இது நியாயம்? மனித வாழ்வை துக்கமும் சூன்யமும் சூழ்ந்துகொண்டிருக்கும் வேளையில் நான் என்ன செய்து கொண்டிருக்கிறேன்?" அந்தப் பாடல் இவ்வாறாகத் துவங்குகிறது: "எனக்காகப் பிரார்த்தனை செய் சகோதரனே... பசியாலும் ஏழ்மையாலும் மடிந்து கொண்டிருக்கும் எனக்காகப் பிரார்த்தனை செய்..."

இந்தப் பாடலை உருவாக்க வைத்தது எதுவோ அதுவேதான் *Slumdog Millionaire* படத்தின் இசையையும் உருவாக்கியது என்று சொல்லலாம். இந்தப் படம் இந்தியாவின் ஏழ்மையை மேற்கத்திய நாடுகளுக்கு வெளிச்சம் போட்டுக் காண்பிக்கிறது என்று ஒரு குற்றச்சாட்டு எழுந்துள்ளது. பாட்னா உயர்நீதி மன்றத்தில் ரஹ்மான் மீது வழக்கும் தொடுத்துள்ளனர். இந்தியாவின் சேரி மக்களை 'நாய்' என்று சொல்லி அவமதித்துவிட்டதாகக் குற்றச்சாட்டு. 'நாய்களைப் போல் வாழலாம்; ஆனால் அதை எழுதக் கூடாது, சினிமாவில் காண்பிக்கக் கூடாது' என்பதே அந்த தேச பக்தர்களின் வாதம்.

ஸ்லம்டாக் மில்லியனர் படம் இப்படித் துவங்குகிறது: "குத்தே, மாதர் சோத், உண்மையைச் சொல்லுடா..."

ஸ்ரீனிவாஸ் என்ற ஒரு தடித்த போலீஸ்காரன் ஜமால் மாலிக் என்ற 18 வயதுச் சிறுவனிடம் உண்மையை சொல்லச் சொல்லி சித்ரவதை செய்கிறான். என்ன உண்மை? சேரியில் ஒரு தெருநாயைப் போல் வாழ்ந்து கொண்டிருக்கும் ஜமால் 'கோன் பனேகா க்ரோர்பதி?' நிகழ்ச்சியில் கலந்துகொண்டு அவ்வளவு கடினமான கேள்விகளுக்கும் சரியான பதில் சொல்லி ஒரு கோடி ரூபாய் எல்லை வரை வந்தது எப்படி? என்ன திருட்டுத்தனம் செய்தான்?

இந்தச் சித்ரவதைக் காட்சியின்போது கான்ஸ்டபிளும் ஜமாலும் இரண்டு வெவ்வேறு ஆட்கள் அல்ல; இருவருமே வேறு ஓர் அமைப்பினால் இந்த குரூரத்தை அனுபவிக்குமாறு ஆக்கப்பட்டிருக்கிறார்கள் என்பது பலவிதமான முறைகளில் காண்பிக்கப்பட்டிருக்கிறது.

ஜமால் எந்தத் திருட்டுத்தனமும் செய்யவில்லை என்று சொல்வதை நம்ப மறுக்கிறான் ஸ்ரீனிவாஸின் அதிகாரியான இன்ஸ்பெக்டர் (இர்ஃபான் கான்). "பேராசிரியர், டாக்டர் போன்றவர்களின் பிள்ளைகளே க்விஸ் நிகழ்ச்சியின் 16,000/- ரூபாய் எல்லையைத் தாண்ட முடியாத போது இந்தத் தெரு நாய் எப்படி ஒரு கோடி ரூபாய் எல்லை வரை வந்திருக்கிறது?" என்று கான்ஸ்டபிளிடம் கேட்கும் இன்ஸ்பெக்டர், "இவனுக்குச் சிறிது மின்சாரம் கொடுத்தால் உண்மையைக் கக்கிவிடுவான்" என்கிறான்.

மின்சாரம் கொடுத்ததும் சிறுவன் மயக்கமடைந்து விடவே "உனக்கு எத்தனை முறை சொல்வது, கடுமையாக அடிக்காதே என்று? இப்போது இவன் செத்துப் போய்விட்டால் மனித உரிமைக்காரர்கள் வந்து நிற்பார்களே, அவர்களுக்கு யார் பதில் சொல்வது?" என்று கத்தியபடி ஸ்ரீனிவாஸை அடிக்கப் போகிறான் இன்ஸ்பெக்டர். இங்கே முக்கியமாகக் குறிப்பிட வேண்டிய விஷயம் என்னவென்றால், பொதுவாக இந்திய சினிமாவில் ஹீரோ நல்லவனாகவும், அவனுக்கு எதிரானவர்கள் மகா கெட்டவர்களாகவும் வில்லன்களாகவும் இருப்பார்கள். அதிலும் போலீஸ்தான் பெரிய வில்லன். ஏதோ வேற்றுக் கிரகத்திலிருந்து வந்த கொடூரமான ஜந்துக்களைப் போலவும், சமூக அவலம் அனைத்துக்கும் போலீஸ்தான் காரணம் என்பது போலவும் சித்தரிக்கப்படுவார்கள். ஆனால் இந்தப் படத்தில் அவர்கள் இதைத் தவிர வேறு எப்படியும் வாழ முடியாதவர்களாக, சூழ்நிலையின் கைதிகளாகக் காட்டப்படுகிறார்கள். கண்ணுக்குப் புலனாகாத

ஏதோ ஒன்றினால் அவர்கள் இப்படி ஒரு குரூரமான வாழ்க்கைக்கு நிர்ப்பந்திக்கப்பட்டிருக்கிறார்கள். இது அவர்களுடைய பேச்சிலும், நடை உடை பாவனையிலும் துல்லியமாக வெளிப்படுகிறது. “நான் திருடர்களையும், கொலைகாரர்களையும், கொள்ளைக்காரர்களையும், ரேப்பிஸ்டுகளையும்தான் தினம்தினம் சந்தித்துக்கொண்டிருக்கிறேன். இப்போது நீ. ஏற்கனவே என் மனைவி எனக்கு நரகத்தைக் காண்பித்துக் கொண்டிருக்கிறாள். நீ வேறு ஏன் என்னை வதைக்கிறாய்? உண்மையைச் சொல்லிவிடு. அதுதான் உனக்கும் நல்லது; எனக்கும் நல்லது” என்று ஜமாலிடம் இன்ஸ்பெக்டர் கெஞ்சுவது ஒரு உதாரணம்.

கான்ஸ்டபிள் ஸ்ரீனிவாஸாக நடிக்கும் சௌரவ் ஷுக்லாவின் நடிப்பும் மிக விசேஷமாகக் குறிப்பிடப்பட வேண்டிய ஒன்று. தனது பெரிய தொப்பையை மீறி வெளியே வந்து விழுந்து கிடக்கும் சட்டையை இன்ஸ்பெக்டரின் எதிரில் மிகுந்த சிரமப்பட்டு பேண்டுக்குள் திணித்துக் கொள்வதும், தூக்கக் கலக்கத்திலேயே நடமாடுவதும், அசிங்கமான மொழியில் பேசுவதும் என்று ஷுக்லாவின் நடிப்பு பற்றி நிறைய சொல்லலாம்.

‘கோன் பனேகா க்ரோர்பதி’ நிகழ்ச்சியை நடத்தும் நடிகர் ப்ரேம் குமாருக்கு (அனில் கபூர்) ஜமாலின் மீது ஏற்பட்ட சந்தேகமே இந்தப் போலீஸ் சித்ரவதைக்குக் காரணம். ஏனென்றால், ஒரு முறை ஜமாலுக்கு அவர் ரகசியமாக தவறான பதிலைச் சொல்லியும் அவன் சரியான பதிலைச் சொல்லிவிடுகிறான். அதிலிருந்துதான் அவருக்கு அவனைப் பற்றிய சந்தேகம் எழுகிறது.

‘எனக்குத் தெரிந்த பதில்களையே சொன்னேன்’ என்று இன்ஸ்பெக்டரிடம் சொல்லும் ஜமால் ஒவ்வொரு கேள்விக்குமான பதில் தனது வாழ்க்கையின் ஒவ்வொரு சம்பவத்திலிருந்தும் எப்படிக் கிடைத்தது என்பதை விளக்க ஆரம்பிக்கிறான்.

முதல் கேள்வி, 1973இல் வெளிவந்த ஸஞ்ஜீர் என்ற படத்தின் ஹீரோ யார்?

ஆசியாவின் மிகப் பெரிய சேரியில் வசிக்கும் மக்களுக்கு கழிப்பிட வசதி எதுவும் கிடையாது. சாக்கடை தேங்கிய ஒரு இடத்தில் தகரத்தைப் பதித்து வைத்து அதன் பின்னேதான் மலம் கழிக்க வேண்டும். அதற்கும் ஒருவனிடம் காசு கொடுக்க வேண்டும். சிறுவன் ஜமால் மலம் கழித்துக்கொண்டிருக்கிறான். அப்போது அங்கே மலம் கழிக்க இடம் தேடி அவசரமாக ஓடி வருகிறான்

ஒருவன். “எனக்கு அடைக்கிறது, சீக்கிரம் வா” என்று கத்துகிறான். ஜமாலுக்கோ இன்னும் வேலை முடியவில்லை. “எனக்கு பார்டருக்கு வந்துவிட்டது; இனிமேல் காத்திருக்க முடியாது” என்று சொல்லிவிட்டு வேறு இடம் தேடி ஓடுகிறான் அவன். “அநியாயமாக உன்னால் ஒரு கஸ்டமரை இழந்துவிட்டேன்” என்று ஜமாலை கோபித்துக்கொள்கிறான் கக்கூஸ்கார சிறுவன். (இதுபோல் படம் பூராவும் இந்தியா பற்றிய ப்ளாக் ஹ்யூமர் காட்சிகள் நிறைய உண்டு).

அப்போது அந்தப் பகுதிக்கு அமிதாப் பச்சன் ஹெலிகாப்டரில் வருகிறார் என்று தெரிகிறது. எல்லோரும் அவரைப் பார்க்க ஓடுகிறார்கள். ஜமாலின் கக்கூஸ்காரனும் கக்கூஸுக்கு வெளியே தாளிட்டு விட்டு ஹெலிகாப்டரைத் தொடர்ந்து ஓடுகிறான். ஜமால் ஒரு அமிதாப் வெறியன். கக்குஸின் உள்ளே மாட்டிக்கொண்டிருக்கும் தான் எப்படி வெளியே வந்து அமிதாபைப் பார்ப்பது என்று யோசிக்கிறான். கையில் வேறு ஸஞ்ஜீர் படத்தில் அமிதாப் நடித்த போட்டோ ஒன்று இருக்கிறது. அமிதாபைப் பார்த்தால் அவருடைய கையெழுத்தை வாங்கிவிடலாம். வேறு வழி தெரியாமல் கக்கூஸின் ஓட்டை வழியே உள்ளே விழுந்து, உடம்பெல்லாம் மலம் அப்பிக்கொண்டாலும் கையில் உள்ள அமிதாப் போட்டோவுக்கு ஒன்றும் ஆகிவிடாமல் காப்பாற்றிக்கொண்டு அமிதாபை நோக்கி ஓடி வருகிறான்.

இந்தியா ஒளிர்கிறது; இன்னும் பத்து ஆண்டுகளில் இந்தியா வல்லரசு ஆகிவிடும் என்றெல்லாம் புருடா விட்டுக்கொண்டிருக்கும் தேச பக்தர்களுக்கு இதை விட பலமான அடியை வேறு யாரும் கொடுக்க முடியாது. உடம்பு பூராவும் மலம் ஒழுக ஒழுக ஓடி வரும் ஜமால் என்ற சிறுவன். பல ஆண்டுகளுக்கு முன்பு வி. எஸ். நைப்பால் இந்தியாவில் உள்ள பொது கக்கூஸ்களைப் பார்த்து இந்த நாட்டை ‘கக்கூஸ்தான்’ என்று தனது *India: A Wounded Civilization* என்ற புத்தகத்தில் வர்ணித்திருந்தது எனக்கு இந்தக் காட்சியைப் பார்த்தபோது ஞாபகம் வந்தது.

சிறந்த படம், சிறந்த இசையமைப்பு, சிறந்த இயக்கம், சிறந்த திரைக்கதை என்ற நான்கு பிரிவுகளுக்காக கோல்டன் க்ளோப் பரிசைப் பெற்றிருக்கும் ஸ்லம்டாக் மில்லியனர் இப்போது சிறந்த படம், சிறந்த இயக்கம், படத்தொகுப்பு, இசை, ஒளிப்பதிவு, சிறந்த பாடல் (இரண்டு பாடல்கள்), சவுண்ட் எடிட்டிங், சவுண்ட் மிக்ஸிங், திரைக்கதை என்ற பத்து பிரிவுகளில் ஆஸ்கார்

பரிசுக்காகப் பரிந்துரைக்கப்பட்டிருக்கிறது. நிச்சயம் இதில் பல பரிசுகளை இந்தப் படம் வெல்லும் என்பதில் சந்தேகமில்லை.

சில நல்ல தமிழ்ப் படங்களில் இசை, படத் தொகுப்பு, ஒளிப்பதிவு போன்ற அம்சங்கள் மோசமாக இருப்பதைக் காண்கிறோம். சமீபத்தில் கூட பாரதிராஜாவின் *பொம்மலாட்டத்தில்* இந்த மூன்றும் படத்தின் தரத்துக்கு மிகவும் கீழாக இருந்தது. தகரத்தைத் தொடர்ந்து அடிப்பது போல் ஒரு நாராசமான சப்தத்தை பின்னணி இசை என்ற பெயரில் எழுப்பியிருந்தார் அந்தப் படத்தின் இசையமைப்பாளரான ஹிமேஷ் ரேஷமைய்யா. ஒரு அருமையான த்ரில்லர் என்று சொல்லக்கூடிய அந்தப் படத்தின் படத் தொகுப்பு பாரதிராஜா செல்லும் திசைக்கு நேர் எதிர் திசையில் போயிருந்தது. உதாரணமாக, நானா படேகரைப் பத்திரிகையாளர்கள் துரத்தும் காட்சி. பார்வையாளர்களுக்குக் கொட்டாவியே வந்துவிடும் அளவுக்குத் துரத்துகிறார்கள்.

ஒளிப்பதிவு என்று எடுத்துக்கொண்டால், கவித்துவமாகவும் அழகாகவும் காண்பித்தால் அதுதான் சிறந்த ஒளிப்பதிவு என்பதாகத் தமிழில் ஒரு கருத்து நிலவுகிறது. அப்படிப்பட்டவர்கள் *ஸ்லம்டாக் மில்லியனரைப்* பார்க்க வேண்டும். அதிலும் முதல் காட்சியாக வரும் போலீஸ் ஸ்டேஷன் நிகழ்ச்சிகள் ஒன்று போதும். படத்தொகுப்பும் எப்படி இருக்க வேண்டும் என்பதற்கு இந்தக் காட்சி ஒரு சிறந்த உதாரணம். "நீ யார்? உன்னைப் பற்றிச் சொல்" என்று 'கோன் பனேகா க்ரோர்பதி' நிகழ்ச்சியின் தொகுப்பாளரான சினிமா நடிகர், ஜமாலைக் கேட்கிறார். கண்ணிமைக்கும் நேரத்தில் சடாரென்று நம் முகத்தில் அறை விழுகிறது. போலீஸ்காரர் ஸ்ரீனிவாஸ் ஜமாலின் முகத்தில் கொடுக்கும் அறை அது. ஒளிப்பதிவு, படத் தொகுப்பு, இசையமைப்பு என்ற மூன்று பிரிவுகளுக்காகவும் இந்தப் படம் நிச்சயம் ஆஸ்கார் பரிசை வெல்லும்.

இந்தியப் படங்களின் மற்றொரு பிரச்சினை, படத்தில் பாடல்கள் இடம் பெற்றே ஆக வேண்டும். அதனால் நல்ல படமாகவே இருந்தாலும் அதில் சம்பந்தமே இல்லாமல் பாடல்கள் புகுந்துவிடும். ஒரு படத்தில் பாடல் என்பது எப்படி இடம்பெற வேண்டும் என்பதை சினிமாக்காரர்கள் இந்தப் படத்தைப் பார்த்துப் பாடம் கற்றுக் கொள்ள வேண்டும்.

ஆறு வயது ஜமாலும், அவனுடைய அண்ணன் சலீமும் அவர்களுடைய சினேகிதர்களோடு விமான நிலையத்தின்

ஓடுதளத்தில் க்ரிக்கெட் விளையாடும் காட்சி இதற்கு ஒரு உதாரணம். போலீஸ் இந்தப் பொடியன்களைத் துரத்துகிறது. சுமார் ஐந்து நிமிடங்களுக்கு மேல் போகும் இந்தக் காட்சி 'சேஸிங்' காட்சிகளுக்கு ஒரு முன்னுதாரணமாக விளங்கும் என்று சொல்லலாம். இந்த ஒரு காட்சியிலேயே இயக்குனர் மும்பை நகர் சேரிகளின் மொத்த வாழ்க்கையையே காட்டிவிடுகிறார். பாடல், பின்னணி இசை, ஒளிப்பதிவு, படத் தொகுப்பு எல்லாமும் சேர்ந்துதான் இதை ஒரு உயிர்க் காட்சியாக நம் முன்னே நிறுத்துகிறது.

சாக்கடை, சாக்கடை என்று எங்கே திரும்பினாலும் சாக்கடை. ஓடைகளைப் போல் ஓடும் சாக்கடை. அதில் இடுப்பளவு ஆழத்தில் நின்று கொண்டு ப்ளாஸ்டிக் கவர்களைப் பொறுக்கிக்கொண்டிருக்கும் சிறுமி, தெருவோரத்தில் ஒருவனுக்கு சவரம் செய்துகொண்டிருக்கும் சவரத் தொழிலாளி, ஒரு குடிசையின் வாசலில் படுத்துக் கிடக்கும் கறுப்பு நாய் என்று பலவிதமான காட்சிகள் மாறுகின்றன. துரத்தி வரும் போலீஸுக்கு பழிப்பு காண்பித்துக்கொண்டே சந்து சந்தாகப் புகுந்து ஓடும் சிறுவர்கள். பின்னணியில் ரஹ்மானின் குரலில் பாடல். அடிக்கடி கேமரா மேலேயிருந்து பறவைப் பார்வையில் மும்பையின் சேரிகளைக் காண்பிக்கிறது. உடனே அதைத் தொடர்ந்து மலைமலையாகக் குவிந்து கிடக்கும் குப்பைப் போர்கள். அதிலிருந்து எதை எதையோ பொறுக்கிக்கொண்டிருக்கும் சிறுவர்கள். சிறுவர்களைத் துரத்திச் செல்லும் போலீஸ்காரர் ஒரு காரின் மீது முட்டப் பார்த்து "ஓ நீங்களா ஸாஹேப், மன்னியுங்கள்" என்று சல்யூட் அடிக்கிறார். அந்த ஆள் மும்பையின் தாதாக்களில் ஒருவர். மக்கள் இப்படி நாய்களுக்கும் மனிதர்களுக்கும் வேறுபாடு இல்லாமல் வாழ்ந்து கொண்டிருக்கும் போது அந்த தாதாவின் கார் எண்ணைக் காண்பிக்கிறது கேமரா. *கார் எண்: 3450. ஃபேன்ஸி நம்பர்.*

தொடர்ந்து வருகிறது டோபி காட் என்று சொல்லப்படும் வண்ணார் துறை. மும்பை தாராவியில் இதை நேரில் கண்டபோது நான் மிகப் பெரும் கலாச்சார அதிர்ச்சிக்கு ஆளானேன் என்றே சொல்ல வேண்டும். சாக்கடையில்தான் நூற்றுக்கணக்கான சலவைத் தொழிலாளிகள் துணிகளைத் துவைத்துக்கொண்டிருக்கிறார்கள். அங்கே துணி துவைத்துக் கொண்டிருக்கிறாள் ஜமாலின் அம்மா. அப்போது ஒரு

மதக்கலவரம் உருவாகிறது. கலவரக்காரர்கள் "முஸ்லீம்களைக் கொல்லு" என்று கத்திக்கொண்டே வருகிறார்கள்.

முஸ்லீம்களின் கடைகளுக்குத் தீ வைக்கப்படுகிறது. ஒரே அடியில் செத்து மிதக்கிறாள் ஜமாலின் அம்மா. ஜமாலும், சலீமும் தப்பி ஓடுகிறார்கள். ஒரு உருவம் உடல் பற்றி எரிந்தபடியே தெருவில் ஓடிக் கொண்டிருக்கிறது.

இதையெல்லாம் இந்தியத் தணிக்கைத் துறை அனுமதிக்குமா என்று தெரியவில்லை. அது ஒரு தனிப் பிரச்சினை.

படத்தில் வரும் மற்றொரு முக்கியமான கதை, பிச்சைக்காரர்களை வைத்து நடக்கும் தொழில். இப்படியெல்லாம் இந்தியாவில் நடக்கிறதா என்று சில வட இந்தியப் பத்திரிகைகளில் சில பேர் எழுதியிருந்ததைப் படித்தேன். மகப்பேறு மருத்துவமனையிலிருந்து இந்தக் கொடுமை துவங்குகிறது. அந்த மருத்துவமனைகளிலிருந்து குழந்தைகளைத் திருடிக்கொண்டு போய் கை கால்களை உடைத்து முடமாக்கியும், கண்களைக் குருடாக்கியும் ஒருசில வருடங்கள் வளர்த்து மூன்று வயதிலேயே அந்தக் குழந்தைகளை பிச்சை எடுக்க அனுப்பி விடுகிறார்கள். இது ஒரு பெரும் தொழிலாகவே இந்தியா முழுவதும் நடந்து கொண்டிருக்கிறது. கோடிக்கணக்கான பணம் இதில் புழங்குகிறது. க்ரோர்பதி நிகழ்ச்சியில் அடுத்த கேள்வி: 'தர்ஷன் தோ கன்ஷியாம்' என்ற பாடலைப் பாடியவர் யார்?

அ) சூர் தாஸ் ஆ) துள்சி தாஸ் இ) கபீர் ஈ) மீரா பாய்.

சிறுவர்களைப் பிச்சை எடுக்க வைத்துத் தொழில் செய்யும் ஒருவன் ஜமாலையும், சலீமையும் ஏமாற்றி அழைத்துக்கொண்டு போகிறான். அங்கே பல சிறுவர்கள் காணப்படுகிறார்கள். எல்லோரையும் நிறுத்தி 'தர்ஷன் தோ கன்ஷியாம்' என்ற பாடலைப் பாடச் சொல்கிறான் அவன். அர்விந்த் என்ற சிறுவனும், ஜமாலும் நன்றாகப் பாடுகிறார்கள். சலீமுக்குப் பாட வரவில்லை. கழுதைக் குரல் மாதிரி இருக்கிறது. எல்லோரும் சிரிக்கிறார்கள். அன்று இரவு அர்விந்துக்கு மயக்கம் வரச்செய்து, அவனுடைய கருவிழியில் கொதிக்கும் எண்ணெய் ஊற்றப்பட்டு இரண்டு கண்களும் குருடாக்கப்படுகின்றன. ஜமாலின் கண்களும் குருடாக்கப்பட இருக்கும் போது சலீமின் புத்திசாலித்தனத்தால் இருவரும் அங்கிருந்து தப்பிவிடுகின்றனர். அவர்களுடைய தோழி லத்திகா மட்டும் தப்ப முடியாமல் அங்கேயே மாட்டிக் கொள்கிறாள்.

பிறகு சில ஆண்டுகள் கழித்து லத்திகாவைத் தேடிக்கொண்டு சிறுவன் ஜமால் அந்தப் பகுதிக்கு வரும் போது அங்கே அவன் 'தர்ஷன் தோ கன்ஷியாம்' பாடலைக் கேட்கிறான். பாடுவது இரண்டு கண்களும் பறிபோன அர்விந்த். அப்போது அர்விந்த் ஜமாலிடம் சொல்கிறான்: 'நீ தப்பி விட்டாய்; என்னால் தப்ப முடியவில்லை. நமக்குள் அவ்வளவுதான் வித்தியாசம்.'

மேற்கத்திய சினிமாவில் எந்த அளவுக்கு உழைக்கிறார்கள் என்பதற்கு இந்தக் காட்சி ஒரு உதாரணம். ஒரு தேசத்தின் மிக அடிப்படையான முரண்பாட்டையே இந்த ஒரு காட்சியின் மூலம் விளக்கிவிட்டார் இயக்குனர். ஆனால் இந்தக் கதை விகாஸ் ஸ்வரூப் எழுதிய Q & A என்ற நாவலை அடிப்படையாகக் கொண்டது என்பதும் இங்கே குறிப்பிடப்பட வேண்டிய ஒன்று.

'தரிசனம் கொடு கன்ஷியாம்' என்ற அந்தப் பாடலைப் பாடியவர் சூர் தாஸ் என்று சரியான பதிலைச் சொல்கிறான் ஜமால்.

இந்தியாவின் சேரிகளைப் போல் உலகில் பல இடங்களில் இருக்கலாம். அங்கேயும் மக்கள் தெருநாய்களைப் போல் வாழலாம். ஆனால் அதற்கும் இந்தியாவுக்கும் உள்ள ஒரே வித்தியாசம், இங்கே மக்கள் தெருநாய்களைப் போல் வாழ்கிறார்கள் என்பதை நாம் உணர மறுக்கிறோம். கண்டும் காணாதது போல் முகத்தைத் திருப்பிக் கொள்கிறோம். ஆன்மீகம் என்ற போர்வையைப் போர்த்தி இந்த அசிங்கத்தை, அவலத்தை மறைக்கப் பார்க்கிறோம். இப்போது டானி பாயிலும், லவ்லீன் டண்டனும், அல்லா ரக்கா ரஹ்மானும் இதை மிக வலுவாகச் சொல்லியிருக்கிறார்கள்.

இந்தப் படத்தைப் பற்றிச் சொல்ல இன்னும் அதிகம் இருக்கிறது; ஆனால் படத்தைப் பார்த்த அடுத்த நாளே இதை எழுதுவதால் இப்போதைக்கு இவ்வளவு...

- கலா கௌமுதி

கலையும் தொழில்நுட்பமும்

இன்று காலை தொலைக்காட்சியில் ஆஸ்கர் பரிசு அறிவிப்புகளைக் கேட்டபடியே இதை எழுதிக்கொண்டிருக்கிறேன். ரஸுல் பூக்குட்டிக்கு சவுண்ட் மிக்ஸிங் என்ற பிரிவுக்காகக் கிடைத்தபோது கலா கௌமுதி ஆசிரியரிடமிருந்து போன் வந்தது. என்னால் பேச முடியவில்லை. உணர்ச்சி மிகுதியால் அழுதுகொண்டிருந்தேன் அப்போது. அந்தத் துறையில் ஆஸ்கர் பரிசை வெல்வது என்பது அவ்வளவு பெரிய விஷயம். உதாரணமாக, நான் கடவுளை எடுத்துக் கொண்டால் ஸ்லம்டாகை விட சிறந்த படமான அதில் பிச்சைக்காரர்கள் பேசிக்கொள்வதே புரியவில்லை. மிகச் சிறந்த திரையரங்கில் பார்த்த போதும் புரியவில்லை. ஆனால் ரஸூல் பூக்குட்டி ஸ்லம்டாகில் மும்பை நகரின் சப்தத்தை அச்சு அசலாக நமக்குக் கொடுத்திருக்கிறார். அந்தப் படத்தில் வரும் சேரிக்குழந்தைகளைப் போலவே சமூகத்தின் அடித்தளத்திலிருந்து வந்தவர் ரஸூல் பூக்குட்டி, தன்னுடைய திறமையின் மூலமாக மட்டுமே இவ்வளவு பெரிய உயரத்தை எட்டியிருக்கிறார் அவர். மேலும், வேறு எந்தத் துறையில் ஆஸ்கர் வெல்வதை விடவும் சவுண்ட் மிக்ஸிங் என்பதில் உலகத் தரத்தை எட்டுவதென்பது இந்தியர்கள் கொஞ்சமும் எதிர்பார்க்க முடியாத விஷயம்.

ஸ்லம்டாக் மில்லியனரில் மும்பை நகரமும் அதன் சேரியும்தான் முக்கியப் பாத்திரங்கள். அந்தப்

பாத்திரங்களின் ஆத்மாவை ஒலி மற்றும் ஒளியினால் மட்டுமே வெளிக்கொணர முடியும். அதில் ஒன்றைத்தான் ரசூல் பூக்குட்டி சாதித்திருக்கிறார். இவர் ஒருவரின் மூலம் - இவருக்குக் கிடைத்த அங்கீகாரத்தின் மூலம் - இந்தியப் படங்களில் இதுவரை குழப்பமாக இருந்த ஒலி வடிவம் அதன் எதார்த்தமான இடத்தைப் பெற்று விடும் என்று நம்பலாம்.

இதேபோல் படத்தொகுப்புக்காகவும் (க்ரைஸ் டிக்கன்ஸ்), ஒளிப்பதிவுக்காகவும் (ஆண்டனி டாட் மாண்டல்) ஸ்லம்டாக் ஆஸ்கர் பரிசை வென்றிருக்கிறது. இந்த இரண்டு துறைகளில் இந்தப் படம் ஆஸ்கர் வெல்லும் என்று மிகவும் எதிர்பார்த்தேன். காரணம், நம்முடைய திறமையான தொழில்நுட்பக் கலைஞர்கள் செல்ல வேண்டிய இடம் இது என்று உதாரணமாக விளங்கக்கூடிய அளவுக்கு இத்தொழில்நுட்பத்தில் சிறந்து விளங்குகிறது ஸ்லம்டாக். (நான் கடவுள் விமர்சனத்தில் ஒளிப்பதிவாளர் ஆர்தர் வில்ஸன் பற்றிக் குறிப்பிட்டிருப்பதைக் கவனியுங்கள். நான் கடவுள் போன்று வாழ்நாளில் ஓரிரு முறைகளே கிடைக்கக்கூடிய அரிய சந்தர்ப்பத்தைத் தவற விட்டுவிட்டார் ஆர்தர் வில்ஸன்).

சவுண்ட் மிக்ஸிங், படத் தொகுப்பு, ஒளிப்பதிவு தவிர திரைக்கதை (தழுவல்), இயக்கம், பாடல் (ஜெய் ஹோ), இசையமைப்பு மற்றும் சிறந்த திரைப்படம் ஆகியவற்றுக்காகவும் — ஆக மொத்தம் எட்டு ஆஸ்கர் பரிசுகளை வென்றிருக்கிறது ஸ்லம்டாக் மில்லியனர். இதில் எல்லோராலும் வெகுவாக எதிர்பார்க்கப்பட்டவர் அல்லா ரக்கா ரஹ்மான். காரணம், அவருடைய பெயர் மூன்று துறைகளில் ஆஸ்கருக்குப் பரிந்துரைக்கப்பட்டது. இசை மற்றும் இரண்டு பாடல்களுக்காக (ஓ சாயா, ஜெய் ஹோ). இதில் இரண்டு பரிசுகளை வென்றிருக்கிறார் ரஹ்மான்; சிறந்த இசைக்காகவும், ஜெய் ஹோ பாடலுக்காகவும்.

இங்கே நாம் ஏகப்பட்ட கேள்விகளைக் கேட்டுக்கொண்டு, கடுமையான சுய விமர்சனங்களையும் செய்து கொள்ள வேண்டியிருக்கிறது. உலக அளவில் திறமையானவர்கள் என்று தமிழர்களால் நம்பப்படும், கொண்டாடப்படும் பல தமிழ்க் கலைஞர்கள் ஏன் ஆஸ்கர் பக்கம் போக முடியவில்லை? ஏன் ரஹ்மான் மட்டும் ஒரே படத்தில் மூன்று ஆஸ்கருக்குப் பரிந்துரை செய்யப்பட்டு, இரண்டு ஆஸ்கரை வெல்ல முடிந்திருக்கிறது.

இந்தியாவில் ஆஸ்கர் பரிசு வென்ற முதல் இந்தியத் திரைக்கலைஞர் என்ற பட்டத்தோடு ஒரே சமயத்தில் இரண்டு ஆஸ்கரைப்

பெற்றவர் என்ற பெருமையையும் பெற்றிருக்கிறார் ரஹ்மான். (சத்யஜித் ரேவுக்குக் கிடைத்த வாழ்நாள் சாதனையாளர் ஆஸ்கர் பரிசை நாம் இங்கே கணக்கில் எடுத்துக்கொள்ளக் கூடாது). உலக அளவில் பெரும் எண்ணிக்கையில் சினிமா தயாரிப்பில் ஈடுபட்டிருக்கும் ஒரு தேசத்தில் ஏன் இதுவரை ஒருவரால் கூட ஆஸ்கர் பரிசை வெல்ல முடியவில்லை? இப்போது மட்டும் எப்படி ஒரே ஒரு மனிதர் ஒரே படத்திற்காக இரண்டு ஆஸ்கரை வெல்ல முடிந்தது? சவுண்டு மிக்ஸிங்கிலிருந்து சிறந்த திரைப்படம் என்பது வரை எட்டு ஆஸ்கரை எப்படி ஒரே படம் தட்டிச்செல்ல முடிந்தது? எப்படி இதெல்லாம் சாத்தியமாயிற்று?

Sensibility and Craftsmanship (கலைப்பார்வை, தொழில் நுட்பம்) என்ற இரண்டு விஷயங்களைக் காரணமாகச் சொல்லத் தோன்றுகிறது. கலை நோக்கில் சிறந்து விளங்கும் பல தமிழ்ப் படங்கள் தொழில்நுட்பத்தில் உலகத்தரத்தில் இருப்பதில்லை. திரைப்படம் என்பது ஒரு கூட்டு முயற்சி. இயக்குனரோடு கூடவே அவரது அலைவரிசையில் சிந்திக்கும் தொழில்நுட்பக் கலைஞர்களின் சக பங்களிப்பு இல்லாமல் இயக்குனர் ஒருவரே ஒரு சிறந்த படத்தைக் கொடுத்துவிட முடியாது. (நான் கடவுள் விமர்சனத்தில் இதுபற்றி விரிவாக விவாதித்திருக்கிறேன்).

இந்தியாவில் வேறு எந்தத் திரைக்கலைஞராலும் சாதிக்க முடியாத ஒன்றை அல்லா ரக்கா ரஹ்மான் சாதித்திருக்கிறார். ஒரே படத்தில் இரண்டு ஆஸ்கர். ஆனால் உண்மையில் ஆஸ்கர் போன்ற பரிசுகளுக்கெல்லாம் அப்பாற்பட்ட - அதையெல்லாம் தாண்டிய ஒரு இடத்துக்குச் சென்றுவிட்டார் ரஹ்மான். அவரை ஒரு living legend என்றே நான் கருதுகிறேன். இதற்கான ஆரம்பத்தை அவருடைய Pray for me, Brother என்ற பாடலிலும், ஜோதா அக்பர் படத்தில் அவர் பாடியுள்ள 'கரீப் நவாஸ்' என்ற பாடலிலும் நீங்கள் கண்டு கொள்ளலாம்.

ஆஸ்கர் விருதைப் பெற்றுக்கொண்டபோது "இந்த உலகம் இன்று இரண்டு விஷயங்களால் சூழப்பட்டுள்ளது; அவை, துவேஷம் மற்றும் அன்பு. நான் இரண்டாவதைத் தேர்ந்தெடுத்தேன்" என்றார் அல்லா ரக்கா ரஹ்மான். உலகில் ஒடுக்கப்பட்ட மக்களின் குரலையும், துயரத்தையும் தன் கலையின் மூலமாக வெளிப்படுத்திய எந்தக் கலைஞனும் இதுவரை தோற்றதில்லை.

ஸ்லம்டாக் மில்லியனரில் ரஹ்மான் அந்த அன்பைத் தனது முழு வீச்சில் கொடுத்திருக்கிறார். அதற்கான ஒரு சிறு அங்கீகாரம்தான் அவருக்குக் கிடைத்த இரண்டு ஆஸ்கர் பரிசுகளும்.

ஸ்லம்டாக் மில்லியனர் குழுவினருக்கும், ரசூல் பூக்குட்டிக்கும், அல்லா ரக்கா ரஹ்மானுக்கும் வாழ்த்துக்கள்.

கலா கௌமுதி
23.02.2009

'நான் கடவுள்' : ஒரு விளக்கம்

சாரு,

உங்களுடைய 'நான் கடவுள்' விமர்சனம் படித்தேன். பிச்சைப் பாத்திரம் ஏந்தி வந்தேன் என்ற பாடலை இளையராஜா பாடியதாக எழுதியிருந்தீர்கள். அது மது பாலகிருஷ்ணன் பாடியது. இளையராஜாவின் குரலில் கேட்க வேண்டுமானால் ராஜாவின் ரமணமாலையில் கேட்கலாம். இளையராஜாவின் குரல் மிகவும் தனித்துவமானது. அதை உங்களால் கண்டுபிடிக்க முடியாமல் போனது எனக்கு ஒரு பெரிய ஏமாற்றம்தான்.

ஒருவேளை இளையராஜாவின் இசையை நீங்கள் ஒரு பதற்ற நிலையோடுதான் அணுகுகிறீர்களோ என்று எனக்குத் தோன்றுகிறது.

அதே மாதிரி உங்களுக்கு போலீஸ் ஸ்டேஷன் காட்சி பிடித்து இருந்ததும் எனக்கு ஆச்சரியமாக இருந்தது. நீங்கள் கூறின அரசியல் பகடி அருமையாக இருந்தாலும் அந்தக் காட்சி படத்தோடு சுத்தமாக ஒட்டவே இல்லை. அது ஏதோ தனி ட்ராக் மாதிரி தோன்றிற்று.

ஜெயமோகன் வசனம் உங்களுக்குப் பிடித்திருந்தது என்று விமர்சனம் வருவதற்கு முன்பாகவே தெரிந்து போயிற்று. அதனால் அவரைப் பாராட்டி விட்டு, 'இனிமேல் அவர் சினிமாவுக்கு மட்டும் எழுதலாம்' என்று சொல்லி முடிப்பீர்கள் என்று நினைத்தேன். ஏமாற்றி விட்டீர்கள்.

ஞாநி ரசனை குறித்த உங்கள் கிண்டலை ரொம்பவே ரசித்தேன்.

ஸ்வேதா.

டியர் ஸ்வேதா,

இளையராஜாவின் குரல் அல்ல; மது பாலகிருஷ்ணனின் குரல் என்று எழுதியதற்கு நன்றி. என்னைப் பொறுத்தவரை ரெண்டுக்கும் வித்தியாசம் தெரியவில்லை. ரெண்டுமே ஒரே மாதிரி ரொமாண்டிக் இழுவையாகத்தான் இருந்தது. எனக்கு யேசுதாஸின் குரலும் பிடிக்காது. என்னவென்றே தெரியவில்லை; சின்ன வயதிலிருந்தே யேசுதாஸின் குரலைக் கேட்டால் எனக்கு வயிற்று வலி வந்துவிடும். இதை கேரளாவில் கூட பலமுறை சொல்லியிருக்கிறேன். கேரளாவில் எனக்குப் பிடித்த விஷயங்கள் ஆயிரம் உண்டு. அந்த நிலம், நீர், மழை, பெண்கள், தேங்காய், உணவு, கள், மத்தி மீன், உனக்கலரி என்று சொல்லப்படும் சிவப்பு அரிசி என்று ஏராளம், ஏராளம். இது ஒரு சொர்க்கமோ என்று சொக்க வைக்கும் அழகையும் லாகிரியையும் கொண்ட அந்தப் பூமியில் எனக்குப் பிடிக்காதது ஒன்று உண்டு என்றால் அது யேசுதாஸின் குரல்தான். போகட்டும்.

*உயிர்மை*யில் மது பாலகிருஷ்ணன் என்றே அச்சாகிவிட்டது. திருத்தம் செய்வதெல்லாம் அதன் ஆசிரியர். ஒருமுறை மோகன் சந்த் கரம்தாஸ் காந்தி என்று எழுதிவிட்டேன். அது அப்படியே அச்சிலும் வந்து தொலைத்துவிட்டது. அதேபோல், வங்காள முதல் மந்திரி புத்ததேவ் பட்டாச்சார்யாவின் பெயரை புத்ததேவ் தாஸ்குப்தா என்று எழுதிவிட்டேன். அப்படியே வந்துவிட்டது. புத்ததேவ் தாஸ்குப்தா ஒரு புகழ்பெற்ற வங்காளத் திரைப்பட இயக்குனர். அதன் பிறகு *உயிர்மை* ஆசிரியர் முழித்துக் கொண்டுவிட்டார். நான் குறிப்பிடும் பெயர்களை ஒன்றுக்கு இரண்டு முறை சரி பார்த்துவிட்டே அச்சுக்குக் கொடுக்கிறார்.

இளையராஜாவை உங்கள் கடிதத்தில் இசைஞானி என்று குறிப்பிட்டிருந்தீர்கள். நான் அதை நீக்கிவிட்டேன். இப்படி பட்டப் பெயர்களால் குறிப்பிட வேண்டுமானால் ஜெயலலிதாவையும் புரட்சித் தலைவி என்று குறிப்பிட வேண்டியிருக்கும். உங்களுக்குச் சம்மதமா? நமக்குப் பிடித்தவர்களை பட்டப்பெயர் கொண்டே குறிப்பிடுவோம் என்றால் அறிஞரிலிருந்து ஆரம்பித்து உலக நாயகன், கேப்டன், தளபதி, சேனாதிபதி என்று ஆயிரம்

ஆயிரம் தத்துவவாதிகளும், சிந்தனைச் சிற்பிகளும், படைத் தலைவர்களும், புரட்சி வீரர்களும், வீராங்கனைகளும், கவிச் சக்ரவர்த்திகளும், கவிச் சிற்றரசர்களும் தமிழ்நாட்டில் உண்டு. உண்மையில் தமிழ்நாடு அரசு கொடுக்கும் கலைமாமணி விருதுக்கும் இம்மாதிரி பட்டங்களுக்கும் எந்த வித்தியாசமும் இல்லை.

இளையராஜாவை இளையராஜா என்று பெயரை மட்டுமே டைட்டில் கார்டில் போடும் துணிச்சல் தமிழ் சினிமாவில் மணி ரத்னத்துக்கு மட்டுமே உண்டு. சென்ற ஆண்டு *தனம்* என்ற படம் துவக்கப்பட்ட போது பத்திரிகைகளில் ஒரு விளம்பரம் வந்தது. 'இசைஞானி இளையராஜா சுவாமிகளின் இசையில்' என்று.

அந்த விளம்பரத்தைப் பார்த்த போது 'ஏன்டா இந்த நாட்டில் வாழ்கிறோம்; இவ்வளவு பரந்த உலகத்தில் நாம் ஒரு ஆள் வாழ இடமா இல்லை?' என்று இந்த தேசத்தைவிட்டே வெளியேறி விடலாம் என்று தீவிரமாக யோசித்தேன். ஜெயலலிதா முதலமைச்சர் பதவியில் இருக்கும் போது அவரை கன்னி மேரி என்றெல்லாம் விளித்து போஸ்டர்கள் ஒட்டப்படுவது உண்டு. தமிழர்களின் மூளையின் செல் அமைப்பிலேயே ஏதோ ஒரு விபரீதம் இருக்க வேண்டும் என்று நினைக்கிறேன் ஸ்வேதா.

நான் *கடவுளில்* இளையராஜா பற்றிய என் விமர்சனத்தைப் பார்த்து விட்டு ஒரு நண்பர் என்னிடம் சொன்னார். அவர் ஒரு பிரபல திரைப்பட இயக்குனரும் கூட.

வின்னர் என்ற படத்தில் வடிவேல் ஒரு சண்டியர். வடிவேல் சண்டியராக வந்தால் எப்படி வருவார் என்று உங்களுக்குத் தெரியும்தானே? அவரை நிஜமான சண்டியர்கள் போட்டுப் பின்னி எடுத்து விடுகிறார்கள். உடம்பெல்லாம் காயம். ஆனால் அந்தச் சம்பவத்தை அவருடைய ஊரில் யாரும் பார்க்கவில்லை. படுகாயத்துடன் தன் இடத்துக்கு வருகிறார். எல்லோரும் அவரை அனுதாபத்தோடு விசாரிக்க, அவருடைய சீடன் ஒருவன் சொல்கிறான். "தலவரு என்னா அடி அடிச்சாரு தெரியுமா, அடிச்சவருக்கே இப்டியாப்பட்ட அடீன்னா அடி வாங்குனவன் கதியையெல்லாம் கொஞ்சம் யோசிச்சுப் பாருங்க."

"அந்த வடிவேலுவின் நிலையில்தான் எங்கள் மேஸ்ட்ரோவும் இருக்கிறார்" என்று வருத்தத்துடன் சொல்லி முடித்தார் அந்த நண்பர்.

இளையராஜாவின் குரல் தனித்துவமானதுதான். யார் இல்லை என்று சொன்னது? ஆனால் தனித்துவமான குரலை உடைய 200 பாடகர்களை இந்தியத் துணைக்கண்டத்தில் என்னால் சொல்ல முடியும். தமிழிலேயே ஒரு நூறு பேர் இருப்பார்கள். மதுரை சோமு, தியாகராஜ பாகவதர், பி.யு. சின்னப்பா, கே. பி. சுந்தராம்பாள், நாகூர் ஹனீஃபா, சி.எஸ். ஜெயராமன், கண்டசாலா, திருச்சி லோகநாதன், டி.ஆர். மகாலிங்கம், ஏ. எம். ராஜா, பானுமதி, பி.பி. ஸ்ரீனிவாஸ், ஏ.ஆர். ரஹ்மான், உஷா உதுப், சாதனா சர்கம், ஷுபா முத்கல், ஆர்.டி. பர்மன், அத்னான் சாமி இப்படி ஏராளம், ஏராளம். மலையாள ஜாஸி கிஃப்டின் குரல் யாருக்கு வரும்? அந்த பாகிஸ்தானி பாடகர் நுஸ்ரத் ஃபதே அலிகான் - இசைக் கடவுள்.

என்னால் இளையராஜாவின் தேர்ந்த பாடல்கள் என்று அவரே பாடிய ஐம்பது பாடல்களைச் சொல்ல முடியும். 'தென்றல் வந்து தீண்டும் போது என்ன வண்ணமோ?' என்ற பாடலும் அதில் ஒன்று. ஆனால் *நான் கடவுள்* விமர்சனத்தில் நான் சொல்லியது வேறு. அதை உங்களால் புரிந்துகொள்ள முடியாது. ஏன் என்று கடைசிப் பத்தியில் காண்க. மேலும், இளையராஜாவின் மிகச் சிறந்த பாடல்கள் அனைத்தும் சினிமா பற்றி எதுவுமே தெரியாத, படு சாதாரணமான ஆட்களுக்கு அவர் இசை அமைத்தபோதுதான் உருவானவை என்பதையும் நாம் கவனிக்க வேண்டும். உதாரணமாக, *கரகாட்டக்காரன்*, *ராஜ் கிரண்* படங்கள்.

ஸ்வேதா, நீங்கள் அனுப்பிய அருணகிரிநாதர் ஆல்பம் கேட்டேன். இதற்கும் என்னுடைய பதிலை கடைசிப் பத்தியில் பாருங்கள்.

இளையராஜாவின் இசையை பதற்றநிலையோடு அணுகுகிறேன் என்கிறீர்கள். உண்மைதான். அது மட்டும் அல்ல; எனக்குப் பிடிக்காத அத்தனை பேரையும் பதற்றத்தோடுதான் அணுகுவேன். அந்தப் பதற்றத்தைப் போக்கி என்னை சமநிலைப்படுத்துவது ஒரு கலைஞனின் வேலையே தவிர என்னுடையது அல்ல. உதாரணமாக, *கஸ்தூரி மான்* படத்துக்கு ஜெயமோகன் எழுதியிருந்த பாடாவதி வசனத்தைப் பார்த்து பயந்து, மிக மிகப் பதற்றத்தோடுதான் *நான் கடவுள்* படத்துக்கும் சென்றேன். அப்படிப்பட்ட என்னை அதன் வசனம் வசப்படுத்தித் தனக்குள் ஈர்த்துக்கொள்ளவில்லையா? கலை என்றால் அப்படித்தான் இருக்க வேண்டும். நான் கெட்ட எண்ணத்தோடுதான் வருவேன்.

உண்மையான கலைதான் என்னை மாற்றி எடுத்து அற்புதமான கலா அனுபவத்தைத் தர வேண்டும்.

போலீஸ் ஸ்டேஷன் காட்சி படத்தில் வரும் ஆதாரமான காட்சிகளில் ஒன்று. அங்கேதான் அம்சவல்லி தாண்டவனிடம் விற்கப்படுகிறாள்.

ஜெயமோகனைப் பற்றிய உங்கள் பகடி நியாயமானதல்ல; முதலில் அதற்கு உங்களுக்கு என்ன தகுதி இருக்கிறது என்று யோசித்துப் பாருங்கள். சுமார் 30 ஆண்டுகளாக எழுதி வருபவர் அவர். கிட்டத்தட்ட 50,000 பக்கங்கள் எழுதியிருப்பார். அவருடைய எழுத்து இந்துத்துவத்தை முன்வைக்கிறது; அவருடைய எழுத்து சுவாரசியமாக இல்லை; அவருடைய அறிதல் முறை 25 ஆண்டுகள் பின்தங்கி இருக்கிறது; அவர் செய்யும் இலக்கிய அரசியல் படு மோசமாகவும், ஆபாசமாகவும் இருக்கிறது; அவருக்குப் பகடியே வரவில்லை என்றெல்லாம் எனக்கு அவர் எழுத்தின் மீது எத்தனையோ விமர்சனம் உண்டு. ஆனால் அவரை எழுதக் கூடாது என்று சொல்ல நீங்களோ நானோ யார்? ஒரு எழுத்தாளனை உங்களைப் போன்ற வாசகிகள் இப்படியெல்லாம் அவமதிப்பதை நான் வன்மையாகக் கண்டிக்கிறேன்.

அவரிடம் போய் நீங்கள் "சாரு நிவேதிதா பற்றி உங்கள் அபிப்பிராயம் என்ன?" என்று கேட்டால் "தினமலரில் துணுக்குகளும், கிசுகிசுவும் எழுதும் ஒரு ஆள்" என்று பதில் சொல்வார். அவ்வாறே அவர் என்னைப் பற்றி 25 ஆண்டுகளாக பல கூட்டங்களில் பேசியும், எழுதியும் வந்துகொண்டிருக்கிறார். ஆனால் அதற்குப் பதிலாக அவரைப் பழி தீர்க்கும் விதத்தில் நானும் அவரைப் போலவே நடந்து கொள்ளுவேன் என்று நீங்கள் எதிர்பார்க்கக் கூடாது. இலக்கியம் என்பது என்ன தாதாக்களின் உலகமா?

சரி, இப்போது கடைசிப் பத்திக்கு வருகிறேன். நான் கடவுளில் எனக்கு மிகப் பிடித்தமான இடம் ஒன்று உண்டு. ருத்ரனின் அம்மா அவன் இருக்கும் குகை போன்ற இடத்துக்கு வந்து "வீடு வாசல் என்று இருக்கும் போது ஏன் இப்படிப் பிச்சைக்காரர்களோடு இருக்கிறாய்? உனக்கென்ன தலையெழுத்தா? உன் வீட்டுக்கு வா; உன் தங்கை ஆளாகி இருக்கிறாள்; உன்னைப் பத்து மாதம் சுமந்து பெற்றேனே; அதற்காகவாவது இரக்கம் காட்டக் கூடாதா?" என்று கேட்டு அழுகிறாள். அப்போது ருத்ரன் அவள் இருக்கும் பக்கமே திரும்பாமல் "ஐந்திரண்டு திங்களாய் அடக்கிநின்ற தூமையே

கையிரண்டு காலிரண்டு கண்ணிரண்டும் ஆனதே", "உடம்பாவது ஏதடி உயிராவது ஏதடி உடம்பினால் உயிரெடுத்த உண்மை ஞானி நானடி" என்ற இரண்டு சிவவாக்கியரின் பாடல்களைச் சொல்கிறான். இதன் பொருள் ருத்ரனின் அம்மாவுக்குப் புரிந்து போய் அவள் மனம் அமைதியாகிறது.

ஆனால் இதைக் கேட்டுக்கொண்டிருக்கும் அம்சவல்லிக்கு ருத்ரனின் செயல் வருத்தத்தை அளிக்கிறது. என்னதான் சாமி என்றாலும் பெற்ற தாயைக் கண்கலங்க வைக்கலாமா?

துணிச்சலை வரவழைத்துக்கொண்டு ருத்ரனிடம் சென்று "மாதா பிதா குரு தெய்வம் என்றுதானே பெரியவர்கள் சொல்லியிருக்கிறார்கள்; தெய்வத்தையும் விட மாதாவுக்குத்தானே முதலிடம் கொடுத்திருக்கிறார்கள்; அப்படிப்பட்ட அம்மாவை அழ விடலாமா? நல்ல விஷயத்தை யார் சொன்னாலும் கேட்டுக்கொள்ள வேண்டும்; அதனால் உடனே சென்று உங்கள் அம்மாவிடம் மன்னிப்புக் கேட்டுக்கொள்ளுங்கள்" என்று சொல்கிறாள். அப்போது காஞ்சா அடித்துக்கொண்டிருக்கும் ருத்ரன் தன் கையிலிருக்கும் கம்பினால் அவள் முதுகில் ஒன்று போடுகிறான். ஸ்வேதா, உங்கள் கடிதத்தைப் படித்தபோது உங்களையும் அந்த அம்சவல்லியின் இடத்திலேயே வைத்துப் பார்க்கத் தோன்றியது. நீங்கள் என்னுடைய எழுத்தை விரும்பிப் படிக்கும் வாசகி என்று அறிவேன். இருந்தாலும் மனதில் பட்டதை சொல்லிவிட்டேன். மன்னியுங்கள்.

05.03.2009

ஒரு சிபாரிசு

சமீபத்தில் நண்பர்களின் சிபாரிசின் பேரில் *தில்லி-6* என்ற படத்தைப் பார்த்தேன். கடந்த ஒரு வாரத்தில் மட்டும் நான்கு முறை பார்த்துவிட்டேன். கடைசி 20 நிமிடத்தை நீக்கிவிட்டால் இந்தப் படம் ஒரு அற்புதம். ரஹ்மானின் இதுவரையிலான படங்களில் இதுதான் உச்சபட்சம் என்று நினைக்கிறேன். வெறும் பாடல்களை வைத்து மட்டும் சொல்லவில்லை. பின்னணி இசையில் பெரும் சாதனை செய்திருக்கிறார் ரஹ்மான். இதில் வரும் மோலா என்ற கவ்வாலியும், 'மஸாக்களி' என்ற பாடலும் இந்திய இளைஞர்களை பைத்தியம் பிடிக்க வைத்திருக்கிறது. என்னையும்தான். பின்னணி இசை என்றால் என்ன என்று தெரிந்துகொள்வதற்கு இந்தப் படத்தை ஒரு முன்னுதாரணமாக வைத்துக்கொள்ளலாம்.

படம் மிகவும் மெதுவாக நகர்கிறது என்று சில பல நண்பர்கள் புகார் செய்தனர். தவறு. படத்தில் வரும் ஒரு வயதான இஸ்லாமியர் எல்லோரிடமும் ஒரு பொருளை பயபக்தியுடன் வழங்க, இந்து முஸ்லீம் என்ற பாகுபாடு இல்லாமல் எல்லோருமே அதை அதே பயபக்தியுடன் வாங்கி வாயில் போட்டுக்கொள்கிறார்களே, அது என்ன? படத்தில் ஏன் எல்லோரும் அடிக்கடி ஜிலேபி சாப்பிட்டுக் கொண்டிருக்கிறார்கள்? ஏன் அந்த போட்டோக்ராஃபர் பேச்சினிடையே பை காட் பை

காட் என்று சொல்லிக்கொண்டிருக்கிறான்? ஏன் எல்லோரும் பட்டம் விடுகிறார்கள்? ஒரு பட்டத்திற்காக ஏன் அந்த ரோஷன் (அபிஷேக் பச்சன்) உயிரையே பணயம் வைத்து அவ்வளவு மொட்டைமாடிச் சுவர்களிலும் குதித்துக் குதித்து ஓடுகிறான்? ஏன் படம் பூராவும் அந்த ராம லீலா நாடகமும், காலா பந்தர் (கருங்குரங்கு) பற்றிய தொலைக்காட்சி செய்திகளும் சினிமாத் திரையின் ஒரு ஓரத்தில் வராமல் முழுப் படுதாவிலும் வந்து கொண்டே இருக்கின்றன? அபிஷேக் திறந்த காரில் உட்கார்ந்து இருக்கும் போது அவர் முகத்தை ஒரு ஒட்டகம் இடிக்கிறதே, ஏன்? இவ்வளவையும் பார்வையாளர்கள் தெரிந்துகொள்ள முயற்சிக்க வேண்டும். தெரியாவிட்டால் வட இந்தியர்களிடம் கேட்டு விட்டு மீண்டும் பாருங்கள்.

உங்கள் ஒவ்வொருவரையும் இந்தப் படத்தைப் பார்க்கும்படி சிபாரிசு செய்கிறேன்.

05.03.2009

‘நான் கடவுள்’: விவாதம்

வணக்கம். உங்களின் கட்டுரைகளை மட்டுமே அதிகம் வாசித்திருந்த எனக்கு ஸீரோ டிகிரி வாசித்து முடித்ததும் உங்கள் மீதான மதிப்பு மேலும் பல மடங்கு உயர்ந்துவிட்டது. பல விஷயங்களில் உங்கள் கருத்துக்களோடு ஒத்துப்போகும் எனக்கு இளையராஜா பற்றிய கருத்துடன் ஒத்துப் போக முடியவில்லை. மன்னிக்கவும்.

மேலை நாடுகளில் ஒரு இசைக் கலைஞன் தன்னுடைய இசைத் திறமையை வெளிப்படுத்த திரைப்படத்தை மட்டுமே நம்பி இருப்பதில்லை. அவனுக்கு வேறு வழிகள் உள்ளன ஆனால் தமிழ்நாட்டில் - ஏன், இந்தியாவில் கூட -அப்படிப்பட்ட நிலைதான் உள்ளதா?

தமிழ்நாட்டில் ஒரு குக்கிராமத்தில் இருக்கும் ஒரு எளிய மனிதன் ஏதோ ஒரு சந்தர்ப்பத்தில் தன்னுள் ஒளிந்திருக்கும் இசைத் திறமையை வெளிக்கொண்டு வர விரும்பும் பொழுது அவன் என்ன செய்ய முடியும்? அந்த நாட்டில் உள்ள இசைச் சூழலில் மட்டுமே இயங்க முடியும். அவ்வாறு இயங்கும்போது, அந்தச் சூழலே அவனை விழுங்கிக்கொள்ளும் நிலையில், அவன் அதில் மட்டுமே ஆகச் சிறந்தவனாக ஆக முடிகிறது. அப்படிப்பட்ட சூழ்நிலையில் இருப்பவர்தான் இளையராஜா என்னும் மாபெரும் இசைக் கலைஞன்.

தமிழ்நாட்டில் இசை என்றால் திரை இசை மட்டும்தான் என்ற நிலை இல்லாமல் ஆல்பங்கள் மற்றும் மேடை இசை மேலை நாடுகளில் உள்ளது போல் காலம் காலமாக இருந்திருந்தால் இளையராஜா திரையிசையில்தான் இருந்திருப்பாரா? இளையராஜா ஒரு மாபெரும் இசைக் கலைஞன் மட்டுமே. அவருடைய இசையை சினிமாவில் எப்படிப் பயன்படுத்துவது, எவ்வளவு பயன்படுத்துவது போன்றவற்றை திரைப்படத்தின் இயக்குனர்தான் முடிவு செய்ய வேண்டுமேயொழிய இசைக் கலைஞன் அல்ல. மூன்று ஆண்டுகளாக 'நான் கடவுள்' என்ற திரைப்படத்தை எடுத்த பாலா, ஒவ்வொரு ஃபிரேமையும் பார்த்துப் பார்த்து செதுக்கிய பாலா ஏன் படத்திற்கு எதிராக துருத்திக்கொண்டிருக்கும் இசையை வெட்டிவிட நினைக்கவில்லை? ஏனென்றால் பாலாவே தான் ஒரு மசாலா படம் எடுக்கிறோமா அல்லது தீவிர சினிமா எடுக்கிறோமா என்ற ஒரு தெளிவில்லாத நிலையில்தான் இருந்திருக்கிறார். சரி, அகிரா குரசவா மற்றும் புனுவல் போன்றோரின் சினிமாக்களைப் போல் உலகத்தரத்தில் எடுக்கத் தெரிந்த பாலாவுக்கு ஏன் environment sound-ஐ மட்டும் பயன்படுத்த வேண்டும் என்ற எண்ணம் தோன்றவில்லை?

சரி, அதே இளையராஜா அகிரா குரசவாவின் படத்திற்கு இசை அமைத்திருந்தால் அகிரா குரசவா இளையராஜாவின் இசையை எப்படிப் பயன்படுத்தியிருப்பார்? அல்லா ரக்கா ரஹ்மான், ரஜினி (இங்கு ராமராஜன் ரஜினியாகிறார்) படங்களுக்கு எப்படி இசை அமைத்துள்ளார். சரி, அதென்ன ராமராஜனின் கரகாட்டகாரன்? கரகாட்டகாரனின் இயக்குனரின் பெயரை மறந்துவிட்டீர்களா? ஒரு சினிமாவிற்கு பாடல்கள் வேண்டாமென்று நினைக்கிறீர்களா? ஒரு சினிமாவின் பின்னணி இசை மற்றும் தவிர்க்க முடியாமல் பாடல் வேண்டாமென்றால் அதன் இசை அந்தத் திரைப்படத்தில் கதை நிகழும் பிராந்தியத்தின் வாத்தியக் கருவிகளின் இசை மட்டுமே பயன்படுத்தப்பட வேண்டும். அப்பொழுதுதான் படத்தின் தன்மை கெடாமல் இருக்கும்.

ஆஸ்கர் விருதுதான் சினிமாவிற்குத் தரப்படும் ஆகச் சிறந்த விருதா?

மரணம் ஒரு புதிர். அதைப் பார்த்து அஞ்சாதவர்கள் இந்த உலகத்தில் இருந்ததில்லையா? அவர்கள் அதை விருப்புடன் ஏற்றுக் கொள்ளவில்லையா? ஏன், மரணத்தை ரொமான்டிக்காக பார்க்கக் கூடாதா? காசியில் எரிக்கப்படும் பிணத்தின் ஆத்மா

இறைவனை அடையும் என்ற நம்பிக்கையினால் அதை ரொமான்டிக்காக இளையராஜா பார்த்திருக்கக் கூடாதா?

உங்களுக்குப் பிடிக்கவே பிடிக்காத இளையராஜாவின் இசையை உண்மையிலேயே நீங்கள் கேட்காமல் விட்டிருப்பீர்களேயானால் நீங்கள் ஒரு மிகச் சிறந்த இசை அனுபவத்தை தவற விட்டுள்ளீர்கள் என்பது என்னுடைய தாழ்மையான கருத்து.

அன்புடன்,
என்றென்றும் உங்கள் வாசகன்,

பெருமாள்
கரூர்.

டியர் பெருமாள்,

இவ்வளவு நீண்ட கடிதம் எழுதியதற்கு நன்றி. ஆனால் உங்களுக்கு என் மீதும் இளையராஜாவின் மீதும் உண்மையான அன்பு இருந்தால் இனிமேல் அவரைப் பற்றி எதுவும் எழுதாதீர்கள். ஏனென்றால், அவரைப் பற்றிய விமர்சனங்களை நான் மேலும் எழுதுவதற்கு அது வாய்ப்பளித்துவிடும். ஆக அவருக்கு நன்மை செய்வதாக நினைத்துக் கொண்டு தொந்தரவு செய்யாதீர்கள். அடுத்து, எனக்கும் இம்மாதிரி கடிதங்களால் வீணான மன உளைச்சலும், கஷ்டமும்தான் ஏற்படும். ஏனென்றால், அவரைப் பற்றி எழுதுபவர்கள் மீது வழக்குத் தொடுக்கும் வழக்கம் உடையவர் இளையராஜா.

புதுச்சேரி பல்கலைக்கழகத்தில் பணியாற்றும் டாக்டர் கே.ஏ. குணசேகரன் இளையராஜா பற்றி ஒரு புத்தகம் எழுதினார். அந்தப் புத்தகம் கருணாநிதியின் தொண்டர்கள் கருணாநிதி பற்றி எழுதும் புத்தகத்துக்கு ஒப்பானது. (ஜெயலலிதாவின் தொண்டர்கள் இன்னும் புத்தகம் எழுதும் அளவுக்கெல்லாம் வளரவில்லை). அந்தப் புத்தகத்தில் கே.ஏ. குணசேகரன் இளையராஜாவின் பூர்வீகத்தைப் பற்றி எழுதும் போது அவர் ஒரு ஏழை தலித் குடும்பத்தைச் சேர்ந்தவர் என்று எழுதிவிட்டார். உடனே இளையராஜா குணசேகரன் மீது "என் ஜாதியைச் சொல்லிவிட்டார்" என்று கேஸ் போட்டுவிட்டார். கே.ஏ. குணசேகரனும் ஒரு தலித்தான்; கம்யூனிஸ்ட் வட்டாரத்தில் பிரபலமான ஒரு மக்கள் பாடகர்.

அப்படிப்பட்ட இளையராஜா பற்றி நான் எழுத நேரும் போதெல்லாம் பயந்துகொண்டேதான் எழுத

வேண்டியிருக்கிறது. ஏனென்றால், இந்த கோர்ட், வழக்கு போன்ற விவகாரங்களுக்கெல்லாம் என்னிடம் நேரமோ பணமோ கிடையாது.

எனவே என் மீது அன்பு கொண்டவர்கள் தயவுசெய்து இளையராஜாவைப் பற்றி மேலும் மேலும் எழுதி என்னை வம்பில் மாட்டி விடாதீர்கள்.

இப்போது உங்கள் கடிதத்துக்கு வருகிறேன். ஆந்திரப் பிரதேசத்தில் கத்தார் என்ற இசைக் கலைஞர் இருக்கிறார். ஆந்திரப் பிரதேசமே அவரது பாடல்களுக்கு அடிமை. தெரு மூலையில் நின்றுதான் பாடுவார். சினிமாக்காரனைக் கண்டால் தன் கையில் உள்ள லத்தியினால் ஒரே போடு. தண்டுவடம் உடைந்துவிடும். நக்ஸல்பாரி இயக்கத்தைச் சேர்ந்தவர். அவர் பாடுவதைக் கேட்டால் நீங்கள் அவருக்கு அடிமையாகிவிடுவீர்கள். ஆந்திராவில் திடீர் திடீரென்று நக்ஸல் தலைவர்களைக் கைது செய்வார்கள். அப்போதுகூட கத்தாரை விட்டுவிடுவார்கள். ஏனென்றால், அவரைக் கைது செய்தால் ஆந்திராவில் உள்நாட்டுப் போர் மூளும்.

அவர் ஒருமுறை - 20 ஆண்டுகள் இருக்கும் என்று நினைக்கிறேன் - சென்னைக்கு வந்தார். அப்போது கருணாநிதியோ ஜெயலலிதாவோ யாரோ ஒரு மகாத்மாவின் ஆட்சிதான் நடந்துகொண்டிருந்தது. கத்தார் மேடையிலே பாடுகிறார். லட்சம் பேர் திரண்டிருக்கிறார்கள். அப்போது அவர் பாடிக்கொண்டிருக்கும்போது இடையில் நிறுத்தி “இங்கே யாரோ தேவாரம் என்ற பெயர் கொண்ட ஒரு போலீஸ் அதிகாரி இருக்கிறாராமே; அவர் தர்மபுரியில் உள்ள இளைஞர்களையெல்லாம் நக்ஸல்பாரிகள் என்று சொல்லி கைது செய்கிறாராமே; அவருக்கு தில் இருந்தால் என்னை இங்கே இப்போது கைது செய்வாரா?” என்று கேட்டார்.

அவர் இவ்வளவு நாகரீகமான மொழியைப் பயன்படுத்தவில்லை. ஒருமையில் பேசினார். டா போட்டுப் பேசினார். அப்போது தேவாரம் என்றால் எல்லோருக்குமே பயம். அந்தக் காலகட்டத்தில் அப்படிப் பேசினார். போலீஸ் அவரை எதுவுமே செய்யவில்லை. செய்திருந்தால்? விளைவை தமிழ்நாட்டு அரசியல்வாதிகள் தாங்க மாட்டார்கள் என்பது போலீஸுக்குத் தெரியும்.

அப்பேர்ப்பட்ட மக்கள் கலைஞனான கத்தாரைப் பற்றி உங்கள் இளையராஜா என்ன சொன்னார் தெரியுமா?

"குப்பை."

அப்படியானால் இளையராஜாவுக்கு இசை கற்பித்த அவரது அண்ணன் பாவலர் வரதராசன் யார்? அவரும் கம்யூனிஸ்ட் கட்சியில் கத்தாரைப் போல் பாடிக்கொண்டிருந்தவர்தானே?

வேண்டாம் பெருமாள். தயவுசெய்து என்னை விட்டுவிடுங்கள். இதுபோல் ஒரு ஐம்பது பக்கங்கள் உள்ளன. அவ்வளவையும் எழுதினால் எனக்கே நல்லதல்ல.

ரஹ்மான் பற்றிக் குறிப்பிட்டிருந்தீர்கள். ஸ்லம்டாக் மில்லியனரின் கதை கூட ரஜினி படம் மாதிரிதான். ஒரு படத்தில் ஏழை ரஜினி கோடீஸ்வரர் ஆவாரே? (ஒரு படத்தில் மட்டுமா ஆகிறார்?) அதே போன்ற கதையமைப்பு கொண்டதுதான் ஸ்லம்டாக். அதை எடுத்த விதம்தான் அத்திரைப்படத்தை ஆஸ்கர் அளவுக்குக் கொண்டு சென்றது.

அகிரா குரஸவாவுக்கு இளையராஜா இசை அமைத்திருந்தால் முதல் நாளே "நீங்கள் இந்தியா திரும்பலாம்" என்று கைகூப்பியிருப்பார். ஏனென்றால், ஜப்பானிய சினிமாவுக்கு குரஸவாவை அறிமுகப்படுத்தியது இளையராஜா அல்ல என்பதால். (நான் என்ன சொல்ல வருகிறேன் என்று புரிகிறதா?)

உங்களுடைய மற்ற எல்லாக் கேள்விகளுக்கும் நான் கடவுளுக்கு நான் எழுதியுள்ள விமர்சனத்திலேயே பதில் உள்ளது. ஊன்றிப் படிக்கவும்.

சாரு
6.3.2009

அன்புள்ள சாரு,

வணக்கம். 'நான் கடவுள்' பார்ப்பதற்கு இருந்த ஆவலை விட அதற்கு நீங்கள் எழுதப்போகும் விமர்சனம் எப்படி இருக்கும் என்று அறிவதில் ஆவல் மிகுந்து இருந்தது. ஞாநியைப் படித்த பிறகு பார்த்ததால் பாலாவின் மீது ஒரு எரிச்சலே ஏற்பட்டது. படமும் பெரிதாக ரசிக்கவில்லை. ஆனால் முழுமனதாக நிராகரிக்கவும் முடியாமல் ஏதோ நெருடல் ஏற்பட்டது. என்ன என்று அப்போது தெரியவில்லை. ஆனல் உங்கள் விமர்சனம் படித்த பிறகே அதுவரை தெரியாத ஒரு கேள்விக்கு விடையும், தெளிவும் கிடைத்தது.

வசனம் ஜெயமோகன் என்பதால் ஒருதலைப்பட்சமான சாடல் இருக்கும் என்று எதிர்பார்த்தேன் ஆனால் மிகவும் அருமையாக விமர்சனம் செய்து இருக்கிறீர்கள். உங்கள் விமர்சனம் கண்ட பிறகு மீண்டும் ஒரு முறை 'நான் கடவுள்' பார்க்கவேண்டும் போல் இருக்கிறது. நன்றி சாரு.

அன்புடன்

K. **குப்பன்,**
சிங்கப்பூர்.

இதுபோல் ஒரு நூறு கடிதங்கள் வந்துள்ளன. அதனால் இதுபற்றி மேலும் கொஞ்சம் எழுத வேண்டும் என்று தோன்றியது. இதுவரை நான் *மொழி, பருத்தி வீரன், சுப்ரமணியபுரம்* என்று பல திரைப்படங்களைப் பற்றி சிலாகித்து எழுதியிருக்கிறேன். அதிலும் *சீனி கம், த லாஸ்ட் லியர்* என்ற இரண்டும் என் மனதைக் கொள்ளை கொண்ட படங்கள். அதிலும் குறிப்பாக *லாஸ்ட் லியர்* என் வாழ்நாளில் மறக்க முடியாதது. (காரணம் உங்களுக்குத் தெரியும்). அப்படிப்பட்ட என்னுடைய விமர்சனக் கட்டுரைகளுக்குக் கிடைக்காத வரவேற்பு *நான் கடவுள்* விமர்சனத்துக்கு மட்டும் கிடைக்கக் காரணம் என்ன என்று நிறையவே யோசித்தேன்.

பல நண்பர்கள் போன் செய்து உணர்ச்சிவசப்பட்ட நிலையில் பேசினார்கள். சிலர் போனிலேயே அழுதார்கள். 'இந்தப் பாராட்டுக்கெல்லாம் உரியவர் பாலாதானே, நான் அல்லவே?' என்று ஒருக்கணம் மிரட்சி அடைந்தேன்.

பிறகு யோசித்தபோதுதான் ஒரு விஷயம் தெளிவானது. அதைத்தான் குப்பன் தன் கடிதத்தில் எழுதியிருக்கிறார். பார்வையாளர்களுக்கு *நான் கடவுள்* படத்தை எப்படி எதிர்கொள்வது என்று புரியவில்லை. ஏனென்றால் அவர்கள் இதுபோன்ற ஒரு படத்தைத் தங்கள் வாழ்நாளில் பார்த்ததில்லை. திரைப்படம் சார்ந்த அவர்களுடைய எந்தவித ரசனை அனுபவத்துக்குள்ளும் இந்தப் படம் அடங்கவில்லை. ஆக, இந்தப் படத்தைப் பாராட்டுவதா, நிராகரிப்பதா? அவர்களுக்குப் புரியவில்லை. அப்போதுதான் கலாச்சார தாலிபானின் நிலையில் நின்று ஞாநி இந்தப் படத்தை ஒரே வார்த்தையில் திட்டினார். இந்தப் படத்திற்கு வெகுஜன அளவில் எதிர்மறையான ஒரு விமர்சனம் உருவாகி இருக்குமானால் அதற்கு ஞாநியின்

அந்த ஒற்றைவரி விமர்சனமும் காரணமாக இருக்கும். இப்படிப்பட்டவர்களின் விமர்சனம் பல லட்சம் பேரைச் சென்றடைவதும், என்னுடைய விமர்சனம் சில ஆயிரம் பேரால் வாசிக்கப்படுவதும் தமிழ்ச் சமூகத்தின் துரதிர்ஷ்டங்களுள் ஒன்று.

இதுபோன்ற காரணங்களால் *நான் கடவுள்* கேரளத்தில் நல்ல வரவேற்பை அடைந்திருப்பதாகத் தெரிகிறது. இதுபற்றிய என்னுடைய விமர்சனம் அங்கே உள்ள மலையாள சினிமா சூழலையே சற்று மாற்றியமைக்கும் என்றுகூட என்னுடைய மலையாள நண்பர்களிடமிருந்து தெரிந்து கொண்டேன். அந்த அளவுக்கு அந்தப் படமும், அது பற்றிய என்னுடைய விமர்சனமும் அங்கே விவாதிக்கப்பட்டது.

அவந்திகா சினிமாவோ, தொலைக்காட்சியோ பார்ப்பதில்லை. அதெல்லாம் அசிங்கம் என்று நினைப்பவள். (கைத்தொலைபேசியும் அந்தப்பட்டியலில் அடங்கும்). அப்படிப்பட்டவள் என்னுடைய விமர்சனத்தைப் படித்துவிட்டு *நான் கடவுள்* பார்க்க வேண்டும் என்றாள்.

"ஐயோ" என்று கத்திவிட்டேன்.

"வேண்டவே வேண்டாம் இந்தப் பரிசோதனை" என்று எச்சரித்தேன். பிடிவாதமாகப் பார்க்க வேண்டும் என்றாள்.

பார்த்து விட்டு "இது ஒரு அற்புதமான படம்" என்றாள்.

நான் கடவுளின் கதை என்ன?

ங்கோத்தா கடவுள்.

இப்படி ஒரு செய்தியைச் சொல்லும் படத்தை, கடவுள் பற்றியே எந்நேரமும் சிந்தித்துக்கொண்டிருக்கும் ஒரு பெண்ணுக்கு எப்படிப் பிடித்துப் போனது?

அதுதான் கலையின் சூட்சுமம். அதனால்தான் பாலாவை கலைஞன் என்று போற்றினேன்.

"இவ்வளவு துல்லியமாக எழுதியிருக்கிறாரே" என்று பாலா என்னுடைய விமர்சனத்தைப் பாராட்டியதாக அறிந்தேன். துல்லியத்தின் காரணம், படத்தை ஒரே வாரத்தில் ஏழெட்டு

தடவை பார்த்ததுதான். கிட்டத்தட்ட ஒவ்வொரு ஃப்ரேமும், வசனமும் எனக்கு மனப்பாடமே ஆகிவிட்டது.

சரி, பாலாவுக்கு ஒரு அன்பு வேண்டுகோள்: அவர் லாஸ்ட் லியர் மாதிரி ஒரு ஜாலியான லவ் ஸ்டோரியை எடுத்தால் என்ன?

சாரு.

09.03.09

டியர் சாரு,

வணக்கம்.

ஒரு திரைப்படத்திற்கு ஆறு பக்கங்கள் வரும் அளவு கலா கௌமுதியில் விமர்சனம் எழுதி இருக்கிறீர்கள் என்பதிலிருந்தே அது ஒரு முக்கியமான படமாகத்தான் இருக்க வேண்டும் என்பதைப் புரிந்து கொண்டேன் - எனக்கு மலையாளம் வாசிக்கத் தெரியாது என்றபோதிலும்.

அலெஹாந்த்ரோ ஹோடரோவ்ஸ்கியின் (Alejandro Jodorowsky) எல் தோப்போவை (El Topo) கொண்டாடிய உங்களுக்கு 'நான் கடவுள்' பிடித்திருக்கவே செய்யும் என்பது என் அனுமானமாக இருந்தது. ஆகையால் நீங்கள் இந்தப் படத்திற்கு எதிர்மறை விமர்சனம் செய்து இருந்தால் உங்கள் எழுத்தை இனி படிக்கவே கூடாது என முடிவு எடுத்திருந்தேன்.

ஆனால் விமர்சனத்தில் நீங்கள் பாலாவைக் கொண்டாடி இருப்பது உங்களுடைய கலாரசனையின் விருப்பு வெறுப்பற்ற தன்மையையே காட்டுகிறது; பாலாவைப் போலவே உங்கள் விமர்சனமும் முகத்தில் அடித்தாற்போல் உங்கள் நிலைப்பாட்டை அனைவருக்கும் புரிய வைத்திருக்கும்; மற்றும் சக படைப்பாளியை மதிப்பது உண்மையில் போற்றுதலுக்கு உரியது.

இங்கே கால் மணி நேரத்துக்கும் மேலாக 'நான் கடவுள்' படத்தை 'அதிக அளவு வன்முறை' என்று பிரிட்டிஷ் தணிக்கைத் துறையில் வெட்டி விட்டார்கள் (12A கொடுத்து). இது விநியோகிப்பாளரின் தவறாகத்தான் இருக்க வேண்டும். அதனால் படத்தை முழுதாகப் பார்க்கும் வாய்ப்பு கிட்டவில்லை. பார்த்த வரையில் என்னைப் புரட்டிப் போட்டுவிட்டது என்றே சொல்ல வேண்டும்.

நீங்கள் கூறியிருப்பது போல் பாலா உண்மையில் ஒரு கலைஞன்தான். ஜாலி படம் எடுக்க நிறைய பேர் இருக்கிறார்கள்;

இதைப் போல் எடுக்க பாலா மட்டுமே இருக்கிறார். விட்டுவிடுங்கள் அவரை.

பசுபதி,
இங்கிலாந்து

டியர் பசுபதி,

"நான் கடவுள் படத்திற்கு எதிர்மறையான விமர்சனம் எழுதியிருந்தால் இனிமேல் உங்களுடைய எழுத்தைப் படிக்கவே கூடாது என்று முடிவு செய்திருந்தேன்" என்ற உங்களுடைய வாசகத்தை நான் பெரிதும் ரசித்தேன். அப்படி ஒருவேளை நான் எதிர்மறை விமர்சனம் செய்திருந்து அப்படி ஒரு முடிவை நீங்கள் எடுத்திருந்தால் அதை முதலில் வரவேற்பவன் நானாகத்தான் இருந்திருப்பேன்; ஏனென்றால், எழுத்து எப்படி எனக்கு ஒரு passion -ஓ அதேபோல் வாசிப்பதும் ஒருவருடைய passion ஆக இருக்க வேண்டும் என்று கருதுபவன் நான்.

அடுத்து, பிரிட்டிஷ் தணிக்கை *நான் கடவுள்*-ஐ 15 நிமிட அளவுக்கு வெட்டிவிட்டது பற்றி: இங்கேயும் அரை மணி நேரத்துக்கும் மேல் கத்தரி போட்டிருப்பார்கள் போல் தெரிகிறது. கிறிஸ்தவ தேவாலயத்தில் தஞ்சமடையும் அம்சவல்லி பின்னர் அடுத்த காட்சியில் தாண்டவனிடம் அடி வாங்கிக்கொண்டிருக்கிறாள். அது மட்டுமல்லாமல், தேவாலயத்தில் கற்பிக்கப்பட்ட வசனத்தையும் சொல்லி அடி வாங்குகிறாள். (தாண்டவனின் அடி தாங்க முடியாமல் இயேசு கிறிஸ்துவைப் பிரார்த்திப்பதாக நினைத்து 'எங்களை நாய்களும் நரிகளும் சூழ்ந்து கொண்டிருக்கின்றன' என்ற பைபிள் வசனத்தை அவள் சொல்ல, "என்னை நாய் என்றா சொன்னாய்?" என்று கேட்டு மேலும் அடிக்கிறான் தாண்டவன். ப்ளாக் ஹ்யூமரின் உச்சக்கட்ட வெளிப்பாடு இது. தேவாலயத்தில் தஞ்சமடைந்தவள் எப்படி தாண்டவனிடம் வந்தாள்? படத்தில் விளக்கம் இல்லை. தணிக்கைத்துறையின் கத்தரியாகத்தான் இருக்க வேண்டும். தேவாலயத்தின் சகோதரிகளால் அவள் காட்டிக் கொடுக்கப்பட்டாள் என்றே நாம் புரிந்து கொள்ள வேண்டியிருக்கிறது. (ஆனால் பாலாவுக்கு நல்லதுதான், இதை ஒரு இந்துத்துவப் படம் என்று சொல்லி உளறிக்கொண்டிருப்பவர்களின் வாய்க்கு அவல் கிடைத்தாற்போல் இருந்திருக்கும்).

இதுவும் தவிர, படத்தின் சில முக்கியமான வசனங்களும் நீக்கப்பட்டு வெறும் 'பீய்ங் பீய்ங்' என்ற தணிக்கைத் துறையினரின் அபான வாயு சப்தம்தான் நம் செவிகளில் விழுகிறது. சினிமா

பற்றி எதுவுமே தெரியாத அசடுகளை தணிக்கைத் துறையில் போட்டால் இப்படித்தான் நடக்கும்.

நீலப் படங்களை ஒத்த நடன அசைவுகளும், வசனங்களும் நிறைந்த மசாலா படங்களைத் தணிக்கை செய்யும் போது மட்டும் இவர்கள் என்ன புடுங்கப் போய்விடுவார்களா? இன்றைய சினிமாவை யாராவது குடும்பத்தோடு சென்று பார்க்க முடியுமா?

சரி பசுபதி, நான் வேறோர் விஷயத்துக்கு வருகிறேன். பிரிட்டிஷ் தணிக்கைத்துறை *நான் கடவுளில்* 15 நிமிடம் வெட்டிவிட்டது என்றால், இதை விட பயங்கரமான வன்முறையும், செக்ஸ் காட்சிகளும் கொண்ட மற்ற சீரியஸான ஐரோப்பியப் படங்களை அங்கே எப்படி அனுமதிக்கிறார்கள்? உதாரணமாக, ஃப்ரெஞ்ச் இயக்குனரான கேதரீன் ப்ரேயாவின் (Catherine Breillat) படங்களை இங்கிலாந்தில் எப்படி அனுமதிக்கிறார்கள்? குறிப்பாக அவரது *ரொமான்ஸ்* என்ற படத்தின் கதாநாயகி ஒரு ஆடவனிடம் தன்னை ஸாடோ-மஸாக்கிஸ வழியில் திருப்திப்படுத்துமாறு கேட்கிறாள். அவன் அவளை நிர்வாண மாக்கி நாலாவிதமான எஸ் அண்ட் எம் கருவிகளால் பிணைத்து அவளுடைய பிறப்புறுப்பில் தனது விரலை நுழைத்து அவளுக்கு ஆர்கஸம் வரச் செய்வான். 15-20 நிமிடம் நீளும் காட்சி இது. அமெரிக்காவில் தடை செய்யப்பட்ட இந்தப் படம் இங்கிலாந்தில் அனுமதிக்கப்பட்டுள்ளது.

இந்தச் சலுகை *நான் கடவுளுக்கு* ஏன் கிடைக்கவில்லை?

அப்புறம் அந்த 'ஜாலி' என்ற வார்த்தைப் பிரயோகத்தைப் பற்றி. அப்படி ஒரு வார்த்தையை எந்த விளக்கமும் இல்லாமல் போகிறபோக்கில் பயன்படுத்திவிட்டதற்காக வருந்துகிறேன். நான் சொல்ல வந்தது இதுதான்:

சீரியஸான படம் எடுப்பது எவ்வளவு சிரமமோ அவ்வளவு சிரமமானதுதான் ஜாலி படம் எடுப்பதும். நான் ஜாலி படம் என்று குறிப்பிட்டது ரஜினி, விஜய் படங்களை அல்ல.

மொழி போன்ற படத்தையே அப்படிக் குறிப்பிட்டேன். ஆனால் அந்தப் படத்திற்கு மிகச் சிறப்பாக வசனம் எழுதிய விஜி இயக்கிய *வெள்ளித் திரை* எப்படி ஒரு குப்பையாக ஆனது பாருங்கள். அதே போல் *மொழியை* இயக்கிய ராதா மோகனின் *அபியும்*

நானும் ஒரு சாதாரண செண்டிமெண்டல் ட்ராமா.

த லாஸ்ட் லியரை நான் ஜாலியான படம் என்று கூறியதன் காரணம், அதில் இருந்த இளமைத் தன்மை. அந்த 70 வயதான ஹரிஷ் மிஷ்ரா (ஹாரி) என்ற நாடக நடிகனுக்கும் (அமிதாப் பச்சன்) 20 வயதான ஷப்னம் என்ற சினிமா நடிகைக்கும் (ப்ரீத்தி ஸிந்த்தா) ஏற்படும் நட்பும், பின்னர் அது காதலாக மலர்வதும் உண்மையில் அற்புதமான ஒரு துயர காவியம்தான். அது காதல் தான் என்று நாம் உணரும்போது படம் முடிந்துவிடுகிறது. ஆனால் அந்தப் படத்தில்தான் எப்படி ஒரு இளமைத் துள்ளல்!

ஹாரியைத் தவிர படத்தில் வரும் மற்ற கதாபாத்திரங்களான ஹாரியின் மனைவி, ஹாரியின் நர்ஸ், திரைப்பட இயக்குனர், ஹாரியை பேட்டி காண வரும் பத்திரிகையாளன், ஒரு சில காட்சிகளிலேயே வந்துபோகும் ஷப்னத்தின் கணவன் என்று அத்தனை பேரும் இளைஞர்கள். ஆனால் வாழ்க்கையை அனுபவிக்கும் பாங்கில் இவர்கள்தான் கிழட்டுத்தன்மை கொண்டவர்களாகவும், உண்மையிலேயே கிழவனான ஹாரி இளைஞனாகவும் திகழ்வதையே நான் ஜாலி என்ற சாதாரண வார்த்தையில் குறிப்பிட்டுவிட்டேன். ஷேக்ஸ்பியரின் கதாபாத்திரத்தின் பெயரே தெரியாமல் ஹாரியிடம் பேட்டி எடுக்க வந்த பத்திரிகையாளனை ஹாரி அடித்துத் துரத்துவது; எல்லோருடைய வீட்டிலும் இருப்பது போன்ற அழைப்பு மணியை நீக்கிவிட்டு (என்ன ஒரு கற்பனைத் திறன் இல்லாத மக்கள்!) மாடியில் இருக்கும் தன்னுடைய வீட்டிலிருந்து கயிறு கட்டிக் கீழே தொங்க விட்டு அதை இழுத்தால் மேலே சப்தம் கேட்பது போன்ற ஏற்பாட்டைச் செய்வது; வீட்டுக்கு வெளியே சிறிய கேமரா ஒன்றைப் பொருத்தி அதைத் தன்னுடைய வரவேற்பறையில் உள்ள தொலைக்காட்சிப் பெட்டியோடு பொருத்தி வைத்து வெளி உலகத்தையும், தெருவோரக் காட்சிகளையும் பார்த்து ரசிப்பது என்று ஹாரியின் ரகளைக்கு எத்தனையோ உதாரணங்களைச் சொல்லலாம்.

ஹாரியின் வீட்டு வாசலில் ஒருவன் ஒன்றுக்குப் போவது தெரிந்ததும் ஹாரி ஓடிப் போய் அவனை விரட்டும் காட்சியில் தியேட்டரே அதிரும். மற்றொரு காட்சியில் ஹாரி தன்னுடைய தொலைக்காட்சிப் பெட்டியில் தெருவோரக் காட்சிகளை வேடிக்கை பார்த்துக் கொண்டிருக்கும்போது ஒரு இளைஞன் அவர் வீட்டு வாசலில் தன் காரை நிறுத்தி விட்டு சும்மாவே நின்று கொண்டிருப்பான். ஹாரி தன்னுடைய அறையை விட்டு

வெளியே வந்து எட்டிப் பார்த்து “என்னப்பா தம்பி; காதலிக்காகக் காத்திருக்கிறாயா? போயும் போயும் இந்த இடம்தானா கிடைத்தது?” என்று கேட்கும்போதும் தியேட்டர் அதிர்ந்தது.

இதற்குக் காரணம், இந்தப் படத்தின் இயக்குனர் ரிதுபர்னோ கோஷ். “இரண்டு கதாபாத்திரங்களுக்கு இடையே நடக்கும் சாதாரண உரையாடலைக்கூட ஒரு சுவாரசியமான நாடகமாக மாற்றிவிடக் கூடியவர்” என்று அவரைப் பற்றிச் சொல்வதுண்டு. அதேபோல் *லாஸ்ட் லியரிலும்* படத்தின் பெரும்பகுதி வசனம்தான். ஆனால் நம்முடைய கவனத்தை ஒருக்கணம்கூட அப்படி இப்படி நகர்த்தி விட முடியாதபடி கட்டிப்போட்டு விடுகின்றன அந்த வசனங்களும், காட்சியமைப்பும். இதற்கு மற்றொரு முக்கிய காரணம், இந்தப் படத்தின் ஒளிப்பதிவும், இசையும். அதனால்தான் *லாஸ்ட் லியர்* உலக அளவில் பேசப்பட்டது.

மேலும் அந்தப் படத்தில் ஹாரியின் வாயிலாக ஷேக்ஸ்பியரையும் நாம் ஒரு கதாபாத்திரமாகவே காண முடிகிறது.

நான் ஜாலி என்று கூறியதற்கு மற்றொரு காரணம், *லாஸ்ட் லியரின்* பட்ஜெட். மிக மிகக் குறைந்த செலவில் நாற்பதே நாட்களில் எடுக்கப்பட்ட படம் இது. அது மட்டும் அல்ல; இந்தப் படத்தில் நடிப்பதற்காக அமிதாப் பச்சன் தான் வழக்கமாக வாங்கும் சம்பளத்தில் பத்து சதவிகிதமே வாங்கியிருக்கிறார்.

இப்படிப்பட்ட ஒரு வித்தியாசமான காதல் கதைக்கான திரைக்கதை ஒன்றை எழுதி வைத்திருக்கிறேன். யாராவது தயாரிப்பாளர் கிடைத்தால் இயக்கலாம் என்று எண்ணம். வசனம், நிச்சயமாக ஜெயமோகன் தான். இலக்கியத் தகறாரையெல்லாம் மனதில் வைத்துக்கொண்டு *கஸ்தூரி மானுக்கு* எழுதியது போல் எழுதிப் பழி வாங்காமல் *நான் கடவுளுக்கு* எழுதியது போலவே எழுதிக் கொடுப்பார் என்று நம்புகிறேன்.

சாரு.
11.03.2009

டி*யர் சாரு,*

கருணாநிதியும் திருவள்ளுவரும்

சமீபத்தில் டைம்ஸ் ஆஃப் இந்தியாவில் ஒரு பேட்டியில் கமல்ஹாசனிடம் ஆஸ்கர் விருது பற்றிக் கேட்ட போது "ஆஸ்கர் பரிசு பெற்றப் படங்கள் அமெரிக்க அளவுகோலுக்கேற்ப எடுக்கப்பட வேண்டியுள்ளது. நான் இந்திய அளவுகோலைப் பின்பற்றுகிறேன். என்னிடம் ISI மார்க் உள்ளது; எனக்கு எதற்கு ASI மார்க்" என்று பதில் அளித்துள்ளார். உண்மையில் நல்ல சினிமாவை இவ்வாறு வகைப்படுத்த முடியுமா?

அன்புடன்

அரவிந்தன் சொக்கன்

அன்புள்ள அரவிந்தன்,

(உங்களை அரவிந்தன் என்று அழைப்பதா? அல்லது, சொக்கன் என்றா?) கமலின் அந்தத் தீசல் பேட்டியை நானும் படித்தேன். சமீப சில நாட்களாகவே கவனித்து வருகிறேன். ஏ.ஆர். ரஹ்மானுக்கு ஆஸ்கர் கிடைத்தாலும் கிடைத்தது; நம்முடைய ஆட்கள் ஆஸ்கர் பரிசையே திட்ட ஆரம்பித்துவிட்டார்கள். பொறாமை, பொச்சரிப்பு என்றெல்லாம் கேள்விப்பட்டிருக்கிறேன். அதை ரஹ்மானுக்கு ஆஸ்கர் கிடைத்தபோது தமிழ் சினிமாக்காரர்கள் எதிர்கொண்ட விதத்தில் தான் நேரடியாகப் பார்க்க முடிந்தது. ரஹ்மானுக்கு ஆஸ்கர்

கிடைத்தது பற்றி உலகமே கொண்டாடிக்கொண்டிருந்தபோது தமிழ் சினிமாக்காரர்கள் மட்டும் எதையெதையோ வாயில் வந்ததைப் பேசிக் கொண்டிருந்தார்கள். இளையராஜாவிடமிருந்து ஒரு சொல் கிடையாது. கமலோ வெளிப்படையாகவே தன்னுடைய எரிச்சலைப் பதிவு செய்தார்.

இதோ அந்த எரிச்சல்: "அமெரிக்காவின் ஆஸ்கர் விருது இந்தியாவுக்குக் கிடைத்திருப்பது பெருமை. உலகத்தின் உச்ச விருது என்று இதைக் கூறிவிட முடியாது. இது அமெரிக்காவின் உச்சம். அதில் ரஹ்மான் பங்கெடுத்து விருது வென்றிருக்கிறார். சத்யஜித் ரேவுக்கு விருது கொடுத்தது பெருமை. ரஹ்மானின் சாதனையும் அதற்குக் கம்மி இல்லை. இந்த விருதை வைத்துக்கொண்டு (அவர்) அடுத்த பிரயாணத்திற்குத் தயாராக வேண்டும். இவருக்குக் கிடைத்துவிட்டதே என்று கோபப்பட்டோ, சந்தோஷம் அடைந்தோ அல்லது பொறாமைப்பட்டோ நாமும் அதுபோல் விருது பெறுவதற்கு முன்னேற வேண்டும்." (ஃபெப்ருவரி 2009, தினகரன்)

கமலின் வாசகங்களை இலக்கியத்தில் பொருத்திப் பார்ப்போம். ஞானக்கூத்தனுக்கு நோபல் பரிசு கிடைக்கிறது என்று வைத்துக் கொள்வோம். (அவர் அந்தப் பரிசுக்கு நிச்சயம் தகுதி உடையவர்தான்; இன்ஷா அல்லாஹ்). உடனே ஒரு சக தமிழ்க் கவிஞன் என்ன சொல்வான் தெரியுமா?

"இந்த ஸ்வீடிஷ் பரிசு ஞானக்கூத்தனுக்குக் கிடைத்திருப்பது பெருமை. ஆனால் இதை உலகத்தின் உச்சபட்ச இலக்கிய விருது என்று சொல்லிவிட முடியாது. இது ஸ்வீடன் நாட்டின் உச்சம். அதில் ஞானக்கூத்தன் பங்கு பெற்று வெற்றி அடைந்திருக்கிறார். (அங்கே என்ன ரேக்ளா ரேஸா நடத்தினார்கள்?) பொதுவாக ஸ்வீடிஷ்காரர்களுக்கு அவ்வளவாக இலக்கியம் தெரியாது என்று ஸ்டாக்ஹோமில் பணிபுரியும் என் சகலை அடிக்கடி சொல்லுவார். இல்லாவிட்டால் நம் பாரதிக்குக் கொடுக்காமல் அந்தத் தாகூருக்குக் கொடுத்திருப்பார்களா? தாகூருக்குக் கொடுத்தது பெருமை. ஆனால் இப்போது ஞானக்கூத்தனுக்குக் கொடுத்திருப்பது சிறுமை என்று சொல்ல மாட்டேன். இந்த விருதை வைத்துக்கொண்டு அவர் அடுத்த பிரயாணத்துக்குத் தயாராக வேண்டும்." (எங்கே சந்திரமண்டலத்துக்கா?)

பகடி இல்லை; நிஜமாகவே இப்படி நடக்கலாம். கமலின்

வார்த்தைகளில் அந்த அளவு குரோதத்தைப் பார்க்கிறேன். சமீபத்தில் வந்த அவருடைய டைம்ஸ் ஆஃப் இந்தியா பேட்டியை அவரது தினகரன் பேட்டியோடு சேர்த்து வாசித்தால் இன்னும் சில விஷயங்களையும் புரிந்து கொள்ளலாம்.

அமெரிக்க அளவுகோல் - இந்திய அளவுகோல் என்றெல்லாம் கலை இலக்கியத்தில் எதுவும் இல்லை. உலகம் முழுவதும் ஒரே அளவுகோல்தான். கம்பனுக்கு எந்த அளவுகோலோ அதே அளவுகோல்தான் ஷேக்ஸ்பியருக்கும். இந்த எளிய விஷயம் கமலுக்குத் தெரியாது என்பதை என்னால் நம்ப முடியவில்லை. கிரிக்கெட் ஆட்டத்துக்கு எப்படி ஒவ்வொரு தேசத்துக்கும் ஒவ்வொரு தர நிர்ணயம் இல்லையோ அதைப்போலவேதான் கலை இலக்கியத்துக்கும்.

சமீபத்தில் நடந்த ஒரு சம்பவத்தைச் சொல்லுகிறேன். பிச்சாவரத்திலிருந்து நானும் சீனிவாசனும் காரில் சென்னை திரும்பிக் கொண்டிருந்தோம். அவருக்கு வீடு கூடுவாஞ்சேரி அருகே. எனவே நானும் கூடுவாஞ்சேரியிலிருந்து பஸ் பிடித்து சாந்தோம் வந்துவிடலாம் என்று ஏற்பாடு.

"ஐயோ பஸ்ஸா; நான் ஆட்டோவிலேயே போய்விடுகிறேனே?"

ஏனென்றால் நானும் அவரும் பெங்களூரிலிருந்து வரும்போது இப்படித்தான் கூடுவாஞ்சேரியிலிருந்து புறநகர் ரயிலில் ஏறி கூட்டத்தில் நசுங்கி ஆஸ்பத்திரியில் சேர்ந்தது ஞாபகம் வந்தது.

உடனே சீனிவாசன் "இந்த முறை அப்படியெல்லாம் இல்லை; இது ஏ.சி. வசதி செய்யப்பட்ட சொகுசு பஸ்; டிக்கட்டே 40 ரூபாயோ என்னவோ, யாரும் ஏற மாட்டார்கள்" என்றார்.

அவர் சொன்னது போல் பஸ்ஸிலும் கூட்டம் இல்லை. ஆனால் அதில் எழுதியிருந்த வாசகம் என்னை மிகவும் துன்புறுத்திவிட்டது. "நான் என்றால் உதடுகள் ஒட்டாது; நாம் என்றால் ஒட்டும்." இந்தப் பொன்மொழியை உதிர்த்தவர் தமிழக முதல்வர் கருணாநிதி. அதாவது, ஒருமைப்பாட்டுக்கான பொன்மொழியாம். அப்படியானால் இவர் 'நாம்' என்று நினைத்திருந்தால் அ.தி.மு.க., ம.தி.மு.க என்ற இரண்டு கட்சிகளுமே தோன்றியிருக்காதே? எம்ஜியாரையும், வைகோவையும் நாம் என்று நினைக்காமல் தன் குடும்பத்தினரை மட்டுமே நாம் என்று சுயநலமாக நினைத்ததால்தானே அந்த இரண்டு பேரும் தி.மு.க.வை விட்டுப் பிரிந்து சென்று தனிக் கட்சி ஆரம்பித்தார்கள்? இல்லாமல்

காங்கிரசுக்கும் பா.ஜ.க.வுக்கும் உள்ள கொள்கை வேறுபாடு மாதிரி இவர்களுக்குள் இருந்ததா என்ன?

சரி, அந்த சொகுசு பஸ்ஸுக்கு வருவோம். அதில் கருணாநிதியின் பொன்மொழி மட்டும் எழுதியிருந்தால் அவ்வளவு வருத்தப்பட்டிருக்க மாட்டேன். அதற்குப் பக்கத்தில் ஒரு திருக்குறளும் இருந்தது. ஆக, கருணாநிதியும் திருவள்ளுவரும் ஒன்று!

அப்போது எனக்கு வேறோர் சம்பவம் ஞாபகம் வந்தது. ஃப்ரான்ஸின் தென்கோடியில் உள்ள துலூஸ் என்ற சிறு நகரில் பஸ்ஸில் சென்று கொண்டிருந்தேன். அந்த பஸ்ஸில் திருக்குறளை ஃப்ரெஞ்சில் மொழி பெயர்த்து எழுதியிருந்தார்கள். பக்கத்தில் வால்டேரின் வாசகம். இப்படி துலூஸில் மட்டும் அல்ல; ஃப்ரான்ஸ் முழுவதுமே பஸ்களில் இருந்தார் நம் திருவள்ளுவர். காரணம், திருவள்ளுவர் உலகத்தரம். கருணாநிதி தமிழ்த்தரம்.

மேலும், கமல் சொல்வது போல் அவர் இந்திய அளவில் அங்கீகாரம் பெற்றவரும் அல்ல. இந்திய அரசு கொடுக்கும் பத்ம ஸ்ரீ விருது எல்லாம் சிரிப்பு நடிகர்கள் விவேக்குக்கும் கஞ்சா கருப்புக்கும் கிடைக்கும். (அல்லது, கிடைத்துவிட்டதா?) அதுபற்றிப் பெருமைப்பட எதுவும் இல்லை. இந்தி சினிமா உலகில் இதுவரை நுழைந்து வெற்றி பெற்ற தமிழ் சினிமா பிரமுகர் யார்?

சிவாஜி கணேசனை நடிகர் திலகம் என்றார்கள். அவரைப் போன்ற நடிகர் உலகத்திலேயே இல்லை என்றார்கள். சொன்னதெல்லாம் தமிழர்கள். ஆனால் இந்தி சினிமாவில் அவர் பெயரே தெரியாது. பாலச்சந்தரை இயக்குனர் சிகரம் என்றார்கள். அவர் பெயரும் இந்தி சினிமாவில் தெரியாது. இதுவரை தமிழ் சினிமாவிலிருந்து இந்திக்குச் சென்றவர்கள் இரண்டே பேர்தான். ஒருவர், மணிரத்னம். இரண்டாமவர், ஏ.ஆர். ரஹ்மான். இவர்களில் ரஹ்மான் இந்தி எல்லையைத் தாண்டி உலக அளவில் சென்றுவிட்டவர். இந்த இருவரைத் தவிர வேறு யாரையுமே இந்தி சினிமா ஏற்கவில்லை. (முருகதாஸைப் பொறுத்திருந்துதான் பார்க்க வேண்டும்). கமல்ஹாசன் இந்தி சினிமாவில் கால் பதிக்க (தடம் பதிக்க அல்ல) எவ்வளவோ முயற்சி செய்தார். *ஏக் தூஜே கேலியே* என்ற படத்தில் நடித்தார். கேலி செய்து அனுப்பி விட்டார்கள். காரணம், அவர் தமிழ்த் தரத்தை வைத்துக்கொண்டு இந்திக்குச் சென்றார். ஆனால்

இந்தியோ இன்று உலகத்தரத்துக்கு சவால் விடக் கூடிய நிலைக்குச் சென்றுவிட்டது.

(இப்போது கூட இந்தியில் வெளிவந்த *A Wednesday* என்ற அருமையான படத்தைத் தமிழில் எடுக்கிறார் கமல். நஸ்ருத்தீன் ஷா ஒரு சராசரி மனிதனாக நடித்த படம் அது. ஒரு எளிமையான - மத்தியதர வர்க்கத்தைச் சேர்ந்த - புறநகர் ரயிலில் பயணம் செய்யும் ஒரு குமாஸ்தாவாக நடிக்க கமலின் ஆஜானுபாகுவான தோற்றம் இடம் கொடுக்குமா? அதுவும் தவிர, படத்தின் தலைப்பு 'ஒரு தலைவன் இருக்கின்றான்'. 'ஒரு புதன்கிழமை' படத்தின் செய்தியே 'ஒரு நல்ல தலைவன் இல்லாமல் ஊழலில் புரளும் அரசியல்வாதிகளால் இந்தியா சீர்கெட்டுப் போய்விட்டது' என்பதுதான்.)

நிலைமை இப்படியிருக்க, இவர் எதை இந்தியத் தரம் என்றும், அமெரிக்கத் தரம் என்றும் கூறுகிறார்? எங்கிருந்தோ வந்த அனுராக் காஷ்யப் என்ற மனிதரை இன்று தேவ்.டி என்ற ஒரே படத்தின் மூலம் உலகமே திரும்பிப் பார்க்கிறதே; அது எப்படி நிகழ்ந்தது? உலக சினிமாவைக் கரைத்துக் குடித்திருக்கும் கமலுக்கு அது தெரியாதா?

காஷ்யப்பின் பேட்டி ஒன்றை இன்று படித்தேன். தேவ்.டியின் பிரதான பாத்திரங்களில் ஒருவரான கல்கி காஷ்யப்பின் காதலி. அவருக்காகவே காஷ்யப் Happy Ending என்ற படத்தை எடுக்கப் போவதாகக் கூறியிருக்கிறார். விஷயம் அது அல்ல. இந்தப் படம் ரொமானிய இயக்குனரான Cristian Mungiu-வின் *4 Months 3 Weeks 2 Days*-இன் பாணியை (Genre) ஒத்திருக்கும் என்கிறார். காஷ்யப் குறிப்பிடும் இந்தப் படம் 2007இல் கான் திரைப்பட விழாவில் திரையிடப்பட்ட மிகச் சிறந்த படத்துக்கான Palme d'Or விருதைப் பெற்ற படம்.

ஒத்திலியா, கப்ரியாலா என்ற இரண்டு தோழிகள். கப்ரியாலா கருத்தரித்து விடுகிறாள். அப்போது கம்யூனிஸ்ட் ரொமானியாவில் கருக்கலைப்பு தடை செய்யப்பட்டிருக்கிறது. அந்த நிலையில் தன்னுடைய தோழிக்குக் கருக்கலைப்பு செய்ய உதவி செய்கிறாள் ஒத்திலியா. டாக்டர் வந்து பரிசோதித்த பிறகு 'மூன்று மாதக் கருதான்' என்று கப்ரியாலா சொன்னது பொய் என்று தெரிகிறது. "கரு இப்போது கிட்டத்தட்ட ஐந்தாவது மாதத்தில் இருக்கிறது" என்கிறார் டாக்டர். (சரியாகக் கணக்கிட்டால் நான்கு மாதம்,

மூன்று வாரம், இரண்டு நாள்). விஷயம் வெளியே தெரிந்தால் டாக்டருக்கு 10 ஆண்டுகள் ஜெயில். “கரு இவ்வளவு முதிர்ந்த நிலையில் என்னால் அபார்ஷன் செய்ய முடியாது” என்று மறுக்கும் டாக்டரோடு படுத்து அவரைத் தன் தோழிக்குக் கருக்கலைப்பு செய்ய இணங்க வைக்கிறாள் ஒத்திலியா. (ஒத்திலியாவுக்கும் ஒரு காதலன் இருக்கிறான்). கடைசியில் கருக் கலைப்பு முடிந்து வெளியே வந்து விழும் அந்தக் கருவை எப்படி யாருக்கும் தெரியாமல் டிஸ்போஸ் செய்வது என்ற பிரச்சினை எழுகிறது. இப்படிப் போகிறது க்றிஸ்டியன் முங்கியூவின் படம்.

இதேபோன்ற சம்பவங்கள் தமிழ்நாட்டில் தினம்தினம் ஆயிரம் நடக்கின்றன. இங்கே கருக்கலைப்பு தடை செய்யப்பட்ட விஷயம் அல்ல என்றாலும் சமூகத் தடை உட்பட இதில் ஏராளமான பிரச்சினைகள் இருக்கின்றன. சமூக எதார்த்தம் இப்படி இருக்க, இங்குள்ள உலக நாயகர்கள் எடுப்பது *தசாவதாரம்!* எப்படித் தமிழ் சினிமாவை உலக அரங்கில் மதிப்பார்கள்?

சாரு.
15.03.2009

கிம் கி டுக்கும் நானும்

அன்புள்ள சாரு,

வணக்கம். நான் உங்களுக்கு எழுதும் முதல் கடிதம்.

கடந்த ஞாயிற்றுக்கிழமை இங்குள்ள (சிங்கப்பூர்) திரையரங்கில் தேவ்.டி பார்க்க என்னுடைய ஓரிசா நண்பருடன் சென்றேன் அவர்தான் அந்தப் படத்திற்கு 'டைம்ஸ் ஆப் இந்தியா' ஐந்து நட்சத்திரம் கொடுத்திருப்பதாகவும், அவருடைய நண்பர்கள் பார்க்குமாறு கூறியதாகவும் சொன்னார். தேவ்.டியைப் பார்த்துக்கொண்டிருந்த போது எனக்கு உங்களுடைய ஞாபகம்தான் வந்தது. உங்கள் இணையதளத்தில் இதைப்பற்றி படித்தபோது உடனே கடிதம் எழுத வேண்டும் என்று தோன்றியது. உங்கள் விமர்சனத்தைப் படிக்க ஆவலாக இருக்கிறேன்.

அன்புடன்,

சேகர்.

டியர் சேகர்,

உங்கள் கடிதத்தைப் பற்றி அதிகம் யோசித்தேன். ஏனென்றால், உங்களைப் போலவே பலரும் சொன்னார்கள். அதனால் மிகுந்த ஆர்வத்துடன் தேவ்.டியைப் பார்க்கச் சென்றேன். என்னுடைய காம

ரூப கதைகளை தேவ்.டி பாணியில் எடுத்தால் நன்றாகத்தான் இருக்கும். அனுராக் காஷ்யப்புக்கும் என்னுடைய எழுத்துக்கும் நிரம்பவே ஒற்றுமை இருப்பதை உணர்ந்தேன். ஆனால் அதைவிட தென்கொரிய இயக்குனர் கிம் கி டுக்தான் என் எழுத்துக்கு இன்னமும் அதிக நெருக்கமானவர் என்று தோன்றுகிறது. கிம் கி டுக்கை அவருடைய தேசத்தில் யாரும் விரும்புவதில்லை. ஆனால் உலகம் பூராவும் அவருக்குப் பெரியதொரு ரசிகர் கூட்டம் உண்டு. நானும் அவர்களில் ஒருவன்.

சமீபத்தில் அவருடைய தீவு என்ற படத்தைப் பார்த்தேன். ஒன்பது ஆண்டுகளுக்கு முன்பு வெளிவந்த இப்படம் வெனிஸ் திரைப்பட விழாவில் திரையிடப்பட்டபோது பல பார்வையாளர்கள் வாந்தி எடுத்தார்கள்; பலர் மயக்கமடைந்து விழுந்தார்கள்; பலர் அரங்கத்தை விட்டு எழுந்து போய்விட்டார்கள். வெளியே சென்றவர்கள் படம் பிடிக்காததால் போகவில்லை; அதன் குரூரம் தாங்க முடியாமல் சென்றார்கள். அந்த அளவுக்கு கிம் கி டுக்கின் படங்களில் வன்முறையும், செக்ஸும் கலந்திருக்கும்.

நான் ஒரு படத்தை இயக்கினால் அப்படித்தான் இருக்கும் என்பதால் தமிழ்நாட்டில், தமிழில் படம் எடுக்க எனக்கு இந்த ஜென்மத்தில் வாய்ப்பு இல்லை என்று தோன்றுகிறது. காரணம், இங்கே இருக்கும் தணிக்கைத் துறை. இதை நீங்கள் நான் கடவுள், தேவ்.டி என்ற இரண்டு படங்களையும் ஒப்பிட்டுப் பார்த்தால் புரிந்து கொள்ளலாம். நான் கடவுளில் அவ்வளவு பிரச்சினையில்லாத வசனங்களைக்கூட வெட்டி இருக்கிறார்கள். ஆனால், தேவ்டியில் கதாநாயகனுக்கு ஓரல் செக்ஸ் செய்யும் நாயகி "என்ன இது, நிறைய முடி வைத்திருக்கிறாய்?" என்று கேட்கிறாள். இதற்கே காஷ்யப் "நான் நிர்வாணத்தைக் காண்பிக்கவில்லை; சூசகமாகத்தான் சொல்லியிருக்கிறேன். நிர்வாணத்தைக் காண்பிக்க வேண்டியிருந்தாலும் ஆணின் உடம்பைத்தான் காட்டுவேனே தவிர பெண்ணைக் காண்பிக்க மாட்டேன். இன்னும் இந்திய சினிமா, பெண்ணின் நிர்வாணத்தைப் பார்க்கும் அளவுக்கு முதிர்ச்சி அடையவில்லை" என்று கூறியிருக்கிறார்.

தமிழ்நாட்டில் கள் குடித்தால் ஜெயில்; ஆனால் கேரளாவில் தாராளமாகக் குடிக்கலாம் என்பது போலவே இந்தியாவில் ஒவ்வொரு மாநிலத்துக்கும் ஒவ்வொரு விதமாக இயங்குகிறது தணிக்கைத்துறை. அதிலும் தமிழ்நாட்டுத் தணிக்கைத்துறை எப்படித் தெரியுமா? சின்னஞ்சிறு பாலகர்களை தெருவில் பத்து இருபது நாய்கள் சேர்ந்து கொண்டு குதறித் தள்ளுவதை

அவ்வப்போது தினசரிகளில் பார்க்கிறோம் இல்லையா? அதே வேலையைத்தான் தமிழ்நாட்டுத் தணிக்கைத்துறையும் செய்கிறது. அவர்களுக்கு விஜய் படத்துக்கும், பாலா படத்துக்கும் வித்தியாசம் தெரியவில்லை.

கிம் கி டுக்கின் தீவு என்ற படத்தைப் பற்றிக் குறிப்பிட்டேன் அல்லவா? அந்தப் படம் முழுவதுமே ஒரு ஏரியில்தான் நடக்கிறது. ஏரியின் நடுவே ஒன்றிரண்டு படகு வீடுகள் இருக்கின்றன. அதில் ஒரு படகின் சொந்தக்காரி ஹீ ஜின். நிலத்திலிருந்து வரும் உல்லாசப் பயணிகளை அந்தப் படகு வீடுகளுக்கு அழைத்து வந்து, திரும்ப நிலத்துக்குக் கொண்டுபோய்விடுவது அவள் வேலை. பகலில் தூண்டில் போட்டு மீன் பிடித்துச் சாப்பிட்டு, இரவில் குடித்துக் கும்மாளமிட்டு செக்ஸ் தொழிலாளிகளோடு கழிப்பது அந்த உல்லாசிகளின் வாடிக்கை. அவர்களுக்குக் கரையிலிருந்து செக்ஸ் தொழிலாளிகளை வரவழைத்துக் கொடுப்பதும் ஹீ ஜின்னின் வேலைதான். சமயங்களில் அவளே அவர்களுக்கு வேசியாக இருப்பதும் உண்டு. ஹீ ஜின்னுக்குப் பேச வராது. சைகையாலும் அவ்வளவாகப் பேசுவதில்லை. (மொழி, ஜோதிகா எல்லாவற்றையும் சுத்தமாக மறந்துவிடுங்கள்).

அங்கே ஹ்யூன் ஷிக் என்ற இளைஞன் ஒருவன் வருகிறான். அவன் ஒரு முன்னாள் போலீஸ்காரன். தன் மனைவியைக் கொலை செய்து விட்டு இங்கே வந்திருக்கிறான். படகு வீட்டில் இரண்டு முறை தற்கொலைக்கு முயற்சி செய்கிறான். இரண்டு முறையும் அவனைக் காப்பாற்றிவிடுகிறாள் ஹீ ஜின். இரண்டாவது முறை, அவன் மீன் தூண்டிலை வைத்து முயற்சிக்கிறான். நங்கூர வடிவில் உள்ள தூண்டிலில் நாலைந்து கொக்கிகள் இருக்கின்றன. அதை உள் தொண்டைக்குள் விட்டு அதன் கயிற்றால் தூண்டிலை வெளியே இழுக்கிறான். மிகவும் குரூரமான முறையில், க்ளோஸ்-அப் ஷாட்டில் காண்பிக்கப்படுகிறது இக்காட்சி.

ரத்த வெள்ளத்தில் கிடக்கும் அவன் தொண்டைக்குள்ளிருந்து குறடு மூலமாகக் கொக்கிகளை எடுத்துவிட்டு, புண் ஆறுவதற்காக வாயில் ஒரு குச்சியை வைத்து வாயை மூடாமலேயே வைத்திருக்கச் செய்கிறாள் ஹீ ஜின்.

ஒருமுறை அவன் அவளிடம் செக்ஸ் வைத்துக்கொள்ள முயற்சி செய்யும் போது, அவள் அதைத் தவிர்த்துவிட்டு கரையிலிருந்து ஒரு வேசியை அழைத்து வருகிறாள். ஹ்யூன் ஷிக் அந்த

வேசியிடம் மற்ற வாடிக்கையாளர்களைப் போல் செக்ஸ் மட்டுமே வைத்துக் கொள்ளாமல் அவளோடு சிநேகபூர்வமாக இருக்கிறான். அவளுக்கு அது பிடித்திருக்கவே அவனைத் தேடி அந்தப் படகு வீட்டுக்கு அடிக்கடி வரத் தொடங்குகிறாள். அதைப் பார்த்து அவள் மீது பொறாமை கொள்ளும் ஹீ ஜின், அந்த வேசியை ஏரியில் மூழ்கடித்துக் கொன்றுவிட்டு ஹ்யூன் ஷிக்குடன் நெருங்கிப் பழகுகிறாள். (அவர்கள் இரண்டு பேருக்குமான உடலுறவுக் காட்சியும் முழுமையாகக் காண்பிக்கப்படுகிறது).

வேசியைக் காணாமல் அவளைத் தேடி வரும் அவளுடைய ஏஜண்டையும் ஏரியில் மூழ்கடித்துக் கொன்றுவிடுகிறாள் ஹீ ஜின்.

அந்த நிலையில் ஏரியிலிருந்து புறப்பட்டுக் கரைக்குச் சென்றுவிட விரும்புகிறான் ஹ்யூன் ஷிக். ஹீ ஜின் அதைத் தடுக்கிறாள். ஹ்யூன் ஷிக் அவளுக்குத் தெரியாமல் நீந்தியே சென்றுவிட முயலும்போது நீரில் மூழ்கிவிடப் பார்க்கும் அவனை ஹீ ஜின் காப்பாற்றுகிறாள். ஆனால் அடுத்த முறை, அவன் படகிலேயே கரைக்குச் சென்றுவிட முயல்கிறான். ஹ்யூன் ஷிக் தன்னை விட்டுப் பிரிந்து செல்வதைத் தாங்க முடியாத ஹீ ஜின் மீன் தூண்டிலை எடுத்துத் தன்னுடைய யோனியின் உள்பகுதியில் விட்டு மாட்டி, அதை அந்தத் தூண்டில் கயிற்றின் மூலம் வெளியே எடுத்துத் தற்கொலை செய்துகொள்ள முயல்கிறாள். (க்ளோஸ் அப் ஷாட்). இந்த முறை ஹ்யூன் ஷிக் அவளைக் காப்பாற்றுகிறான். அவளுடைய யோனிக்குள் சிறிய கிடுக்கியை விட்டு அந்தத் தூண்டில் கொக்கிகளை ஒவ்வொன்றாக எடுக்கிறான். பிறகு, புண் ஆறுவதற்காக யோனி வாயை மூடாமலேயே தொடைகளை அகற்றி வைத்துக் கொள்ள வேண்டியிருக்கிறது அவளுக்கு. காயத்தில் மருந்து போட்டு விசிறி விடுகிறான் ஹ்யூன் ஷிக்.

அப்போது வேறொரு படகில் ஒரு பயணியின் ரோலக்ஸ் கைக்கடிகாரத்தை அவன் அழைத்து வந்த செக்ஸ் தொழிலாளி தவறுதலாக ஏரியில் தள்ளிவிட்டு விடுகிறாள். அந்தப் பயணி நீரில் மூழ்குபவர்களை அமர்த்தி கடிகாரத்தைத் தேடும் போது ஹீ ஜின்னால் மூழ்கடிக்கப்பட்ட இருவரின் பிரேதங்களும் கிடைக்கின்றன.

பனி சூழ்ந்த அந்த ஏரியிலிருந்து ஹ்யூன் ஷிக்கும், ஹீ ஜின்னும் ஒரு படகில் ஒன்றாகக் கரைக்குப் பயணப்படுகிறார்கள் என்று முடிகிறது படம்.

படத்தின் வசனத்தை அரைப்பக்கத்தில் எழுதி விடலாம். ஹீ ஜின்னின் தனிமைதான் படத்தின் முக்கியமான உள்ளீடு. பனி சூழ்ந்த அந்தப் பிரம்மாண்டமான ஏரியும், அதில் நிழல் வடிவமாகத் தெரியும் ஓரிரண்டு படகு வீடுகளும் ஹீ ஜின்னின் தனிமையை மிக அற்புதமாகக் காட்சிப்படுத்துகின்றன.

வெனிஸ் திரைப்பட விழாவில் மட்டும் அல்ல; ஐரோப்பா மற்றும் அமெரிக்காவில் நடக்கும் எந்தத் திரைப்பட விழாவிலும் இந்தப் படத்தைப் பார்க்க முடியாமல் பார்வையாளர்கள் பலர் அரங்கத்தை விட்டு எழுந்து செல்வது தொடர்ந்து கொண்டிருக்கிறது. காரணம், மிருக வதை. ஒரு காட்சியில் தூண்டிலில் சிக்கும் மீனை எடுத்து அதைக் கொல்லாமலேயே அதன் மேற்பகுதி மற்றும் கீழ்ப்பகுதி சதையைக் கத்தியால் அரிந்து எடுத்து அதைப் பச்சையாகவே உண்கிறான் ஒருவன். (இந்த உலகிலேயே மிகச் சுவையான உணவு, சமைக்காத பச்சை மீன்தான் என்று சொல்வார்கள். அது உண்மையும் கூட. ஜப்பானில் இதன் பெயர் சுஷிமே.) பிறகு அதை அப்படியே ஏரியில் விட்டுவிடுகிறான். ஆச்சரியப்படும் வகையில் வேறொரு நாள் அதே மீன் அவனுடைய தூண்டிலிலேயே மாட்டுகிறது.

அது மட்டுமல்லாமல் ஒரு காட்சியில் அதீதமான மன உளைச்சலில் இருக்கும் ஹ்யூன் ஷிக் மீன்களைப் பிடித்துப் பிடித்து அதைத் தடியால் அடித்துக் கொல்கிறான். அதைப் பார்த்து ஹீ ஜின் அவன் வளர்த்துக்கொண்டிருந்த கிளியை அதன் கூண்டோடு ஏரிக்குள் போடுகிறாள்.

இந்த மிருக வதை பற்றியும், ஐரோப்பியப் பார்வையாளர்களையும் பற்றி கிம் கி டுக் தனது பேட்டிகளில் இரண்டு விஷயங்களைக் குறிப்பிடுகிறார். 1. கலாச்சார வேறுபாடு. 2. ஐரோப்பாவிலும் மாடு, ஆடு, முயல், பன்றி எல்லாவற்றையும் கொன்றுதானே சாப்பிடுகிறார்கள்? (பாரிஸில் நான் ஒரு கறிக்கடைக்குச் சென்றபோது அது கறிக்கடையா, மிருகக்காட்சி சாலையா என்று சந்தேகம் வந்துவிட்டது; அந்த அளவுக்கு விதவிதமான மிருகங்கள் பட்டாக் கத்திக்காக உயிரோடு காத்துக்கொண்டிருந்தன).

மிருகவதை போல் மனித வதையும் கிம் கி டுக்கின் படங்களில் நிறைய உண்டு. ஆனால் மிருகவதை போல் நிஜம் அல்ல; நடிப்பின் மூலம் தத்ரூபமாகக் காட்டிவிட முடியும் என்றாலும் பார்வையாளர்களால் அதைத் தாங்க முடிவதில்லை. (பார்ப்பதற்குச் சிரமமான உலகின் பத்து படங்களில் தீவும் ஒன்று எனப் பட்டியல் இடப்பட்டிருக்கிறது.)

கிம் கி டுக் பற்றி இன்னொரு முக்கியமான விஷயம்: இவரது படங்களை ஆபாசக் குப்பை என்று விமர்சிக்கும் சில மேற்கத்திய சினிமா விமர்சகர்கள் கூட இவரது படங்களின் ஒளிப்பதிவு மற்றும் இசையைப் பார்த்து பிரமித்து எழுதுகிறார்கள். கிம் கி டுக்கின் படங்களைத் தமிழ் சினிமாவுடன் சம்பந்தப்பட்டவர்கள் நிச்சயம் பார்த்திருப்பார்கள். அப்படிப் பார்த்த பிறகும் தமிழ் சினிமாவில் ஒளிப்பதிவும் இசையும் சிறப்பாக உள்ளது என்று சொன்னால் அவர்கள் பொய் சொல்லுகிறார்கள் என்றுதான் எண்ண வேண்டியிருக்கிறது. கிம் கி டுக்கின் எந்தப் படத்தை வேண்டுமானாலும் எடுத்துக் கொள்ளுங்கள். ஒளிப்பதிவும் இசையும் உலகின் எந்தச் சிறந்த சினிமாவுக்கும் சவால்விடக் கூடியதாகத்தான் இருக்கும்.

உதாரணமாக, The Isle, The Bow என்ற இரண்டு படங்களிலும் ஒளிப்பதிவும் இசையும் எப்படி உள்ளன என்று யாருமே அவதானிக்கலாம். தீவு படத்தில் ஒளிப்பதிவு ஏதோ சர்ரியலிஸ ஓவியத்தைப் போல் இருக்கிறது.

இசை?

ஒரு படத்திற்கு இசை என்பது நீரில் இருக்கும் மின்சார சக்தியைப் போல் இருக்க வேண்டும். இசை அமைப்பாளர் என்பவர், நம் கண்களின் முன்னே தெரியும் தாஜ்மஹலை ஒரே நொடியில் இல்லாமல் ஆக்கிவிடும் மந்திரவாதியைப் போல் இயங்க வேண்டும். இருக்க வேண்டும்; ஆனால் இருக்கக் கூடாது. அப்படிப்பட்ட இசையை கிம் கி டுக்கின் படங்களில் நாம் காணலாம்.

சரி, கிம் கி டுக் பற்றி நான் ஏன் இவ்வளவு சொல்ல வேண்டும்?

காரணம் இருக்கிறது. கிம் கி டுக்கின் படங்களில் காணும் வன்முறையை விட அதிக வன்முறை நம்முடைய நாட்டில் நடந்து கொண்டிருக்கிறது. சென்ற வாரத்தில் நடந்த இரண்டு சம்பவங்களைக் கூறுகிறேன்.

ஒரு பெண். அவள் ஒருவனைக் காதலிக்கிறாள். அவளுடைய காதலை ஒப்புக்கொள்ளாத அவளுடைய பெற்றோர் வேறோர் ஆளை அவளுக்குக் கட்டி வைத்துவிடுகின்றனர். திருமணமாகி பத்தே தினங்களில் அவள் தன் காதலனை வைத்துத் தன் கணவனைக் கொன்றுவிடுகிறாள்.

காலையில் மோட்டார் சைக்கிளில் சென்று கொண்டிருந்த கணவனை, அந்தப் பெண்ணின் காதலன் சாலையில் நிறுத்தப்பட்டிருந்த ஒரு லாரியை எடுத்துக் கொண்டு போய் மேலே ஏற்றிக் கொன்றுவிடுகிறான். எந்த சாட்சியும் இல்லை. தமிழ்நாட்டில் தினசரி நடக்கும் நூற்றுக்கணக்கான சாலை விபத்துகளில் அதுவும் ஒன்றாகப் போயிருக்கும் - அந்தக் காதலன் ஒரே ஒரு காரியத்தைச் செய்யாமல் இருந்திருந்தால். தன் காதலியின் கணவன் மீது லாரியை ஏற்றியவன் அப்படியே போய்விடாமல் லாரியை நிறுத்திவிட்டுக் கீழே இறங்கி வந்து ஆள் செத்துவிட்டானா என்று பார்த்து உறுதி செய்துவிட்டுப் போயிருக்கிறான். இதை யாரோ ஒரு ஆள் பார்த்துவிட்டான். 'லாரியை யார் மீதோ ஏற்றியவர்கள் கீழே இறங்கிப் பார்த்துவிட்டா போவார்கள்?' என்ற கோணத்தில் விசாரிக்க ஆரம்பித்துவிட்டது போலீஸ். கொலைகாரன், கொலைகாரி இருவரும் மாட்டிக்கொண்டார்கள்.

இன்னொரு சம்பவம் என்னவென்றால், தகவல் தொழில்நுட்பத் துறையில் பணி புரியும் இளைஞன் அவன். மாத ஊதியம் 60,000 ரூ. திருமணம் ஆகிறது. கார் லோன், வீட்டு லோன், இன்னும் பல லோன்கள். 60,000 போதவில்லை என்பதால் மனைவியையும் வேலைக்குப் போகச் சொல்கிறான். அவளும் அவனைப்போல் படித்தவள். உடனேயே வேலை. அவளுக்கும் 60,000 ரூ. நல்ல சௌகரியமான வாழ்க்கை. இதற்கிடையில் அவள் கருத்தரித்துவிடுகிறாள்.

"இப்போதே குழந்தை பெற்றுக்கொண்டால் வேலையை விட வேண்டியிருக்கும்; கார் லோன், வீட்டு லோன் எல்லாம் அடைக்க முடியாது.. அந்தக் கருவைக் கலைத்துவிடு."

மனைவி மறுக்கிறாள். வேலையையும் விட்டுவிடுகிறாள். குழந்தை பிறந்த நான்காவது நாளில் அந்தக் குழந்தையை கிணற்றில் வீசிக் கொன்றுவிடுகிறான் கணவன்.

"அந்த மிருகத்துக்கு மரண தண்டனை கொடுங்கள்" என்று போலீஸ்காரர்களிடம் கதறுகிறாள் மனைவி.

மரண தண்டனையெல்லாம் கிடைக்காது; ஆயுள் தண்டனைதான் கொடுப்பார்கள்.

இந்திய இளைஞர்களின் வாழ்வின் ஒரு குறுக்குவெட்டுத் தோற்றம் இது. இச்சம்பவத்தில் இன்னொரு ஆச்சரியமான

விஷயம் என்னவென்றால், பாரம்பரியமாக குழந்தை பெற்று ஓரிரண்டு மாதங்களுக்கு பெண் அவளுடைய பெற்றோர் வீட்டில் தான் இருப்பாள். ஆனால் இதில் அந்தப் பெண் கணவனோடு இருந்திருக்கிறாள். அதுவும் ஒரே படுக்கையில்.

என்னுடைய சினிமாவாக இருந்திருந்தால் அந்த சிசுவை அவன் கிணற்றில் வீசுவதை அப்படியே பச்சையாகக் காண்பித்திருப்பேன். அதுதானே இந்திய எதார்த்தம்? தணிக்கையில் விடுவார்களா?

இப்படி இந்தியப் பிரஜைகளே ஒருவரை ஒருவர் கொலை செய்து கொண்டிருக்க, அரசாங்கமே தனது பிரஜைகளைக் கூண்டோடு மேலே அனுப்புவதும் உண்டு. அதனால் தான் “இங்கே மக்களைக் கொல்வதற்கு பயங்கரவாதிகளும், வெடிகுண்டுகளும் தேவையில்லை; மக்களால் தேர்ந்தெடுக்கப்பட்ட அரசாங்கமே போதும்; பயங்கரவாதிகளின் வேலையைக் கச்சிதமாக செய்து முடிக்கும்” என்று எழுதினேன்.

அம்பத்தூரில் ஒரு மேம்பாலம் கட்டுகிறார்கள். இங்கே ஏதாவது கட்டுமானப் பணி நடக்கப் போகிறது என்றாலே எத்தனை பேர் பரலோகம் போகப் போகிறார்களோ என்றுதான் கவலையோடு தினசரிகளைப் புரட்ட வேண்டியிருக்கும். அம்பத்தூர் மேம்பாலத்தில் இரும்பு ராடுகளை மேலே ஏற்றும் போது கயிறு அறுந்து சாலையில் சென்றுகொண்டிருந்த பொதுமக்கள் மீது விழுந்து பலர் படுகாயம். ஒருவர் சாவு.

இப்படிப்பட்ட மரணவெளிப் பிரதேசத்தில் எப்படி நான் மென்மையான படங்களை எடுப்பது பற்றி யோசிக்க முடியும்?

இதற்கிடையில் இன்னொரு பூதாகாரமான பிரச்சினை, தலித்துகளின் மீதான ஒடுக்குமுறை. சமீபத்தில் என் நண்பர் ஒருவர் ‘இப்போது தமிழ்நாட்டில் அப்படியெல்லாம் நடப்பதில்லை’ என்று சொன்னபோது அவரைப் பற்றி மிகவும் ஆச்சரியம் அடைந்தேன். திருநெல்வேலி மாவட்டத்தில் சங்கரன்கோவிலுக்கு அருகே உள்ள சின்னகோவிலான் குளம் என்ற ஊரின் போலீஸ் எல்லையில் செந்தட்டி என்ற கிராமம் உள்ளது. அங்கே உள்ள முப்பிடாத்தி அம்மன் கோவிலில் ஒவ்வொரு ஜாதியினரும் ஒவ்வொரு நாளில் திருவிழா கொண்டாடுவது என்பது அவர்களுக்குள் ஒரு ஏற்பாடு. கடந்த ஆறு ஆண்டுகளாகவே இந்த ஜாதிப் பிரச்சினை அங்கே புகைந்து கொண்டிருக்கிறது. இந்த ஆண்டும் வழக்கம்போல் திருவிழா வந்த போது எல்லா ஜாதியினரும் கொண்டாடினர். ஆனால் தலித்துகள் கொண்டாட

வந்தபோது அவர்கள் தடுக்கப்பட்டனர். அதோடு மட்டும் அல்ல; இரண்டு தலித்துகள் கொல்லப்பட்டனர்.

காரணம் என்னவென்றால், உயர்சாதியினரின் வீடுகளில் சாவு விழும்போது பிணத்தைக் கழுவுவது, பாடை கட்டுவது, பிணத்தைப் புதைப்பது அல்லது எரிப்பது போன்ற சாவு காரியங்களை தலித்துகள்தான் நூற்றாண்டு நூற்றாண்டுகளாகச் செய்து வந்து கொண்டிருந்தார்கள். அதை சமீப காலமாக நிறுத்திவிட்டனர். அதனால் தலித்துகள் அவர்கள் வாழும் ஊரிலேயே நாடு கடத்தப்பட்ட நிலையில் வாழ்ந்து கொண்டிருக்கின்றனர். அவர்களுக்குத் தேவையான எதையும் அந்தக் கிராமத்தினர் விற்கக் கூடாது. அவர்களோடு எந்தச் சம்பந்தமும் வைத்துக்கொள்ளக் கூடாது.

இதற்கு அர்த்தம் என்னவென்றால், தலித்தாகிய நீ உயர்சாதியில் பிறந்த எங்களுடைய பீயை அள்ளிக் கொண்டே இருக்க வேண்டும்; அள்ள மறுத்தால் உன்னை ஊருக்குள் விட மாட்டோம். அடித்துக் கொல்லுவோம். இதுதான் செந்தட்டியில் நடந்துகொண்டிருக்கிறது. செந்தட்டியில் மட்டுமல்ல; இந்தியா முழுவதுமே இதுதான் நிலைமை. இதெல்லாம் கார் லோன், வீட்டு லோன் அடைப்பதற்காகத் தன்னுடைய நான்கு நாள் சிசுவை கிணற்றில் வீசிக் கொன்றானே, அந்த மாதிரி பயல்களுக்குத் தெரியும் என்றா நினைக்கிறீகள்? ம்ஹூம். பெருநகரங்களில் வசிக்கும் யாருக்குமே இந்த கிராமத்து எதார்த்தமெல்லாம் தெரியாது.

அனுராக் காஷ்யப்பிலிருந்து ஆரம்பித்து வேறு எங்கேயோ போய் விட்டோம். காஷ்யப் கூட சாதாரணமாக இந்தி சினிமாவில் நுழைந்துவிடவில்லை. ஏழு ஆண்டுகள் கடுமையாகப் போராடியிருக்கிறார். அதற்கும் முன்பு தில்லியில் ஹன்ஸ்ராஜ் கல்லூரியில் படிக்கும் போது (தொண்ணூறுகளின் முற்பகுதி) போதை மாத்திரைகளுக்கு அடிமையாகி இருக்கிறார். பிறகு அதிலிருந்து மீண்டு எழுந்து தில்லியின் புகழ் பெற்ற வீதி நாடகக் குழுவான ஜன நாட்ய மஞ்ச்சில் பங்கெடுத்து பல நாடகங்களை இயக்கியிருக்கிறார். இப்போது மும்பை சினிமாவில் புகழ் பெற்ற நடிகராக இருக்கும் கே.கே. மேனனுடன் *(சர்க்கார்)* இருந்திருக்கிறார். (ஒரு பேட்டியில் கே.கே. மேனன் தான் என்னுடைய குரு என்கிறார் காஷ்யப்).

பின்னர், தில்லியில் நடந்த ஒரு சர்வதேசத் திரைப்பட விழாவில் பத்தே தினங்களில் 55 படங்களைப் பார்த்ததுதான்

அவரது வாழ்வின் திருப்புமுனையாக இருந்திருக்கிறது. உடனே மும்பைக்குக் கிளம்பியிருக்கிறார். அதற்கப்புறம் அவரது வாழ்க்கையே மாறிவிட்டது. ராம்கோபால் வர்மாவின் சத்யாவுக்கு வசனம் எழுதியதிலிருந்து அவருடைய பெயர் மும்பையின் சினிமா உலகில் தெரிய வர ஆரம்பித்தது. (மணி ரத்னத்தின் யுவாவுக்கும் வசனம் காஷ்யப்தான்).

ஆனால் இவருடைய முதல் படமான பாஞ்ச் (2003) இந்தியத் தணிக்கைத் துறையால் தடை செய்யப்பட்டுவிட்டது. அதற்கு அவர்கள் சொன்ன காரணம்:

1. படத்தில் வெறுப்பு அதீதமாக இருக்கிறது. ஒளிவு மறைவே இல்லாமல் மிகவும் வெளிப்படையாக இருக்கிறது.
2. போதை மாத்திரைகளும், போதை ஊசிகளும் பயன்படுத்தப்பட்டிருக்கின்றன. இந்தியர்கள் அவற்றைப் பயன்படுத்துவதில்லை.

மூன்றாவது காரணம்தான் ரொம்பவும் வேடிக்கையானது. "இவ்வளவு இருட்டில் படத்தை எடுத்திருக்கிறீர்கள். பார்வையாளர்களின் கண்கள் கெட்டுவிடும். "

காஷ்யப்பின் தேவ்.டியை நீங்கள் டி.வி.டி.யில் பார்க்கக் கூடாது. காரணம், தேவ்.டியின் 60 சதவிகித காட்சிகள் இருட்டான சூழலில்தான் படமாக்கப்பட்டுள்ளன. எனவே, காஷ்யப்பின் படங்களை நல்ல திரையரங்கில் பார்த்தால்தான் அவற்றை சரியாகப் புரிந்து கொள்ள முடியும்.

இந்தி சினிமாவை உலக அரங்கில் எப்படி எடுத்துக் கொள்கிறார்கள் என்ற கேள்விக்கு அனுராக் காஷ்யப் கூறிய பதில் இது:

I don't think Bollywood is accepted. I go to these international festivals and we are seen as a big joke. They say, oh you have nice dance and songs in your film and things like that. But they surely don't take us seriously. And we ourselves don't take cinema seriously and frankly we don't care.

இந்தி சினிமாவுக்கே இந்த கதி என்றால் தமிழ் சினிமா பற்றி நினைத்துப் பாருங்கள். மேலும் அந்தப் பேட்டியில் இந்தி சினிமா உலகம் ஒரு மாஃபியா கும்பல் என்றும், ஆறு ஏழு பேர்தான் என்ன படம் வர வேண்டும், என்ன வரக் கூடாது என்பதைத் தீர்மானிக்கிறார்கள் என்றும் கூறுகிறார் காஷ்யப். நடிகர்களைப்

பற்றிக் கூறும் போது நஸ்ருத்தீன் ஷாகூட தன்னுடைய ப்ளாக் ஃப்ரைடே படத்திலும், இன்னொரு படத்திலும் நடிக்க மறுத்துவிட்டார் என்கிறார். (காஷ்யப்பின் படங்கள் மிகவும் குறைந்த செலவில் தயாரிக்கப்படுபவை. அவருடைய நோ ஸ்மோக்கிங் (2007) படத்தில் ஜான் ஆப்ரஹாம் சம்பளமே வாங்காமல் நடித்துக் கொடுத்தார்).

சொல்ல இன்னும் எவ்வளவோ இருக்கிறது. பிறகு பார்ப்போம்.

சாரு.
19.03.2009

மீண்டும் கிம் கி-டுக்

டியர் சாரு,

கிம் கி -டுக் பற்றி நீங்கள் எழுதியிருந்ததைப் படித்ததும் சந்தோஷத்தில் எனக்குத் தலைகால் புரியவில்லை. கிம் கி-டுக் எனக்கு மிகப் பிடித்த இயக்குனர்களில் ஒருவர். அவருடைய Spring Summer Fall Winter... and Spring *பற்றிய என் அனுபவங்களை உடனடியாக உங்களோடு பகிர்ந்து கொள்ள வேண்டும் போல் தோன்றியது. இது பற்றி யோசிப்பதற்குள்ளாகவே உங்களுக்கு எழுத ஆரம்பித்துவிட்டேன்.*

சந்தேகமே இல்லாமல் இந்தப் படத்தை கிம் கி-டுக்கின் ஆகச் சிறந்த படைப்பு என்று சொல்லிவிடலாம். நீங்கள் குறிப்பிட்டிருப்பதைப் போல் ஒளிப்பதிவு, இசை என்று படத்தின் அனைத்து அம்சங்களையும் சேர்த்து தொழில்நுட்பத்தில் அவருடைய மற்ற எல்லாப் படங்களையும் விட விஞ்சி நிற்கிறது ஸ்ப்ரிங். ஆனால் ஆச்சரியப்படும் விதத்தில் உள்ளடக்கத்தைப் பொறுத்தவரை அவருடைய மற்ற படங்களுக்கு நேர் எதிரானதாக இருக்கிறது. எப்படி நிகழ்ந்தது இது?

சரி, படத்தில் வரும் ஒரு காட்சியை வைத்துச் சொல்கிறேன். அவருடைய மற்ற படங்களைப் போலவே ஒரு ஏரியின் நடுவே ஒரு படகு வீடு. ஏரியா அல்லது நதியா? சரி விடுங்கள், வார்த்தைகளில் என்ன இருக்கிறது?

அது ஒரு சொர்க்கம்; நம் கனவிலிருந்து பூமியில் நழுவி விழுந்த ஒரு சொர்க்கம். இந்தப் படகு வீட்டில் ஒரு ஜென் குரு வசிக்கிறார். அவர் நான்கு அல்லது ஐந்து வயதுள்ள சிறுவன் ஒருவனை வளர்க்கிறார். மலைகள் சூழ்ந்த அந்த நீர்வெளிப் பிராந்தியத்தில் அவர்கள் இருவரையும் தவிர வேறு ஒரு மனித ஜீவியும் கிடையாது.

ஒருநாள் அந்தச் சிறுவன் படகை எடுத்துக்கொண்டு தனியாகச் சென்று ஒரு பாம்பு, ஒரு மீன், ஒரு தவளை மூன்றையும் பிடித்து அவைகளை ஒரு கல்லோடு பிணைத்துக் கட்டி அவை நகர முடியாமல் போராடுவதைப் பார்த்துச் சிரித்து ரசிக்கிறான். அவன் பின்னாலேயே வரும் குரு, சிறுவனுக்குப் பாடம் கற்பிக்க நினைக்கிறார். அன்றைய தினம் அவன் உறங்கும் போது அவனுடைய முதுகில் ஒரு பெரிய கல்லைக் கட்டிவிடுகிறார். சிறுவனால் அந்தக் கல்லைத் தூக்கிக் கொண்டு நடக்க முடியவில்லை. "கல்லை எடுத்து விடுங்கள்" என்று அவரிடம் கெஞ்சி அழுகிறான்.

"இப்படித்தானே அந்த வாயில்லா ஜீவன்களும் கஷ்டப்பட்டுக்கொண்டிருக்கும்? போ... போய் அவைகளைப் பார்த்து அந்தக் கற்களை எடுத்து விடு. அதற்குப் பிறகு உன் முதுகில் இருக்கும் கல்லை எடுக்கிறேன். ஆனால் அந்த ஜந்துக்கள் இறந்து போயிருந்தால் உன் முதுகிலிருக்கும் கல்லை வாழ்நாள் பூராவும் உன் இருதயத்தில் வைத்து நீ சுமக்க வேண்டியிருக்கும். அதுதான் உனக்கான தண்டனை" என்கிறார் குரு.

அந்தப் பெரிய கல்லை முதுகில் சுமந்து கொண்டு மிகுந்த சிரமப்பட்டு காட்டு வழியில் சென்று நீரோடையில் தேடுகிறான். செத்துக் கிடக்கிறது மீன். உயிரோடு இருக்கும் தவளையைக் கயிற்றிலிருந்து விடுவிக்கிறான். பிறகு காட்டுக்கு வந்து பாம்பைத் தேடுகிறான். பாம்பும் செத்துக் கிடக்கிறது. தன் தவறை உணர்ந்து அழ ஆரம்பிக்கிறான் சிறுவன்.

What a treatment of visuals!
What a treatment of silence!

என்னுடைய உலக சினிமா அனுபவத்தில் மறக்கவே முடியாத ஒரு படம் இது. அதோடு, பௌத்தம் பற்றிய ஒரு அற்புதமான அனுபவத்தையும் கொடுத்த படம். ஆம்; இந்தப் படத்தைப் பார்த்ததே ஒரு ஆழ்ந்த தியானத்தில் அமர்ந்திருந்தது போல் இருந்தது என்று சொல்லலாம்.

இந்தப் படம் ஐந்து பிரிவுகளாகப் பிரிக்கப்பட்டிருக்கிறது. ஒவ்வொரு பிரிவும் அந்த ஜென் குருவின் சீடனின் வாழ்வில் ஒரு பருவத்தைக் குறிக்கிறது. சீடனின் நடுத்தர வயதுப் பாத்திரத்தில் கிம் கி- டுக்கே நடித்திருக்கிறார். இந்தப் படத்தைப் பார்த்தபோது ஒரு ஜென் குருதான் சினிமா இயக்குனராக ஆகியிருக்கிறாரோ என்று நினைத்தேன். இது நமக்குத் தரக்கூடிய ஆன்மீக அனுபவத்தை வார்த்தைகளால் விளக்குவது மிகவும் கடினம்.

கிம் கி - டுக்கின் படங்களில் இதைத்தான் நான் முதன்முதலில் பார்த்தேன். அதன் பிறகே அவருடைய மற்ற படங்களைத் தேடிப் பிடித்துப் பார்த்தேன். மை காட்! மற்ற படங்களில் தெரியும் கிம் கிடுக்குக்கும் இதற்கும்தான் எத்தனை வித்தியாசம்!

இன்னும் அவருடைய சில படங்களின் திருட்டு டி.வி.டி.களுக்காக இங்கே மலாவியில் காத்துக்கொண்டிருக்கிறேன்.

ஒவ்வொரு சிருஷ்டிகர்த்தாவும் தன்னுடைய மகத்தான சிருஷ்டிக்காகக் காத்திருக்கிறான். அதேபோல் ஒரு மகத்தான சிருஷ்டியும் தன்னுடைய சிருஷ்டிகர்த்தாவுக்காகக் காத்திருக்கிறது. இந்த ஸ்பரிங், ஸம்மர், ஃபால், விண்ட்டர் அண்ட ஸ்பரிங்கில் சிருஷ்டிகர்த்தா தன்னுடைய மகத்தான சிருஷ்டியைக் கண்டடைந்து விட்டான் என்று தோன்றுகிறது.

நன்றி.

ஆனந்த் அண்ணாமலை

மலாவி.
மத்திய ஆஃப்ரிக்கா.

(என்னைப் பற்றி: என் வயது 27. ஆஃப்ரிக்காவின் இந்த மத்தியப் பகுதியில் கம்பளம் தயாரிக்கும் கம்பெனியில் இரண்டு ஆண்டுகளாக பொதுமேலாளராகப் பணிபுரிகிறேன்.)

*

O He gives to us His joy,
That our grief He may destroy:
Till our grief is fled and gone
He doth sit by us and moan.

(William Blake: Songs of Innocence: On Another's Sorrow)

தென்கொரியாவைச் சேர்ந்த கிம் கி-டுக்குக்கு (பிறப்பு: 1960) அவரது சொந்த நாட்டில் சரியான அங்கீகாரம் கிடையாது. அவருடைய பெயரே அங்கு யாருக்கும் தெரியாது என்று கூடச் சொல்லலாம். உதாரணத்துக்கு, அவர் ஒரு படத்துக்காக துப்பாக்கியைப் பயன்படுத்த வேண்டியிருந்ததால் அதற்கு அனுமதி வாங்குவதற்காக அந்தப் பகுதியில் உள்ள போலீஸ் ஸ்டேஷனுக்குச் சென்றிருக்கிறார். ஸ்டேஷனில் அவர் பெயரே யாருக்கும் தெரிந்திருக்கவில்லை. ஆனால் அதே ஆண்டில்தான் (2004) *Samaria* என்ற படத்துக்காக வெனிஸ் திரைப்பட விழாவிலும், *3 Iron* என்ற படத்துக்காக பெர்லின் திரைப்பட விழாவிலும் சிறந்த இயக்குனர் விருதைப் பெற்றிருக்கிறார் கிம். அங்கீகாரம் இல்லாதது மட்டும் அல்லாமல், தென்கொரியாவில் அவரை வெறுப்பவர்களே அதிகம். சுருக்கமாகச் சொன்னால், அவரை ஒரு சமூக விரோதி என்றே நினைக்கிறார்கள் கொரியர்கள். அதிலும் கொரியப் பெண்ணியவாதிகளின் நிலை இன்னும் மோசம். அங்கே நீங்கள் ஒரு கிம் கி-டுக் ரசிகர் என்று சொன்னால், உங்களையே ஒரு ரேப்பிஸ்ட் போல் பார்ப்பார்கள். (உலகம் பூராவுமே பெண்ணியவாதிகள் அப்படித்தான் இருப்பார்கள் போலிருக்கிறது!) இதனால் இவர் தனது படங்களை தென் கொரியாவில் வெளியிடுவதே இல்லை.

கொரியர்களின் சினிமா ரசனை தமிழ்நாட்டு சினிமா ரசனையோடு மிகவும் ஒத்துப் போகக் கூடியது என்பதும் இங்கே குறிப்பிடப்பட வேண்டிய ஒன்று.

ஆனால், ஐரோப்பாவில், குறிப்பாக ஃப்ரான்ஸில், கிம் கி-டுக்குக்குப் பார்வையாளர்கள் அதிகம். கிம் ஒரு ஏழ்மையான குடும்பத்தில் பிறந்ததால் அவரால் பள்ளிப் படிப்பை முழுமையாக முடிக்க முடியவில்லை. பிறகு அவர் ஃப்ரான்ஸ் சென்று ஓவியப் பள்ளியில் சேர்ந்தார் (1990-92). பாரிஸில் தெரு ஓவியர்கள் அதிகம். அதிலும் லத்தீன் குவார்ட்டர் என்ற பகுதி கலைஞர்களால் நிரம்பியது. அங்கே வரும் பயணிகளின் உருவப்படத்தை வரைந்து கொடுத்து அதில் வரும் பணத்தில் வாழ்ந்தவர் கிம். குளிர்காலத்தில் உறங்குவதற்குக் கூட இடம் இல்லாமல் கஷ்டப்பட்டிருக்கிறார். இந்த அனுபவங்களை இவரது *ரியல் ஃபிக்‌ஷன்* என்ற படத்தில் காணலாம்.

(இந்தப் பதிலுக்குச் சம்பந்தமில்லாத சில கேள்விகள் ஆனந்திடம்: நாலா பக்கமும் நிலத்தால் சூழப்பட்ட மலாவி நாட்டின் பரப்பளவில் கால் பங்கு அளவுள்ள அந்த பிரம்மாண்டமான

ந்யாஸா ஏரியைப் பார்த்திருக்கிறீர்களா? அதில் படகுச் சவாரி செய்திருக்கிறீர்களா? ஒரு கடல் அளவுக்குப் பரந்து விரிந்து கிடக்கும் இவ்வளவு பெரிய ஏரி இருந்தும் மலாவி ஏன் இவ்வளவு கொடூரமான வறுமையில் இருக்கிறது?

அந்த மலாவி என்ற தூரதேசத்தில் அமர்ந்து கொண்டு நம் கனவிலிருந்து பூமியில் நழுவி விழுந்த ஒரு சொர்க்கம் என்றெல்லாம் உங்களால் எப்படி எழுத முடிகிறது? இன்னும் ஒரு வலைமனை ஆரம்பித்து கவிதை எழுத ஆரம்பிக்கவில்லையா?)

சரி, கிம்மின் இளவேனிலுக்கு வருவோம். நான் எழுத வேண்டிய பல விஷயங்களை ஆனந்த் அண்ணாமலையே எழுதிவிட்டார். எனக்கு வேலை மிச்சம். அதனால் அவர் எழுதாமல் விட்ட சிலதை மட்டும் பார்ப்போம்.

இளவேனில், கோடை, இலையுதிர் காலம், குளிர் காலம் மற்றும் இளவேனில் (2003) என்ற இந்தப் படத்தில் இரண்டு ஜென் துறவிகள் வருகிறார்கள். ஒரு முதிய துறவியும், ஒரு இளம் துறவியும். இளம் துறவியின் வாழ்க்கை அவன் ஐந்து வயதுப் பாலகனாக இருப்பதிலிருந்து நடுத்தர வயது ஆகும் வரையில் ஐந்து பகுதிகளாகப் பிரிக்கப்பட்டிருக்கிறது. கதாபாத்திரங்களின் பெயர்கள் எதுவும் தெரிவதில்லை. கிம்மின் படங்களை பாலியல் தொழிலாளிகளின் படங்கள் என்றும், மௌனப் படங்கள் என்றும் இருவகையாகப் பிரிக்கலாம் என்றால் இந்த இளவேனிலை மௌனப் படம் என்ற பிரிவில் அடக்கலாம். படத்தின் மொத்த வசனம் ஒரு பக்கம் வரும்.

இளந்துறவி ஐந்து வயதுப் பாலகனாக இருக்கும் போது படம் துவங்குகிறது. இளவேனில் என்பது ஒரு மனிதனின் ஆரம்ப நிலையைக் குறிப்பது. ஜென் பௌத்தத்தின் ஆதாரமான பாடங்கள் சிறுவனுக்குக் கற்பிக்கப்படுகின்றன. (குரூரமும், வன்முறையும் மனித சிந்தனையின் உள் அடுக்குகளிலேயே கிடக்கிறது. அதை நம்மிடமிருந்து அகற்றி அன்பின்பால் நம் வாழ்வைச் செலுத்த வேண்டும். இதுதான் அந்தச் சிறுவன் மீன், தவளை, பாம்பு மூன்றையும் சித்ரவதை செய்து சிரிக்கும் காட்சியிலும், அதற்கு ஜென் குரு கொடுக்கும் தண்டனையிலிருந்தும் நமக்கு உணர்த்தப்படுகிறது.)

இளவேனிலை அடுத்து வருவது, கோடை. சிறுவன் பதின் பருவத்தை அடையும் போது அங்கே ஒரு பெண்ணும்,

அவளுடைய இளம் வயது மகளும் வருகிறார்கள். மகளுக்கு உடல் நலம் சரியில்லை. மகளை அங்கேயே விட்டுவிட்டுச் செல்கிறாள் தாய். அந்தப் பெண்ணைக் கண்டதும் அவள் மீது பாலியல் வேட்கை கொள்கிறான் இளம் துறவி.

இதை அறிந்துகொள்ளும் குரு சீடனை எச்சரிக்கிறார். "காமம் இச்சையைத் தூண்டுகிறது; இச்சை அவளை உரிமை கொண்டாடத் தூண்டுகிறது; உரிமை, கொலை செய்யவும் தூண்டுகிறது" என்கிறார்.

சீடனுக்கு குருவின் வார்த்தைகளை விட சரீர இச்சையே பெரிதாகத் தெரிகிறது. அவனால் அதை அடக்க முடியவில்லை. அந்தப் பெண்ணோடு உறவு கொள்கிறான். அதுவும் குருவுக்குத் தெரிந்து போகிறது.

அந்தப் பெண்ணைப் பார்த்து "உன் வியாதி சொஸ்தமாகி விட்டதா?" என்று கேட்கிறார். "ஆம்" என்கிறாள் அவள்.

"அப்படியானால் நீ கிளம்பலாம்."

அந்தப் பெண் மடாலயத்தை விட்டுச் சென்றவுடன், குருவுக்குத் தெரியாமல் மடாலயத்தின் புத்தர் சிலையை எடுத்துக் கொண்டு, அவளைத் தேடி நகரத்துக்கு ஓடி விடுகிறான்.

Speak, father, speak to your little boy,
Or else I shall be lost.
The night was dark, no father was there,
The child was wet with dew;
The mire was deer), and the child did weep,
And away the vapour flew.

(William Blake: Songs of Innocence: The Little Boy Lost)

வில்லியம் ப்ளேக்கின் மேற்கண்ட கவிதையில் வரும் இரவுதான் 'இளவேனில் 'படத்தில் வரும் சீடனின் காமம் என்று நீங்கள் வாசிக்கலாம்.

அடுத்து வருவது இலையுதிர் காலம். குரு முதிய பிராயத்தை அடைகிறார். ஒருநாள் நகரத்துக்குச் சென்று ஒரு பூனையை வாங்கிக்கொண்டு வருகிறார். படத்தில் நகரமே காண்பிக்கப்படுவதில்லை. இந்த 106 நிமிடப் படம் முழுவதுமே அந்த ஏரியிலும் அதைச் சுற்றியுள்ள மலையிலும்தான் நடக்கிறது.)

பூனையைச் சுற்றி எடுத்து வந்த தினசரியில் இளம் துறவியின் புகைப்படத்தோடு ‘காணவில்லை’ என்ற போலீஸின் அறிவிப்பு வந்திருப்பதைப் படிக்கிறார். அவன் தன் மனைவியைக் கொன்று விட்டுத் தலைமறைவாகி விட்டிருக்கிறான். அடுத்த காட்சியில் சீடன் அந்த மடாலயத்துக்குத் திரும்பி வருகிறான்.

“கொலை செய்யும் அளவுக்குக் கோபமா?”

“ஆமாம்; இன்னும் கூட என் கோபம் அடங்கவில்லை. எனக்குத் துரோகம் செய்துவிட்டு இன்னொருத்தனோடு ஓடிவிட்டாள்.”

அவனுடைய கோபத்தை அடக்குவதற்காக சில கடுமையான சோதனைகளை மேற்கொள்ளச் செய்கிறார். கயிற்றில் கட்டித் தொங்கவிட்டு கம்பால் அடிக்கிறார்; முதுகில் சூடு போடுகிறார். அடுத்து, அவர் தரும் சோதனையின் பெயர் பிரக்ஞாபர்பமிதா. இதன்படி, குரு தன்னுடைய பூனையின் வாலினால் அந்தப் படகின் தளத்தில் பௌத்த சூத்திரங்களை எழுதுகிறார். அளவில் மிகப் பெரியதாக இருக்கும் அந்த சூத்திரங்களை சீடன் ஒரு கத்தியைக் கொண்டு செதுக்க வேண்டும். அப்போது கொலையாளி இருக்கும் இடத்தைத் தேடி அவனைக் கைது செய்வதற்காக இரண்டு போலீஸ்காரர்கள் வந்துவிடுகிறார்கள்.

“பிரக்ஞாபர்பமிதா முடிய எவ்வளவு நேரம் ஆகும்?”

“ஒரு முழுநாள் எடுக்கும்...”

போலீஸ்காரர்கள் அடுத்த நாள் காலை வரை காத்திருப்பது என்று முடிவு செய்கிறார்கள்.

மறுநாள் அவர்கள் சீடனை அழைத்துச் செல்லும்போது ஒரு இடத்தில் படகு துடுப்பு போட்டும் நகராமல் ஒரே இடத்தில் நிற்கிறது. அதுவரை குருவைப் பார்க்காமலேயே கிளம்பிவிட்ட சீடன் குருவைப் பார்க்கிறான். குரு புன்னகையுடன் அவனை நோக்கிக் கையை அசைக்க படகு நகர்கிறது.

ஆண்டுகள் செல்கின்றன. முதுமையை அடையும் குரு படகில் விறகுகளை அடுக்கித் தன்னை எரியூட்டிக் கொள்கிறார்.

சிறைத் தண்டனை முடிந்து மீண்டும் மடாலயத்துக்கு வருகிறான் சீடன். மத்திய பிராயத்தில் இருக்கிறான். (நடிப்பு: கிம் கி-டுக்) அது ஒரு குளிர்காலம். குரு எழுதி வைத்திருந்த குறிப்புகளைப் படித்து யோகத்தையும், ஜப்பானிய உடற்பயிற்சிக் கலைகளையும் கற்றுத் தேர்கிறான். பெண் வடிவ புத்தர் சிலையைக் கைகளில்

எடுத்துக்கொண்டு, சிலையை வைப்பதற்கான கருங்கல் பீடத்தை இடுப்பில் ஒரு கயிற்றினால் பிணைத்துக் கட்டிக்கொண்டு மடாலயத்தின் அருகே இருக்கும் மலையின் உச்சிக்குச் சென்று தவம் செய்கிறான்.

(நம் கண்களால் நம்பவே முடியாத இக்காட்சிகள் கம்ப்யூட்டர் க்ராஃபிக்ஸ் தந்திரங்கள் அல்ல; நிஜமாக எடுக்கப்பட்டவை.)

மலையின் உச்சியிலிருந்து பார்க்கும்போது மடாலயமும் அதைச் சுற்றியிருக்கும் ஏரியும் ஒரு புள்ளியைப் போல் தெரிகின்றன. இளவேனில் பருவத்தில் இவன் பாலகனாக இருக்கும் போது ஒரு குன்றின் உச்சியில் இருக்கும் ததாகதரின் சிலையின் பின்னே நின்று கீழே தெரிந்த உலகத்தைப் பார்த்ததற்கும், இப்போது இத்தனை ஆண்டுகள் சென்று மிகக் கடுமையான பாவ நிவர்த்திக்கும், தவத்துக்கும் பிறகு மலை உச்சியிலிருந்து பார்ப்பதற்கும் மிகுந்த வேறுபாடு இருக்கிறது.

இந்த இடத்தில் ஒரு விஷயத்தைக் குறிப்பிட வேண்டும். இதுவரை என்னுடைய சினிமா அனுபவத்தில் பார்த்தே இராதபடி ஒரே இடத்தில் ஐந்து பருவ காலக் கட்டத்தில் எடுக்கப்பட்டிருக்கிறது இந்தப் படம். இளவேனில், கோடை, இலையுதிர் காலம் என்ற மூன்று பருவத்திலும் மூன்று வெவ்வேறு விதமாகக் காட்சியளிக்கும் ஏரியும், மலைகளும், காடுகளும், செடி கொடிகளும், பூக்களும் குளிர்காலத்தில் பழைய அடையாளத்தின் சிறு சிறு தடயங்களை மட்டுமே வைத்துக் கொண்டு முழுமுற்றாக மாற்றமடைந்து விடுகின்றன.

ஏரி முழுவதும் உறைந்து கிடக்கிறது. நீர்வீழ்ச்சி உறைந்து கிடக்கிறது. உறைந்து கிடக்கும் அந்த நீர்வீழ்ச்சியிலிருந்து ததாகதரின் சிலையைச் செதுக்கி எடுக்கிறான் இளந்துறவி. அதில், நதியில் உறைந்து கிடக்கும் படகிலிருந்து உளியால் வெட்டி எடுத்த குருவின் எலும்புத் துண்டுகளை வைக்கிறான். இந்தக் காட்சியின் மூலம் அவனுடைய குரு மறுபிறவி எடுத்து வருவார் என்பது சூசகமாகச் சொல்லப் படுகிறது. மற்ற பருவங்களில் படகில் சென்ற இடங்களெல்லாம் இப்போது பனிப்பாறைகளாக உறைந்து கிடப்பதால் அந்த இடங்களில் நடந்தே செல்கிறான். உறைந்து கிடக்கும் நதியை உளியால் வெட்டி சிறு பள்ளம் தோண்ட, அடியில் நதிநீர் தெரிகிறது. அந்த நீரைத் தனது உபயோகத்துக்கு எடுத்துக்கொள்கிறான்.

அப்போது அங்கே ஒரு பெண் குழந்தையுடன் வருகிறாள். அவள் தன் முகத்தை ஒரு துணியால் மூடிக்கொண்டிருக்கிறாள். குழந்தையை குருவிடம் வைத்துவிட்டு இரவில் அவனுக்குத் தெரியாமல் திரும்பும் போது, தண்ணீருக்காக அவன் தோண்டி வைத்திருந்த பள்ளத்தில் விழுந்து இறந்து போகிறாள்.

The little boy lost in the lonely fen,
Led by the wandering light,
Began to cry, but God, ever nigh,
Appeared like his father, in white.
He kissed the child, and by the hand led,
And to his mother brought,

(William Blake: Songs of Innocence: The Little Boy Found)

இளந்துறவி சற்றே முதிய தோற்றத்தை அடைகிறான். மீண்டும் இளவேனிற்காலம் துவங்குகிறது. குழந்தை ஐந்து வயதுப் பாலகனாக மூத்த ஜென் குருவிடம் பாடம் கேட்கிறான். வாழ்க்கை ஒரு முழு வட்டத்திற்குப் பிறகு மீண்டும் துவங்குகிறது.

படத்தில் மற்றொரு சுவாரசியமான அம்சம், ஏரியில் மிதக்கும் அந்த மடாலயத்தின் உள்ளே ஒரே ஒரு அறைதான் இருக்கிறது. அதன் நடுவில் ஒரு அழகான கதவு இருக்கிறது. அதைத் திறந்து கொண்டுதான் இரண்டு துறவிகளும் உள்ளே செல்ல வேண்டும்; வெளியே வர வேண்டும். ஆனால், சுவர் எதுவும் கிடையாது. வெறும் கதவு மட்டும்தான். கதவுக்குப் பக்கத்தில் உள்ள வெற்றிடத்தின் வழியாகவும் போகலாம். ஆனால் யாரும் அப்படிச் செல்வதில்லை. மடத்துக்கு வரும் பெண் மீது இச்சை கொள்ளும்போதுதான் இளம் துறவி கதவைத் திறக்காமல் பக்கவாட்டிலிருந்தே இந்தப் பக்கம் வருகிறான்.

அதேபோல், முற்றிலும் நீரால் சூழப்பட்டுள்ள அந்த ஏரியின் வாயிற் பக்கத்திலும் ஒரு அழகிய கதவு அமைக்கப்பட்டுள்ளது. பக்கவாட்டில் சுவர்கள் ஏதும் கிடையாது; அந்தப் பக்கமாகவும் தண்ணீரைக் கடந்து மடாலயத்துக்குச் செல்லலாம் என்றாலும் யாரும் அப்படிச் செய்யாமல் கதவைத் திறந்துகொண்டே செல்கிறார்கள்.

இந்தப் படத்தின் ஆக முக்கியமான கதாபாத்திரம், இதன் லொகேஷன் தான். இதை ஒளியில் பதிவு செய்திருப்பவர் Baek

Dong-hyeon. இந்த ஒளிப்பதிவாளரைப் பார்த்து உலகமே வியந்து பாராட்டிக்கொண்டிருக்கிறது. தமிழ் சினிமாவில் ஒளிப்பதிவு சரியில்லை என்று நான் குறிப்பிடும்போதெல்லாம் இந்த இடத்திலிருந்துதான் அதைச் சொல்கிறேன் என்று புரிந்துகொள்ள வேண்டும்.

அடுத்து, இந்தப் படத்தின் இசைக்குச் செல்வோம்.

*

(கிம் கி-டுக்கின் 'இளவேனில்...' படத்தில் இசை எவ்வாறு பயன்படுத்தப்பட்டிருக்கிறது என்று பார்ப்பதற்கு முன் ஸ்ரீகாந்த் என்ற வாசகரிடமிருந்து வந்துள்ள கடிதத்தைப் பார்த்துவிட்டுத் தொடர்வோம்.)

டியர் சாரு,

சினிமா பற்றி எத்தனையோ மாஸ்டர்பீஸ் கட்டுரைகளை எழுதியிருக்கும் உங்களை நான் எந்தவிதத்திலும் புண்படுத்த நினைக்க மாட்டேன். அதிலும் இந்தியாவில் யாரும் கவனிக்காத அந்த வங்காளத் திரைப்பட மேதை கடக் பற்றி நீங்கள் எழுதியிருந்தது உங்கள் கட்டுரைகளின் சிகரம். அதோடு, ரித்விக்ஜி பற்றி ஷாஜியும் எழுதியிருக்கிறார். ரித்விக் பற்றி உங்கள் கருத்துதான் என்னுடைய கருத்தும். சத்யஜித் ரேயைச் சுற்றி ஒளிவட்டம் வரைந்துவிட்டு கடக்கை அப்படியே மறந்து விட்டார்கள். ரித்விக்கின் கோமல் கந்தார் - என்ன ஒரு படம்! அந்தப் பாத்திரங்கள் அத்தனை பேரிடமும் என்ன ஒரு லயம்! அவருடைய படங்களுக்கு மட்டும் சரியான முதலீடு கிடைத்திருந்தால் அவையெல்லாம் உலக க்ளாஸிக்குகளாக மதிக்கப்பட்டிருக்கும்.

இளவேனில் படத்தை நான் ஏற்கனவே பார்த்துவிட்டேன். கிம் கி டுக்கின் மாஸ்டர்பீஸ். அதைப் பற்றிய உங்கள் விளக்கம் அந்தப் படத்தை மேலும் புரிந்து கொள்ள உதவியது.

பெத்ரோ அல்மதோவர் படங்களைப் பற்றியும் உங்கள் கருத்தை அறிய விரும்புகிறேன். என்னுடைய கடித்தத்துக்குப் பதில் எழுதுவது போல் வேண்டாம். ஏற்கனவே நான் உங்கள் நேரத்தை வீணடித்துவிட்டதான குற்ற உணர்ச்சியில் இருக்கிறேன். மேலும், All about my mother படத்தில் நான் பாலினப் பிரச்சினை என்று

குறிப்பிட்டது ஆண்/பெண் உறவுகளைப் பற்றி அல்ல; ட்ரான்ஸ்-ஜெண்டர் பிரச்சினை பற்றி.

மேலும் ஒரு சிறிய விண்ணப்பம். என்னையும் மற்றவர்களைப் போல் ஒரு தீவிர இளையராஜா விசிறியாக எண்ணிவிட வேண்டாம். நல்ல இசை எனக்குப் பிடிக்கும். அவ்வளவுதான்.

சலீல்தா, மதன் மோஹன், ராஜன் நாகேந்த்ரா, ஆர். டி. பர்மன், எஸ்.டி. பர்மன் என்று (ஆமாம், ஆர்.டி. பர்மனுக்கு அடுத்ததாகத்தான் எஸ்.டி. பர்மனை வைப்பேன்) எல்லோருமே என்னை ஈர்க்கிறார்கள்.

ஹிந்துஸ்தானியும் பிடிக்கும். (கர்னாடக இசையின் கடுமையான சட்டதிட்டங்களால் எனக்கு அதைவிட ஹிந்துஸ்தானியே பிடித்தமாக இருக்கிறது என்று சொல்வேன்) ஹிந்துஸ்தானியில் எனது ரசனையின் செவிகளைத் திறந்த முதல் குரல் பீம்சென் ஜோஷி.

பாப் மார்லி ஒரு புரட்சிகரமான பாடகர். சந்தேகமே இல்லை. அவரது பாடல் வரிகளும் அற்புதமானவை. ஆனால் எனக்கு எப்படி ஜோஹன் செபாஸ்டியன் பாக்ஹ் மீது அவ்வளவு தீவிரமான ஈடுபாடு உண்டானது என்று தெரியவில்லை. எனக்கு மிகவும் பிடித்தமான சலீல்தாவுக்கு மொஸார்ட்தான் பிடிக்கும் என்றாலும், நான் விரும்பிக் கேட்பது பாக்ஹூம் பீத்தோவனும்தான். நீங்கள் சொல்வது போல் இசையை ரசிப்பதற்கு இசை பற்றிய அறிவு தேவையில்லைதான்.)

கடைசியாக ஒரே ஒரு விஷயத்தைச் சொல்லி முடித்து விடுகிறேன். எனக்கு ஒரு அரிதான நட்பு கிடைத்திருக்கிறது. லட்சக் கணக்கான பேரிடம் நான் இறுமாப்புடன் சொல்லிக் கொள்வேன், சாரு நிவேதிதா எனக்கு பதில் எழுதியிருக்கிறார் என்று; அதையும் தனது இணைய தளத்திலேயே வெளியிட்டிருக்கிறார் என்று. ஒரு சராசரி மனிதனான எனக்கு இதை விட வேறு என்ன பெருமை வேண்டும்?

என் வாழ்வின் இந்த அற்புதமான தருணத்தைப் போற்றிப் பாதுகாப்பேன். இதற்காக உங்களுக்கு என் நன்றி. உங்கள் புத்தகங்களை ஒவ்வொன்றாக இனி படிக்க ஆரம்பிப்பேன். உங்களுடனான நட்புக்கு அதுதான் நான் செய்யக்கூடிய நியாயம்.

ஸ்ரீகாந்த்.

கீழே வருவது எனக்குப் பிடித்த படங்களின் ஒரு சிறிய பட்டியல்:

All about my mother (Pedro Almodovar)

Dreams (Akira Kurosawa)

Amores and Perros (Alejandro González Iñárritu)

Where is my Friend's home (Abbas Kiarostami)

The wind will carry us (Abbas Kiarostami)

At five in the afternoon (Samira Makhmalbat)

Color of Paradise (Majid Majidi)

Children of Heaven (Majid Majidi)

Bad Education (Pedro Almodovar)

Scent of a woman (Martin Brest)

One flew over Cuckoo's nest (Milos Foreman)

Amedus (Milos Foreman)

No country for old men (Coen Brothers)

Miller's Crossing (Coen Brothers)

Goya's Ghosts (Milos Foreman)

Naai Neralu (Dog's Shadow - a Kannada movie by Girish Kasaravalli)

Not a single one - All of Ritwikji's movies

Not a single one - All of Roman Polanski's movies

Not a single one - All of Krzysztof Kieslowski's movies

அவள் அப்படித்தான் - ருத்ரய்யா (குடிசை தவிர அவர் வேறு படம் எடுக்கவில்லை என்று நினைக்கிறேன். நான் தமிழ்நாட்டின் தலைநகரில் தான் வசிக்கிறேன் என்றாலும் அது இப்போது எங்கே கிடைக்கும் என்று தெரியவில்லை).

எனக்குப் பிடித்த நடிகர்கள்:

Jack Nicholson

Johnny Depp

AL Pacino

Marlon Brando (*Last Tango in Paris* and *Apocalypse Now*)

Tom Hanks

Om Puri

Nasruddin Shah and a thousand others

டியர் ஸ்ரீகாந்த்,

விவாதம் நடந்துகொண்டிருக்கும்போதே விவாதத்தின் திசை மாறிவிட்டது. பரவாயில்லை. உங்கள் கடிதத்தை இதில் சேர்க்க வேண்டும் என்று தோன்றியதன் காரணம், உங்களுடைய பட்டியல். என்னால் இப்படி ஒரு பட்டியலைப் போட முடியாது. போட்டால் அது டெலிபோன் டைரக்டரி மாதிரி ஆகிவிடும். உங்கள் நடிகர்களின் பட்டியல் பற்றி மட்டும் கொஞ்சம் சொல்லலாம். உங்கள் தேர்வு ஹாலிவுட் படங்களை மட்டுமே கணக்கில் எடுத்துக்கொண்டிருக்கிறது. மாறாக, லத்தீன் அமெரிக்க, ஐரோப்பிய, ஜப்பானிய சினிமாக்களில் மிகப் பெரிய நடிப்பு மேதைகள் இருந்திருக்கிறார்கள்; இருக்கிறார்கள். ஒரே ஒரு உதாரணம் சொல்ல வேண்டுமானால், க்ளாஸ் கின்ஸ்கி. நூற்றுக்கு மேற்பட்ட படங்களில் நடித்திருந்தாலும் வெர்னர் ஹெர்ஸாகின் ஐந்து படங்களில் நடித்ததே இவரை உலகப் புகழ் அடையச் செய்துவிட்டது. எந்த ஹாலிவுட் நடிகனும், உலக நாயகனும், நடிகர் திலகமும் கின்ஸ்கியின் நிழலைக் கூடத் தொட முடியாது. நான் சொல்லவில்லை. உலக சினிமா விமர்சகர்களின் கருத்து இது. கின்ஸ்கிக்கு ஈடு இணை கிடையாது என்கிறார்கள் அவர்கள்.

பழைய இந்தி சினிமா பற்றியோ இந்தி சினிமா இசை பற்றியோ எனக்கு எதுவும் தெரியாது. ஹிந்துஸ்தானி இசை ஒரு சமுத்திரம். அதில் பீம்சென் ஜோஷியை விட பண்டிட் ஜஸ்ராஜையே எனக்கு அதிகம் பிடிக்கும்.

ருத்ரையா ஒரு ஜோக். தமிழில் சீரியஸ் சினிமா பண்ணுகிறேன் பேர்வழி என்று சொல்லுகிறவர்களை விட சீரியஸ் சினிமா பற்றி எதுவுமே பேசாமல் படங்களை எடுத்த ஸ்ரீதர், பாரதிராஜா, பாலு மகேந்திரா போன்றவர்கள் ஆயிரம் மடங்கு மேல்.

இப்போது மீண்டும் கிம் கி-டுக்கின் இளவேனிலுக்கு - அதன் இசைக்கு - வருவோம். நான் கடவுளைப் போலவே இளவேனிலும் தண்ணீரில்தான் - இளவேனிலில் பெரிய ஏரி - துவங்குகிறது. அப்போது எவ்விதமான பின்னணி இசை ஒலிக்கிறது

என்று கவனிக்கவும். மிகத் துல்லியமான, அமானுஷ்யமான தன்மையோடு கூடிய இசை அது. அந்தக் காட்சியோடு இசை நின்று விடுகிறது. அதற்கப்புறம் பத்து நிமிடங்களுக்கு ஆழ்ந்த மௌனமும் இயற்கை ஒலிகளும்தான். ஏரிக்கு அடுத்த காட்சியில் ஜென் குரு தன் மரக்குடுவையைத் தட்டும் ஒலி. பிறகு அவர் சிறுவனை எழுப்புகிறார். சிறுவன் உறக்கத்திலிருந்து எழுந்து மரக்கதவைத் திறந்து வந்து புத்தரின் எதிரே வஜ்ராசனத்தில் அமர்ந்து பிரார்த்தனை செய்கிறான். அவன் எழுந்து மரக்கதவைத் திறக்கும் போது அக்கதவு கிறீச்சிடும் சப்தம் மட்டுமே கேட்கிறது.

குரு மடாலயத்தின் வெளியே வந்து மெழுகுவர்த்திகளை அணைக்கிறார். பிறகு ஏரி மீன்களை வேடிக்கை பார்க்கிறார். ஏரியில் மிதக்கும் மடாலயம் - தூரத்துக் காட்சியில் தெரிகிறது. இதுவரை எந்தப் பின்னணி இசையும் கேட்பதில்லை. மௌனம். மௌனம். மகா மௌனம். மடாலயத்தைப் பெருக்குகிறார் துறவி. திரும்பவும் தூரத்துக் காட்சி. ஒரே ஒரு பறவையின் ஒலி. மௌனம். மௌனம். மௌனம். துறவி படகில் கிளம்புகிறார். சிறுவனும் ஓடி வந்து படகில் ஏறிக்கொள்கிறான். படகின் ஒலி. துடுப்பு தண்ணீரைத் தள்ளும் ஒலி. திரும்பவும் தூரத்துக் காட்சி. படகைக் கரையில் நிறுத்தி விட்டு இருவரும் கானகத்தில் மூலிகை பறிக்கச் செல்கிறார்கள். சிறுவன் மூலிகை இலைகளைப் பறிக்கும்போது அவனருகே நகர்ந்து வருகிறது ஒரு சர்ப்பம். அந்த சர்ப்பத்தை அப்படியே ஒரு கையால் பிடித்துத் தூக்கி எறிகிறான் சிறுவன். துறவியும் சிறுவனும் திரும்பவும் மடாலயத்துக்குத் திரும்புகிறார்கள்.

குருவிடம் சொல்லிக்கொள்ளாமலேயே இரவில் தனியாகப் படகில் கிளம்புகிறான் சிஷ்யன். கானகத்துக்கு வந்து மீனில் கல்லைக் கட்டுகிறான். அப்போதுதான் ஜென் பௌத்த மந்திரம் ஒரு மெல்லிய பாடலாக ஒலிக்கிறது. இதுவரை படத்தில் 10 நிமிடம் முடிந்திருக்கிறது. இந்தப் பத்து நிமிடமும் எந்தப் பின்னணி இசையும் இல்லாத ஓர் ஆழ்ந்த மௌனத்திலேயே கரைந்து சென்றிருப்பதை உணர்கிறோம்.

இதைத்தான் இசை என்கிறேன். ஒரு இசைக் கலைஞனுக்கு மௌனம் பற்றித் தெரிந்திருக்க வேண்டும். எவனுக்கு மௌனத்தை இசைக்கத் தெரிந்திருக்கிறதோ அவனே சிறந்த இசைக் கலைஞனாக அடையாளம் காணப்படுவான். ஆனால் நான் கடவுளில் படம் முழுவதும் ஒரே இரைச்சல் மயம். தமிழ்

சினிமாவில் பலவித இசைக்கருவிகளின் இரைச்சலையும் கூச்சலையும்தான் பின்னணி இசை என்று அழைக்கிறார்கள். என்ன செய்வது!

இளவேனில் படம் முழுவதையும் எடுத்துக் கொண்டு ஒவ்வொரு இஞ்ச் இஞ்ச்சாக அதன் இசை பற்றிப் பேசலாம். ஆனால் அதை நீங்களே அவதானிப்பதும், அனுபவித்து அறிவதும்தான் நல்லது.

இளவேனிலின் ஒன்பதாவது அத்தியாயத்துக்குச் செல்வோம். இளம் துறவி மடாலயத்தின் தரையில் எழுதப்பட்டுள்ள எழுத்துக்களை ஒரு கூர்மையான கத்தியைக் கொண்டு செதுக்குகிறான். அப்போது, தான் அமர்ந்திருந்த இடத்தை விட்டு எழுந்து வந்து, அங்கே இருக்கும் மெழுகுவர்த்தியை எடுத்துக்கொண்டு வந்து, இளம் துறவியின் அருகே முட்டிக்காலிட்டு அமர்ந்து, அதைக் கையில் பிடித்தபடி இளம்துறவிக்கு வெளிச்சம் தருகிறான் போலீஸ்காரன். அப்போது பின்னணியில் கேட்கும் மிக மெல்லிய இசையைக் கூர்ந்து கவனியுங்கள். கடவுள் உங்கள் முன்னே தோன்றி உங்களோடு பேசுவது போலவே இருக்கும்.

லாங் ஷாட்டும், க்ளோஸப் ஷாட்டுமாக மாறி மாறி. ம்ஹூம்... இப்படிச் சொன்னால் நம்முடைய ஒளிப்பதிவாளர்களின் சிரசாசன - குட்டிக்கரண - குரங்கு வித்தைக் கோமாளித்தனம் என்று யாராவது நினைத்துவிடக் கூடும். அதனால் இளவேனிலில் இருக்கிறபடியே சொல்லிவிடுகிறேன். ஏரியின் நீர்ப்பரப்பின் மீது நீராவியைப் போல் அலை அலையாகப் பரவியபடி செல்கிறது பனி - தூரத்துக் காட்சி. தரை முழுக்கவும் செதுக்கி முடிக்கும் துறவிகளைப்பு மிகுதியில் மயங்கிச் சரிகிறான். கைகளில் கத்தியும் ரத்தக்கறையும் - க்ளோஸப் ஷாட். பொழுது புலரும் நேரம் அது. அமர்ந்தபடியே உறங்கிக் கொண்டிருக்கும் போலீஸ் திடுக்கிட்டு விழித்து, தன் கைத்துப்பாக்கியைத் தேடி ஒருக்கணம் பதறி அது பக்கத்திலேயே இருக்கக் கண்டு ஆசுவாசத்துடன் அதை எடுத்துச் செருகியபடி இளந்துறவியின் அருகே வந்து தனது கோட்டை எடுத்து அவன் மீது போர்த்துகிறான். இவ்வளவு நேரமும் கடவுள் உங்களோடு பேசும் அந்த மெல்லிய இசை ஒலித்துக்கொண்டே இருக்கிறது.

இந்தப் படத்தின் இசைக்காகவும், மௌனத்துக்காகவுமே நீங்கள் இதை மீண்டும் மீண்டும் மீண்டும் பார்த்துக்கொண்டே இருக்கலாம்.

மௌனம் என்றதும், இது பௌத்தம் பற்றிய படம்; அதனால் தான் மௌனம் என்று யாரேனும் சொல்லி விடக் கூடும். தவறு. கிம்மின் சமீபத்திய படமான டைம் என்ற படம் நகரத்தில் நடக்கிறது. இவரது மௌனப் படங்களைப் போல் அல்லாமல் எல்லோரும் பேசுகிறார்கள். நிறையவே பேசுகிறார்கள். நிறைய கெட்ட வார்த்தையும் பேசுகிறார்கள். அந்தப் படத்திலும் இசை எப்படிக் கையாளப்பட்டிருக்கிறது என்பதை நீங்கள் கவனிக்கலாம்.

குறிப்பாக, ஆரம்பக் காட்சி.

கஃபேயின் பணிப்பெண் அங்கே வரும் கதாநாயகனைப் பார்த்து ஐ லவ் யூ என்று ஒரே தாளில் மீண்டும் மீண்டும் ஒரு ஓவியத்தைப் போல் எழுதும் காட்சி.

அந்தப் பணிப்பெண்ணுடன் நாயகன் உடலுறவு கொள்ளும்போது "உன்னை விட்டு ஓடிப் போன உன்னுடைய பழைய காதலி திரும்பி வந்தால் நீ என்ன செய்வாய்?" என்று அவள் கேட்கும் காட்சி.

பிறகு படத்தின் இறுதியில் நாயகி, அறுவை சிகிச்சையின் மூலம் தனது முகத்தைப் பழைய அடையாளமே தெரியாமல் முழுதும் மாற்றிக்கொண்டுவிட்ட தனது காதலனைத் தேடித் தேடி பைத்தியக்காரியாக அலையும் காட்சி.

போதும். மிச்சத்தை இசையும் பின்நவீனத்துவமும் பற்றிய என்னுடைய வேறொரு கட்டுரையில் பார்க்கலாம்.

சாரு
28.03.2009

தேவ்.டி: காமத்தின் உன்மத்தமும் கலையின் பாய்ச்சலும்

நண்பர் ஒருவர் தேவ்.டி என்ற இந்தித் திரைப்படத்தைப் பார்த்தபோது என்னுடைய ஞாபகம் வந்ததாகச் சொன்னார். பிறகு, வேறு சில நண்பர்களும் அதேபோல் சொன்னபோது ஆச்சரியமடைந்தேன். அப்படிப்பட்ட ஒரு படத்தைப் பார்த்துவிட வேண்டுமென்ற ஆர்வம் ஏற்பட்டது. மேலும், டைம்ஸ் ஆஃப் இந்தியாவின் சினிமா விமர்சனத்தில் அந்தப் படத்திற்கு ஐந்து நட்சத்திரம் கொடுக்கப்பட்டிருந்தது. எனக்குத் தெரிந்து அப்பத்திரிகையில் அதிக பட்சமாக மூன்றரை நட்சத்திரம்தான் கொடுப்பது வழக்கம். இக்காரணங்களால் தேவ்.டியைப் பார்த்தே தீருவது என்று கிளம்பினேன்.

இதுவரை இந்திய சினிமாவில் பின்நவீனத்துவம் சார்ந்த கதை, கதை மாந்தர், சம்பவங்கள் என்று பார்த்திருக்கிறோம். இதையெல்லாம் உள்ளடக்கம் என்று சொன்னால், இந்த உள்ளடக்கத்தோடு கூட ஒரு படம் அதன் வடிவத்திலும், தொழில்நுட்பத்திலும் பின் நவீனத்துவத்தன்மையைக் கொண்டிருப்பதை இதுவரை நான் கண்டதில்லை. முதல் முதலாக தேவ்.டியில் எனக்கு அந்த அனுபவம் கிட்டியது.

சரத் சந்திரரின் தேவதாஸ் கதையோடு ஓரளவுக்கு ஒட்டிப் போகும் தேவ்.டி படத்தில் வரும் தேவ் பஞ் சாபைச் சேர்ந்த ஒரு தொழிலதிபரின் மகன். பள்ளி மாணவனாக இருக்கும்போதே அவனுக்கும் அவனுடைய

தந்தையின் மேனேஜரின் மகளான பாரோவுக்கும் நெருக்கமான நட்பு இருந்து வருகிறது.

ஒரு நீரோடையின் அருகே அமர்ந்திருக்கிறான் சிறுவன் தேவ். அவனுக்காக ரொட்டியை எடுத்துக்கொண்டு இரைக்க இரைக்க ஓடி வருகிறாள் பாரோ. "ரொட்டிக்குத் தொட்டுக்கொள்ள ஊறுகாய் எங்கே?" என்று அதிகாரமாகக் கேட்கிறான் தேவ்.

"ஊறுகாய் இல்லாமல் இது எனக்குத் தேவையில்லை."

"தேவையில்லை என்றால் நீரோடையில் தூக்கி எறி."

"ஏய், உல்லூ கி பட்டி (ஆந்தைக்குப் பிறந்தவளே)."

"ஏய், உல்லூ கா பட்டா..."

"உன்னைக் கடித்து விடுவேன்."

"உன்னைக் குதறி விடுவேன்."

அடுத்த காட்சியில் தேவின் குடும்பம் இரவு உணவு சாப்பிட்டுக் கொண்டிருக்கின்றனர். தேவ் சிகரெட் குடிப்பதாக பள்ளி ஆசிரியரிடமிருந்து புகார் வந்ததைத் தொடர்ந்து, தன் மனைவியிடம் கூட ஆலோசிக்காமல் அவனை மேல் படிப்புக்காக லண்டனுக்கு அனுப்ப இருப்பதை அறிவிக்கிறார் தேவின் தந்தை. அதுவும் மறுநாளே அவன் கிளம்ப வேண்டும் என்கிறார்.

"ஐயோ, இந்த வயதில் அங்கே தனியாகப் போனால் செத்துவிடுவானே?" என்கிறாள் தேவின் அம்மா.

"இங்கே இருந்தால் இவனால் நாம் எல்லோருமே செத்துப் போவோம்." இது தேவின் அப்பா.

ஓரிரு நிமிடங்களில் வந்து போகும் இந்த இரண்டு காட்சிகள் தான் இந்தக் கதைக்கே ஆதாரம் என்றும், மைய முடிச்சு என்றும் சொல்லலாம். பஞ்சாப் சமூகத்தின் ஆணாதிக்க மனோபாவமும், அந்த ஆதிக்கத்தை எதிர்க்க நினைக்கும் பஞ்சாப் பெண்களின் மன உறுதியும் இக்காட்சிகளில் உணர்த்தப்படுகிறது.

லண்டனில் படிக்கும் தேவும் பாரோவும் முன்பு இருந்ததை விட அதிக நெருக்கம் ஆகின்றனர். நெட் சாட் மூலம் பேசிக் கொள்கின்றனர். படத்தின் உண்மையான ஆரம்பமே தேவுக்கும் பாரோவுக்குமான செக்ஸ் சாட்தான் என்று சொல்லலாம். அவளுடைய குரலை வைத்து அவள் சுய

மைதுனம் செய்துகொண்டிருப்பதைப் புரிந்து கொள்ளும் தேவ் "நீ சுய மைதுனம் செய்வதுண்டா?" என்று கேட்கிறான்.

வேறொரு சாட்டின் போது பாரோவின் நிர்வாணப் புகைப்படத்தை அனுப்பி வைக்கச் சொல்கிறான் தேவ். அவளும் தன்னுடைய கைத்தொலைபேசி மூலம் தன்னை நிர்வாணமாகப் புகைப்படம் எடுத்து அனுப்புகிறாள்.

புகைப்படத்தைப் பார்த்தவுடனேயே ஊருக்குக் கிளம்பி வருகிறான் தேவ். திருமணத்துக்கு முன்பே அவளோடு உறவு கொள்ள வேண்டும் என்று விரும்புகிறான். அந்த நேரத்தில் அவன் தந்தையின் தொழிற்சாலையில் பணிபுரியும் சுனில் என்பவன் பாரோ ஒரு செக்ஸ் மேனியாக் என்றும், தன்னோடு பலமுறை செக்ஸ் வைத்திருப்பதாகவும், நாம் கூப்பிடாமல் அவளாகவே நம்மை செக்ஸுக்கு அழைப்பாள் என்றும் கூறுகிறான். (அவளைப் போன்ற ஒரு பெண்ணை நம்மால் சமாளிக்கவே முடியாது தேவ் சார்; நீங்களும் ஒருமுறை முயற்சி செய்து பாருங்கள்.) அதைக் கேட்டவுடன் அவனுடைய தலையில் பியர் பாட்டிலை எடுத்து அடிக்கும் தேவ், பாரோவின் மேல் சந்தேகம் கொள்கிறான். (ஏற்கனவே அவன் சிகரெட் குடிக்கும்போது அதை வாங்கிக் குடித்துப் பார்க்கும் பாரோவிடம் "இப்போதுதான் முதல் முறையாகக் குடிக்கிறாயா?" என்று கேட்க, அதற்கு அவள் "சே சே, பலமுறை குடித்திருக்கிறேன்" என்று விளையாட்டாகச் சொல்லியிருக்கிறாள்).

இன்றைய இந்தியாவின் இளைஞர்களைப் பற்றிய முதல் படம் தேவ்.டி என்று ஒரு விமர்சகர் குறிப்பிட்டிருப்பது உண்மைதான். தேவ் எப்போதும் சிகரெட் குடித்துக்கொண்டிருக்கிறான். காதுகளில் எப்போதும் மொபைலிலிருந்து இசை கேட்கும் சாதனம் செருகிக் கிடக்கிறது. வாயில் சூயிங்கம். அவனுடைய கரும்பு ஆலையில் ஒரு வயதான சீக்கியர் 'சத்ஸ்ரீ அகால் புத்தர்' (புத்தர் = புத்திரன்) என்று வணக்கம் சொல்ல, தேவ் சிகரெட்டைப் பற்ற வைத்தபடி "ம்..." என்று முனகிவிட்டுச் செல்கிறான். சீக்கியர்களுக்கு சிகரெட் மத ரீதியாகத் தடை செய்யப்பட்டது; ஹராம் என்பது பற்றியெல்லாம் அவனுக்கு அக்கறையே இல்லை.

சுனிலுக்கும் தேவுக்கும் இடையில் நடந்ததைப் பற்றி எதுவும் அறியாத பாரோ, தேவ் தன்னிடம் அடிக்கடி கேட்டுக்கொண்டபடி அவனோடு செக்ஸ் வைத்துக்கொள்வதற்காக தன்னுடைய

சைக்கிளில் மெத்தையை வைத்துக் கட்டிக்கொண்டு ஒரு இளங்காலை நேரத்தில் கோதுமை வயலுக்குச் சென்று அவனையும் அங்கே வரச் செய்கிறாள். அவள் அவனுக்கு ஓரல் செக்ஸ் கொடுப்பது போல் அமைக்கப்பட்டிருக்கிறது காட்சி. ("என்ன இது, இவ்வளவு முடி வைத்திருக்கிறாய் நீ?")

"இந்த விஷயத்தில் நீ ரொம்ப எக்ஸ்பெர்ட் போல் தெரிகிறதே?" என்கிறான் தேவ். தொடர்ந்து "எத்தனை பேரிடம் இதற்குப் பயிற்சி எடுத்தாய்?" என்று கேட்டு அவளை வெறுப்புடன் தள்ளி விட்டுவிட்டு எழுந்து போகிறான்.

அடுத்த நாளே ரஸிகா என்ற பெண்ணோடு செக்ஸ் உறவு கொள்கிறான். அதை அறிந்துகொள்ளும் பாரோ "ரஸிகாவுடன் எங்கே போனாய்? என்ன செய்தாய்?" என்று கேட்கிறாள்.

"நீ சுனிலோடு என்ன செய்தாயோ அதைத்தான் நான் ரஸிகாவுடன் செய்தேன்."

"ஓ... அப்படியானால் நீ கண்ட பெண்களுடனும் படுக்கலாம்; நான் மட்டும் படுக்கக் கூடாது?"

அந்தத் தருணத்தில் அவளை ஒரு மேனேஜரின் பெண் என்றும், தாழ்ந்த ஜாதிப்பெண் என்றும் கூறி "இனி என் முன்னால் வராதே; உன்னைத் திருமணம் செய்துகொள்வது நடக்காது" என்று அவமானப்படுத்தி அனுப்பிவிடுகிறான் தேவ்.

இந்த இடத்தில் மற்ற சினிமா என்றால், பாரோவை படத்தின் கதாநாயகனை விடக் கீழான நிலையில் உள்ள ஒரு இரண்டாம் தரப் பெண்ணாக ஆக்கி, அவள் மனம் உடைந்த நிலையில் வேறு வழியில்லாமல் தன் பெற்றோர் பார்த்து வைக்கும் ஆடவனைத் திருமணம் கொள்வதாகக் காண்பித்திருப்பார்கள். ஆனால் காஷ்யப் அப்படிச் செய்யவில்லை. படத்தின் நாயகனான தேவ் அளவுக்கு முக்கியத்துவம் உள்ள, தனி அடையாளம் கொண்ட ஒரு சுதந்திரமான ஆளுமையாகப் பாரோவைப் படைத்திருக்கிறார். தன்னைத் திருமணம் செய்து கொள்ள தேவுக்கு அதிர்ஷ்டம் இல்லை என்ற ஒரு மனநிலையில்தான் பாரோவைப் பார்க்கிறோம். பிறகு அவள் தன் பெற்றோர் பார்த்து வைத்த, ஏற்கனவே திருமணமாகி, மனைவியை இழந்து, இரண்டு குழந்தைகளும் உள்ள ஒருவனை மணந்துகொள்கிறாள்.

தேவுடன் தனது உடம்பைப் பகிர்ந்து கொண்டது அவளது வாழ்வை எந்த விதத்திலும் பாதிக்கவில்லை. அவன் தன்னைக்

கைவிட்டதும் அவனே கதி என்று அழுது புலம்பவில்லை. ஒரே வார்த்தையில் சொன்னால், அவளுடைய வாழ்வை அவளுடைய யோனி தீர்மானிக்கவில்லை.

*தேவ்.டி*யில் வரும் பெண் பாத்திரங்கள் தேவை விட வலிமையாக இருக்கிறார்கள். உதாரணம், ரஸிகா பாரோவின் கணவன் புவனின் தங்கை. தேவ்-ஐ மிகவும் விரும்பி (காதலித்து அல்ல) அவனைப் பார்த்த முதல் நாளே அவனோடு செக்ஸ் வைத்துக் கொள்கிறாள். அவனைத் திருமணம் செய்து கொண்டால் நல்லது என்றும் எண்ணுகிறாள். பிறகு, தேவ் அவளை தில்லியில் சந்திக்கிறான். அக்காலகட்டத்தில் அவன் கொகெய்ன் அடிமையாகச் சுற்றிக் கொண்டிருக்கிறான். நீண்ட நாட்களுக்குப் பிறகு சந்தித்தும் அவனிடம் ரஸிகாவைப் பற்றிய எந்த உணர்வும் தெரிவதில்லை. அவள் ஏதோ ஆர்வமாகப் பேசும்போதும் அதைக் கேட்காமல் அவன் காதுகளில் செருகியிருக்கும் மொபைலின் இயர் போனிலிருந்து பாட்டு கேட்டபடி இருக்கிறான். பிறகு எடுத்த எடுப்பிலேயே அவளைப் படுக்கைக்கு அழைக்கிறான். அப்போது ரஸிகா "உன்னால் யாரையும் நேசிக்க முடியாது; நீ ஒரு Asshole; இனி உன்னைச் சந்திக்க மாட்டேன்" என்று திட்டிவிட்டுப் போய் விடுகிறாள்.

அதேபோல் தில்லியில் ஒருமுறை பாரோவையும் சந்திக்கிறான் தேவ். இருவருக்குமே அந்தச் சந்திப்பு உவப்பானதாக இல்லை.

"புவன் எப்படி இருக்கிறார்?"

"புவன்ஜீ நன்றாக இருக்கிறார்."

"என்ன, புவன்ஜீயா?"

"ஆமாம், உன்னைத் திருமணம் செய்து கொண்டிருந்தால் உன்னையும் தேவ்ஜீ என்றுதான் அழைத்திருப்பேன்."

"ஓ. அப்படியா? அதுசரி, புவன் உன்னை விட ரொம்ப வயதானவர் ஆயிற்றே? நீதான் அவர் மேல் படுக்க வேண்டியிருக்கும்; இல்லையா?"

"அதற்கெல்லாம் அவசியமே இல்லை; புவன்ஜீ படுக்கையில் ஒரு மிருகம்."

இதைக் கேட்டவுடன் பாரோவை அடித்துத் துரத்துகிறான் தேவ்.

இந்த அளவுக்கு தேவ்.டியின் பெண்கள் வலிமையானவர்களாகப் படைக்கப்பட்டிருக்கிறார்கள். சமீபத்தில் ஒரு தமிழ்ப் படம் பார்த்தேன். ஹீரோயின் ஹீரோவிடம் வந்து தன் காதலைத் தெரிவிக்கிறாள். அதற்கு அவள் சொல்லும் காரணம் என்ன தெரியுமா? "என்னை இதுவரை யாரும் வாடி போடி என்று டீ போட்டுக் கூப்பிட்டதில்லை. நீதான் முதல். அதனால்தான் உன் மீது காதல் வந்தது." எப்படி இருக்கிறது பாருங்கள்! இப்படிப்பட்ட படங்கள்தான் தடை செய்யப்பட வேண்டியவை என்று நினைக்கிறேன். ஏனென்றால், இன்றைய இளைஞர்களுக்கு இதுபோன்ற படங்கள்தான் காதலைக் கற்றுக் கொடுக்கின்றன. தக்கலை என்ற ஊரில் ஒரு மாணவன் ஒரு ஒன்பதாம் வகுப்பு மாணவியிடம் தன் காதலைச் சொல்லியிருக்கிறான். அவள் ஏற்கவில்லை. உடனே நடுரோட்டில் வைத்து அவளுடைய தலைமுடியை அறுத்துவிட்டான். இப்படிப்பட்ட கயவாளிகளை மேற்கண்ட கயவாளித்தனமான படங்களே உருவாக்குகின்றன.

பாரோவின் திருமணத்துக்குப் பிறகு தேவ் தனித்து விடப்படுகிறான்.

தேவ்-இன் பிரச்சினை என்ன என்று அவனுடைய பெற்றோருக்குப் புரிவதில்லை. அழகான பெண்ணான பாரோவை வேண்டாம் என்று சொல்லிவிட்டு இவன் ஏன் ரஸிகாவின் பின்னால் சுற்றுகிறான் என்றும் அவர்களுக்குத் தெரியவில்லை. "நாங்களெல்லாம் விஸ்கி குடித்தால் நீ வோட்கா குடிக்கிறாய்; நாங்கள் சிக்கன் சாப்பிட்டால் நீ மீன் சாப்பிடுகிறாய்; நாங்கள் அழகான, ஆரோக்கியமான பெண்களைப் பார்த்தால் நீ நறுங்கிப்போன பெண்களின் பின்னால் சுற்றுகிறாய்... லண்டனில் படித்து நீ மேலும் கெட்டுப் போய் விட்டாய்" என்று சொல்லி அவனிடம் வருத்தப்படும் அவனுடைய தந்தை நோயில் விழுகிறார். இதோடு படத்தின் 'பாரோ' என்ற முதல் பகுதி முடிவடைகிறது.

பாரோவாக நடித்திருப்பவர் மஹி கில். சீக்கிய இனத்துப் பெண் என்பதால் சிகரெட் குடித்து நடிக்கும்போதுதான் சிரமமாக இருந்தது என்று கூறுகிறார். இந்தி சினிமாவுக்கு மேலும் ஒரு தேர்ந்த நடிப்புத் திறன் கொண்ட அழகியின் வரவு மஹி. தேவாக நடிக்கும் அபய் தியோலுக்கு வசனம் அதிகம் கிடையாது. அதனால் அவருடைய பொறுப்பு மிகவும்

கூடுதலும், சிரமமும் கொண்டது. அந்தச் சவாலை அவர் பிரமாதமாக எதிர்கொண்டிருக்கிறார். இவரைத் தவிர இந்தப் பாத்திரத்தை வேறு யாரும் செய்திருக்க முடியாதோ என்ற வகையில் நடித்திருக்கிறார்.

படத்தின் அடுத்த பகுதியான 'சந்தா' ஆரம்பித்தபோது - படத்தை முதல் முறை பார்த்த போது - வேறு ஏதோ ஒரு ஐரோப்பியப் படம்தான் தவறுதலாக தேவ்.டியோடு சேர்ந்துவிட்டதோ என்று குழம்பிவிட்டேன். ஏனென்றால் பாரோ என்ற பகுதி முழுக்க பஞ்சாபி மொழியில் எடுக்கப்பட்டிருந்தது. என்னுடைய அந்தச் சந்தேகம் 'சந்தா' என்ற பகுதி தொடங்கி அரை மணி நேரம் ஆகியும் நீடித்தது என்பதுதான் தேவ்.டியின் மிகப் பெரிய வெற்றி என்று கருதுகிறேன்.

ஒரு ஐரோப்பியப் பெண்ணைப் போல் தோற்றமளிக்கும் லெனி ப்ளஸ் டூ மாணவி. அவளுடைய அப்பா திட்டக் கமிஷனின் சேர்மனைப் போன்ற ஒரு உயர் பதவியில் இருப்பவர். வீட்டில் எல்லோரும் ஆங்கிலத்திலேயே பேசிக்கொள்கின்றனர். எப்போதாவது பஞ்சாபியில். லெனியாக நடித்திருப்பவர் கல்கி கோச்லின். (இவர் ஃப்ரான்ஸில் பிறந்து வளர்ந்தவர் என்பது ஒரு உபரி தகவல்). லெனி வீட்டை விட்டு வெளியே வந்ததுமே தன்னுடைய சீருடையான ஸ்கர்ட்டை உள்ளுக்குள் மடித்துவிட்டு அதை மினி ஸ்கர்ட்டாக மாற்றிக்கொள்கிறாள்; முழங்கால் வரை நீண்டிருக்கும் சாக்ஸை கணுக்கால் வரை கீழே இழுத்துவிட்டுக்கொள்கிறாள். தன்னை எல்லோரும் ரசிப்பதையும், விசில் அடிப்பதையும் பார்த்துக் கிளுகிளுக்கிறாள். ஒரு இளைஞன் அவளைத் தன்னுடைய பைக்கில் அழைத்துச்சென்று நிர்வாணமாகப் புகைப்படம் எடுத்து, அதைத் தனது மொபைல் மூலம் பலருக்கும் அனுப்ப, அது நாடு முழுவதும் எல்லோராலும் பார்க்கப்படுகிறது.

வீட்டில் அவளை ஒரு வேசியைப் போல் பார்க்கிறார்கள். அவளுடைய பெற்றோரும் அந்தப் படத்தைப் பார்த்திருக்கிறார்கள். "எப்படி நீங்கள் அதைப் பார்க்கலாம்? நீங்களெல்லாம் மிருகங்களா?" என்று கத்துகிறாள். "நான் தவறு செய்துவிட்டேன்; என்னை ஒருமுறை மன்னியுங்கள்; இனிமேல் இது போன்ற தவறைச் செய்ய மாட்டேன்" என்று மன்றாடுகிறாள். "நான் இன்னமும் வர்ஜின்தான்; அவனோடு நான் படுக்கவில்லை; என்னைக் கேவலமாகப் பார்க்காதீர்கள்" என்று கெஞ்சுகிறாள். அவளுடைய தந்தை தற்கொலை செய்துகொள்கிறார். அதற்கு

அடுத்த காட்சியில் அவள் சிகரெட் புகைத்தபடி, மூன்று பந்துகளை இரண்டு கைகளாலும் தூக்கிப் போட்டுப் பிடித்து விளையாடிக்கொண்டிருக்கிறாள். அவளுடைய உருமாற்றம் இந்த ஒரே காட்சியில் பதிவு செய்யப்பட்டு விடுகிறது.

பின்னர், பஞ்சாபிலுள்ள ஒரு கிராமத்தில் வசிக்கும் அவளுடைய தாத்தா வீட்டுக்கு அனுப்பப்படுகிறாள் லெனி. அவர் ஒரு நிலப்பிரபு. அதுவரை ஒரு ஐரோப்பியப் பெண்ணைப் போல் வாழ்ந்த அவளுக்கு அங்கே உள்ள வாழ்க்கை திகிலைத் தருகிறது. இவள் ஒரு இடத்தில் அமர்ந்து ஆல்பர்ட்டோ மொராவியாவின் கண்டெம்ப்ட் என்ற நாவலைப் படித்துக்கொண்டிருக்கிறாள்.

"இந்தக் குப்பையையெல்லாம் படித்துத்தான் கெட்டுப் போகிறாயா?" என்று திட்டும் பாட்டியை "நீங்கள் உங்களுடைய வேலையை மட்டும் பார்க்கிறீர்களா?" என்று ஆங்கிலத்தில் கேட்கிறாள் லெனி. இதைக் கேட்டு மிரண்டு போகும் பாட்டி "என்னது, என் பேச்சுக்கு பதில் பேச்சு பேசுகிறாய்? இப்படித்தான் என் மகனைக் கொன்றாயா? அவனைக் கொன்றுவிட்டு இப்போது எங்கள் எல்லோரையும் கொன்று போட வந்திருக்கிறாயா?" என்று கத்தி ஆர்ப்பாட்டம் செய்கிறாள். அந்தக் கூச்சலைக் கேட்டு அங்கே வரும் தாத்தா லெனியைப் பார்த்து "எப்படி நீ என்னை நேருக்கு நேராகப் பார்த்துப் பேசலாம்? நிலம் நோக்கிப் பேசு; இல்லாவிட்டால் அந்தக் கண்ணை நோண்டி குருடியாக்கிவிடுவேன்" என்று கத்துகிறார். அங்கிருந்து தப்பி ஓடும் லெனி, தில்லிக்கு வந்து பஹாட்கஞ்சிலுள்ள ஒரு விபச்சார விடுதியில் சேர்கிறாள்.

தன்னுடைய காதலி இன்னொருவனால் பெண்டாளப்படுவதை நினைத்து நினைத்து, அந்த துக்கத்தை மதுவினாலும், போதை மாத்திரைகளாலும் கடக்க முயலும் தேவ், பஞ்சாபிலிருந்து தில்லிக்கு வந்து, போதையில் சுயநினைவு இழந்து ஒரு விபச்சார விடுதிக்கு வந்து சேர்கிறான். அந்த விடுதியில்தான் லெனி இருக்கிறாள். படம் இந்தக் கட்டத்தை அடைந்த போதுதான் தேவ்.டி படம்தான் பார்த்துக்கொண்டிருக்கிறோம்; ஐரோப்பியப் படம் எதுவும் தவறுதலாகக் கலந்துவிடவில்லை என்பதை உணர்ந்தேன்.

இதற்கு அடுத்து துவங்கும் மூன்றாவது பகுதியே தேவ்.டி. (இப்படி மூன்று வெவ்வேறு கதைகளை இணைத்திருப்பதைக் கண்டபோது எனக்கு Alejandro Gonzalez Iiirrituவின் *Babel* ஞாபகம் வந்தது.)

விபச்சார விடுதியில் தங்கியிருந்தாலும் தன்னுடைய கல்லூரிப் படிப்பைத் தொடர்கிறாள் சந்தா. ஆம்; விடுதியில் லெனி என்ற பெயர் மாறி சந்திரமுகி ஆகி, அதன் சுருக்கமாக சந்தா என்று அழைக்கப்படுகிறாள். அந்த விடுதி நாம் பொதுவாகத் திரைப் படங்களில் பார்க்கும் அவலமான, அருவருப்பான விடுதி அல்ல. மேல்தட்டு மனிதர்களுக்கான விபச்சார விடுதி அது. விடுதியின் புரோக்கர் சுன்னியாக (உச்சரிப்பு: ச்சுன்னி) நடித்திருப்பவர் திப்யேந்து பட்டாச்சார்யா. மான்சூன் வெட்டிங், மக்பூல் போன்ற சீரியஸ் சினிமாவில் கடந்த ஏழெட்டு ஆண்டுகளாக நடித்து வரும் மிகத் தேர்ந்த நடிகர் இவர்.

"தொழில் செய்வதற்கான வயது இன்னும் உனக்கு வரவில்லை. இப்போது நீ உன்னுடைய ஸ்கூல் ஃபைனல் பரீட்சையை எழுது. பிறகு கல்லூரியில் சேர்ந்ததும் பார்க்கலாம்; எப்போதும் இந்த இடத்தில் நீ சர்வ சுதந்திரமாக இருக்கலாம். உனக்கு இங்கே எது பிடிக்கவில்லையோ, எப்போது வரை பிடிக்கவில்லையோ அப்போதுவரை நீ அதைச் செய்ய வேண்டாம்" என்று சந்தாவிடம் சொல்கிறான் சுன்னி.

இங்கே சந்தாவின் பாத்திரப் படைப்பு பற்றியும் கொஞ்சம் சொல்ல வேண்டும். ஆரம்பத்தில் சந்தாவிடம் தேவ் தன்னுடைய வழக்கமான ஆணாதிக்கத்தை நிறுவ முயலும் போது அதைப் போகிற போக்கில் சர்வ அலட்சியமாகத் தள்ளி விட்டுவிட்டுப் போகிறாள் சந்தா.

படுக்கையிலிருந்து எழுந்து தான் எங்கே இருக்கிறோம் என்று புரியாமல் அலங்க மலங்க விழிக்கும் தேவிடம் "நன்றாக உறங்கினாயா? காஃபி மெஷினில் காஃபி இருக்கிறது. எடுத்துக் குடி..." என்கிறாள் சந்தா.

மீண்டும் ஒருமுறை அதே விடுதிக்கு வந்து சந்தாவை சந்திக்கிறான் தேவ்.

"உன்னுடைய கதையைச் சொல்."

"கதை என்றால்...?"

"ம்... அதுதான்... நீ எப்படி இங்கே வந்து..."

"தேவடியாள் (ரண்டி) ஆனேன் என்ற கதையா?"

"ம்ஹூம் இல்லை. வந்து... செக்ஸ் ஓர்க்கர்..."

"ஓ... ரண்டி என்ற வார்த்தைதான் இப்போது அவுட் ஆஃப் ஃபாஷன் ஆகிவிட்டதல்லவா? இப்படித்தான் என்னுடைய கஸ்டமர் ஒருத்தன் சி.எஸ்.டபிள்யூ என்று சொல்லுவான். கமர்ஷியல் செக்ஸ் ஓர்க்கராம்."

ஒரு சந்தர்ப்பத்தில் "உனக்கெல்லாம் வலி பற்றி என்ன தெரியும்?" என்று தேவ் சந்தாவிடம் கேட்கும்போது, அவள் தன் கதையைச் சொல்கிறாள். "தேசம் முழுவதும் என்னுடைய நிர்வாணப் புகைப்படத்தை டௌன்லோட் செய்து செய்து பார்த்தார்கள். பிறகு அவர்களேதான் என்னை 'வேசி' என்றும் பழித்தார்கள்" என்கிறாள்.

"என் தந்தை அந்த இக்கட்டான சந்தர்ப்பத்தில் ஒரு அன்புள்ள தகப்பனாக நடந்துகொள்ளவில்லை. அவர் என்ன செய்திருக்க வேண்டும்? 'நடந்தது நடந்துவிட்டது மகளே; எல்லாவற்றையும் மறந்துவிடு; இனிமேல் ஆக வேண்டியதைப் பார்' என்றுதானே எனக்கு ஆறுதல் சொல்லியிருக்க வேண்டும்? அப்படிச் செய்வதை விட்டு விட்டு அவர் தன்னையே துப்பாக்கியால் சுட்டுக்கொண்டார்."

இதைக் கேட்டதும் அவளை அன்புடன் அணைத்துக்கொள்ளும் தேவ் "நடந்தது நடந்துவிட்டது மகளே; எல்லாவற்றையும் மறந்துவிடு; இனிமேல் ஆக வேண்டியதைப் பார்" என்று சொல்கிறான்.

தேவ்.டியின் ஒளிப்பதிவும் படத்தொகுப்பும் இசையும் மிகவும் அற்புதம், அதிசயம் என்றெல்லாம் குறிப்பிட்டால் அவ்வார்த்தைகள் இந்தப் படத்தின் ஒளிப்பதிவாளரான ராஜீவ் ரவிக்கும், இசையமைப்பாளரான அமித் தரிவேதிக்கும் நியாயம் சேர்ப்பதாக இருக்காது.

கதை, கதை மாந்தர், சம்பவம் மற்றும் இன்னபிற உள் அமைப்பின் கூடவே படத்தின் தொழில்நுட்பத்திலும் தேவ்.டி பின்நவீனத்துவத் தன்மை கொண்டதாக அமைய இதன் ஒளிப்பதிவு, இசை, படத் தொகுப்பு மூன்றுமே பெரும்பங்காற்றியிருக்கின்றன. படத்தில் இந்த மூன்றுமே ஒருவிதமான உன்மத்த நிலையை ஏற்படுத்துவது போன்ற தன்மையைக் கொண்டிருக்கின்றன. பத்தாம்பசலியான விமர்சகர்களுக்கு இந்தப் படம் பைத்தியக்காரத்தனமாகத்

தோன்றும். அவ்வகையான விமர்சனங்களும் வடக்கில் வர ஆரம்பித்துள்ளன.

ஆனால், இசைத்துறையில் இருபதாம் நூற்றாண்டின் துவக்கத்தில் Blues என்ற புதுவகை இசையும், ஓவியத்தில் அதுவரை யாருமே கற்பனையும் செய்திராத வகையில் புதுவிதமாக இருந்த நவீன ஓவியமும் எவ்வகையில் அறிமுகமானதோ அதேவிதமான எதிர்த்தன்மையைக் கொண்டிருக்கின்றன தேவ்.டியின் ஒளிப்பதிவும், இசையும், படத்தொகுப்பும் என்பது உலக சினிமாவை அறிந்தவர்களுக்குப் புரியும். இந்த மூன்று துறைகளிலும் எதையெல்லாம் உச்சம் என்று நினைத்து வந்திருக்கிறோமோ அதையெல்லாம் விலக்கி வைத்து விட்டு, நாம் இதுவரை இந்திய சினிமாவில் பார்த்திராத புதுவகை ஒளிப்பதிவையும், இசையையும், படத் தொகுப்பையும் அளித்திருக்கிறது தேவ்.டி. 'இமோஸனல் அத்யாச்சார்' என்ற பாடலை பாண்டு வாத்திய கோஷ்டி (Brass band) பாடுவது ஒரு உதாரணம். அந்தப் பாடலைப் பாடும் இரண்டு பாடகர்களின் உடை, அந்தக் காட்சியில் பயன்படுத்தப்படும் ஒலி, ஒளியமைப்பு, தேவ் குடித்துவிட்டு மாடியிலிருந்து கீழே இறங்கும் போது காணப்படும் படிக்கட்டுகளின் கோணம், அவற்றின் நிழலுருவம் அனைத்தும் மிகவும் பிரக்ஞாபூர்வமாகவே அமைக்கப்பட்டுள்ளன. இவை யாவும் பின்நவீனத்துவக் கலை வடிவம் சார்ந்தவை.

அதேபோல், லெனியை அறிமுகப்படுத்தும் போது வரும் பின்னணி இசை, பின்னர் லெனி அவளுடைய உறவினர்களால் புறக்கணிக்கப்பட்டு தில்லிக்கு வந்து விபச்சார விடுதியில் சேரும் வரையில் பின்னணியில் கேட்கும் 'கேஸே கேஸே யார், ஜிந்தகி...' என்ற பாடல், அதைப் பாடும் அமித் திர்வேதியின் குரல் - இதையெல்லாம் பின்நவீனத்துவ (எதிர்) இசைக்கு உதாரணமாகக் கூறலாம். இயக்குனர் அனுராக் காஷ்யப் அளவுக்கு இப்படத்தில் சரிசமமாக இயங்கி இதை ஒரு உச்சத்திற்குக் கொண்டு சென்றிருப்பவர் இதன் இசையமைப்பாளர் அமித் திர்வேதி. தேவ்.டியில் இவர் பயன்படுத்தியிருக்கும் ஆண் பாடகர்கள் யாரையும் தமிழ் சினிமாவில் பாடுவதற்கே தகுதியில்லை என்று நிராகரித்து இருப்பார்கள். அந்த அளவுக்கு un-romanticஆக இருக்கின்றன அக்குரல்கள். உதாரணமாக, அமித் திர்வேதி மற்றும் போனி சக்ரவர்த்தி. அமித் த்ரிவேதியே தேவ்.டியில் ஐந்து பாடல்களைப் பாடியிருக்கிறார். அதேபோல் போனி சக்ரவர்த்தி பாடியிருக்கும் இமோஸனல் அத்யாச்சார் (பாண்டு வாத்தியம்),

இமோஷனல் அத்யாச்சார் ராக் வடிவம், அமித் திர்வேதி பாடிய 'நயான் தர்ஸே' என்ற பாடல் போன்றவையெல்லாம் உலக அளவில் எதிர்-இசையாக இன்று பிரபலமாகியிருக்கும் Cradle of Filth என்ற ராக் குழுவுக்கு இணையாக உள்ளன. (தமிழ் சினிமா ரசிகர்களுக்கு இதெல்லாம் வெறும் கூச்சல் என்று கூடத் தோன்றலாம்). ஏ.ஆர். ரஹ்மான் கூட இன்னும் இப்படிப்பட்ட எதிர் இசையைத் தரவில்லை என்பதும் இங்கே குறிப்பிடத்தக்கது.

"நாம் நம்முடைய அன்றாட வாழ்வில் கேட்கும் இசைக்கும், சினிமாவில் பார்க்கும் இசைக்கும் நிறைய வித்தியாசம் இருப்பதால் திட்டமிட்டேதான் இப்படிப்பட்ட இசையை அமைத்தேன்" என்று கூறியிருக்கிறார் அமித் த்ரிவேதி. தேவ்.டியில் மொத்தம் 18 பாடல்கள் இடம்பெற்றுள்ளன. வட இந்தியாவில் சில விமர்சகர்கள் தேவ்.டியின் இசை பற்றியே தனிக் கட்டுரைகள் எழுதியுள்ளனர்.

மரபை மீறிய ஒளிப்பதிவுக்கு பாரோ சுய மைதுனம் செய்துகொள்ளும் காட்சி, தில்லி பஹாட்கஞ்ச் பகுதியின் சந்துகள் என்று பல இடங்களை உதாரணமாகச் சொல்லலாம்.

இவை தவிர, படத்தின் வடிவம் மற்றும் வெளிக்கட்டுமானம் சார்ந்த எல்லா அம்சங்களிலும் பின்நவீனத்துவ அணுகுமுறையே கையாளப்பட்டிருக்கிறது. உதாரணமாக, ஒரு வண்ணத் திரைப்படத்தில் நாம் காணக்கூடிய வண்ணங்களுக்கும் தேவ்.டியில் காணும் வண்ணத்திற்கும் நிறைய வித்தியாசம் உள்ளது. உதாரணமாக, சந்தா கல்லூரியில் சேர்வது, பின்னர் அவள் விபச்சாரத் தொழிலில் முதல் முதலாக ஈடுபடுவது போன்ற தொடர்காட்சிகளில் ஷ்ருதி பாடக் பாடிய 'பாயலியா' என்ற அற்புதமான பாடல் வருகிறது. முழுக்க முழுக்க இக்காட்சிகள் பின்நவீனத்துவக் கலை வடிவம் கொண்டவை. லெனியின் உடை, விபச்சார விடுதியின் நீல நிறம், லெனியின் அறையிலுள்ள பொருட்கள், அவளுடைய வித்தியாசமான வெள்ளை நிற சுருள் முடி அலங்காரம், அதன் மீது அணிந்துள்ள செஞ்சிலுவைக் குறியிட்ட வெள்ளைப்பட்டி, தலையிலுள்ள இரண்டு பெரிய சிவப்புநிற செயற்கை மலர்கள், உதட்டுச் சாயம், ஒப்பனை, ஒப்பனை செய்யும் அரவானி, அரவானியின் உடை அலங்காரம் என்று இக்காட்சிகளில் நம் கண்களுக்குத் தென்படும் அனைத்து விஷயங்களும், அவற்றின் வண்ணங்களும் பின்நவீனத்துவத் தன்மை கொண்டிருக்கின்றன.

இதை அடுத்து வரும் ‘தேவ்’ என்ற மூன்றாம் பகுதிதான் படத்தின் உச்சக்கட்டமான பின்நவீனத்துவத் துள்ளல். பொதுவாக காதல் தோல்வியால் ஒருவன் குடிகாரன் ஆனான் *(வசந்த மாளிகை, தேவதாஸ்)* என்று இல்லாமல் தேவின் existential angst-ஐ படம் நெடுகிலும் வளர்த்துச் செல்கிறார் இயக்குனர் காஷ்யப். ஆலன் கின்ஸ்பெர்கும், வில்லியம் பர்ரோஸூம் எந்தக் காரணங்களால் போதை அடிமை ஆனார்களோ அதே காரணத்தால்தான் தேவும் போதை அடிமை ஆகிறான் என்பதுதான் இந்தப் படத்தை உலக சினிமாக்களின் வரிசையில் நிறுத்துகிறது.

தேவ் தில்லிக்கு வந்து பஹாட்கஞ்ஜ் பகுதியின் குறுகிய சந்துகளில் சுற்றித் திரிகிறான். ஒரு வெளிநாட்டு ஜோடியிடம் காஞ்ஜா வாங்கிப் புகைக்கிறான். அந்த வெளிநாட்டுக்காரி பணத்துக்காக தேவுடன் செக்ஸ் வைத்துக்கொள்ளச் செல்கிறாள். அவளிடம் ‘ஆடையைக் கழற்றாதே’ என்று சொல்லிவிட்டு ப்ரெஞ்ச் ஷூகரை எடுக்கிறான். இந்தக் காட்சிகளில் வரும் இமோஷனல் அத்யாச்சார் - ராக் வடிவப் பாடலில் தொடர்ந்து இடைவிடாமல் ஒலிக்கும் ஒரேவிதமான ட்ரம் இசை, சாவுக்கொட்டு, வெகு தூரத்தில் கேட்கும் நாய்களின் குரைப்பு ஒலி எல்லாம் எதிர்-இசை. இக்காட்சியில் பயன்படுத்தப்பட்டிருக்கும் ஃப்ளோரஸண்ட் வண்ணத்தை இதுவரை நான் இந்தியத் திரையில் கண்டதில்லை.

இதற்கு அடுத்த காட்சியில், ஒயின் ஷாப்பைத் தேடி அலையும் போது தேவ்-ஐ சந்திக்கிறான் சுன்னி. இரவு வெகுநேரம் ஆகி விட்டபடியால் இனிமேல் கண்ட்டாகர்-இல்தான் மது கிடைக்கும் என்று அவனை அங்கே அழைத்துச் செல்கிறான். அந்த இரவு விடுதியில் மூன்று ஒல்லியான ஆட்கள், ஒரேவிதமான ஆடை அணிந்து ‘பர்தேசி’ என்ற பாடலைப் பாடியபடி ஆடும் ஆட்டமும், அதற்கான நடன அசைவுகளும் ஐரோப்பிய நாடுகளில் பின்நவீனத்துவ நடனம் என்று வகைப்படுத்தப்படுகிறது. இந்தியாவில் இவ்வகை நடனத்தில் பிரபலமானவர் அஸ்தாத் டெபூ (Astad Deboo). இந்தப் பாடலைப் பாடியவர் தோஷி என்று அறியப்படும் முஹம்மத் சாப்ரி என்ற ராஜஸ்தானி பாடகர்.

சுன்னி ஒருமுறை தேவிடம் சொல்கிறான். “இங்கே தில்லியில் நீ பூனையைக் கொல்லலாம்; சாப்பிடலாம்; ஆனால் வளர்க்க நினைக்காதே. ரொம்ப செலவாகும். “*(யஹா(ங்) தில்லி மே பில்லி... மார்லோ, காலோ... பாலோ நஹீ...)*

சுன்னியிடம் தேவ் "இப்போது ஒரு பெண் தேவை" என்று சொல்ல, அவனை சந்தாவிடம் அழைத்துச் செல்கிறான். அறைக்கு வெளியே காத்திருக்கும்போது உள்ளேயிருந்து ஒரு பெண் கலவியின் உச்சத்தில் கூச்சலிடும் சப்தம் கேட்கிறது. "சரி வா, போய் விடலாம். அவளிடம் ஏற்கனவே ஒரு கஸ்டமர் இருக்கிறான் போலிருக்கிறது" என்று தேவ் சொல்ல, அவனை உள்ளே அழைத்துச் செல்கிறான் சுன்னி. அங்கே சந்தா போன் செக்ஸில் ஈடுபட்டுக்கொண்டிருக்கிறாள். போனில் அழைப்பவர்களுக்கு போன் பேச்சு மூலமே உச்சத்தை வரவழைப்பது. இதற்காகத் தனிக் கட்டணம் உண்டு. சந்தா போனில் உச்சக்கட்ட முனகல் சப்தங்களை வரவழைத்துக்கொண்டிருக்க, அவளுக்கு நகப்பூச்சு செய்து கொண்டிருக்கிறாள் ஒரு அரவானி. அதைப் புன்னகையுடன் வேடிக்கை பார்த்துக்கொண்டு அமர்ந்திருக்கிறான் தேவ்.

அந்த நேரத்தில் அவளுக்கு மற்றொரு தொலைபேசி அழைப்பு வருகிறது.

"ஓ... நீங்க தமிலா?"

"ம்... அது மட்டும் போதுமா? இன்னும் கொஞ்சம் வேணுமா?"

"ம்... என்ன இது, இவ்ளோ ஃபாஸ்டா போரீங்க? கொஞ்சம் மெதுவா போங்க. அப்போதானே நல்லா இருக்கும்..."

போன் செக்ஸில் ஈடுபடுபவர்களுக்கு பல மொழிகள் தெரிந்திருப்பது நல்லது. சந்தாவின் தமிழ் செக்ஸ் உரையாடல் தொடர்கிறது. திடீரென்று அந்தத் தமிழ்க்காரர் ஃப்ரெஞ்சுக்குத் தாவுகிறார்.

"ஓ... ஃப்ரெஞ்சா? அதுல வேற வேணுமா?"

பிறகு சிறிது நேரம் தொலைபேசிக் கலவி ஃப்ரெஞ்சில் ஓடுகிறது. இவ்வளவையும் சிகரெட் புகைத்தபடியே சர்வ சாதாரணமாகப் பேசிக்கொண்டிருக்கிறாள் சந்தா. பிறகு தேவைப் பார்த்து சிரித்தபடி "சென்ற முறை நீ பாதியிலேயே தூங்கிவிட்டாய்" என்கிறாள்.

இப்போது வரும் உரையாடலைக் கவனியுங்கள்:

"ட்ரிங்க்ஸ் ஏதாவது இருக்கிறதா?"

"ஏன் இப்போது?"

"குளிப்பதற்கு..."

"நான் வேண்டுமானால் குளிப்பாட்டி விடவா?"

"வோட்கா இருக்கிறதா?"

இதற்குப் பதில் எதுவும் சொல்லாமல், உட்கார்ந்த இடத்திலிருந்து சற்றும் அசையாமல் தனது இடது கையின் ஆட்காட்டி விரலைத் தன் முதுகுக்குப் பின்னே காண்பிக்கிறாள்.

"மினி பாருக்குத் தனியாகக் காசு கொடுக்க வேண்டும்."

எதுவும் பதில் சொல்லாமல் வோட்காவைக் குடிக்கத் துவங்குகிறான் தேவ்.

"ஏன் இவ்வளவு கோபமாக இருக்கிறாய்? உன் கோபத்தை இரண்டு நிமிடத்தில் என்னால் தணித்து விட முடியும்."

தேவ் பதில் சொல்லாமல் குடித்துக்கொண்டிருக்கிறான்.

"ஆரம்பிக்கலாமா?"

"வேண்டாம்."

"ஏன்?"

"உன் முகத்தைப் பார்த்தால் என்னுடைய உணர்வு அடங்கிவிடுகிறது."

அதைக் கேட்டு ஏதோ பாராட்டைக் கேட்டது போன்ற முகபாவத்துடன் சிரித்துக்கொண்டே "அவ்வளவு அசிங்கமாகவா இருக்கிறேன்?" என்று கேட்கிறாள் சந்தா.

"சொல்ல முடியாத அசிங்கம்."

"அப்படியானால் உன் அழகி எங்கே இருக்கிறாள்."

எதுவும் பதில் சொல்லாமல் "ஏன் இந்த ஸ்கூல் யூனிஃபார்மை அணிந்திருக்கிறாய்?" என்று கேட்கிறான் தேவ்.

"*All the American Girls* படம் பார்த்திருக்கிறாயா? இப்போது பார்க்கலாமா?"

"அதுபோல் நிறைய பார்த்திருக்கிறேன், லண்டனில்."

உடனே அவள் ப்ரிட்டிஷ் உச்சரிப்பில் ஆங்கிலம் பேச ஆரம்பிக்கவே "உன் வயது எவ்வளவு" என்று கேட்கிறான் தேவ். "உன்னோடு படுக்கையைப் பகிர்ந்துகொள்ளும் அளவு... அநேகமாக

நீ படுக்கையில் மிருகமாக இருப்பாய் என்று நினைக்கிறேன்…” என்று தொடர்ந்து அவள் ப்ரிட்டிஷ் உச்சரிப்பிலேயே பேசுகிறாள். தேவ் எரிச்சலடைந்து கோப்பையைக் கைக்குள் வைத்தே நொறுக்கி உடைத்துவிட்டுக் காயத்துடன் கிளம்புகிறான்.

“என்ன ஆயிற்று?” என்று பதற்றத்துடன் ஓடி வரும் சுன்னியிடம் “அவனை நான் காதலிக்க ஆரம்பித்துவிட்டேன். இப்போதே பாதி காதல் வந்துவிட்டது. அவன் மீண்டும் என்னிடம் வருவான் பார்” என்கிறாள் சந்தா.

அதற்குப் பிறகுதான் கதையின் மிக முக்கியமான, சற்றும் எதிர்பாராத திருப்பங்களெல்லாம் வருகின்றன. தேவுக்கும், சந்தாவுக்கும் காதல் உண்டாகிறது.

“ஏற்கனவே உன்னிடம் சொன்னேன். பூனையைக் கொல், சாப்பிடு. ஆனால் வளர்க்காதே. வளர்த்தால் செலவு அதிகம் என்று” என்று சொல்லும் சுன்னியிடம் நிறைய பணம் கொடுத்து சந்தாவை மீட்கிறான் தேவ்.

இப்படி, படத்தின் நுண் இழைகளைப் பற்றிச் சொல்லிக்கொண்டே போகலாம். 17 வயதுப் பெண்ணாக நடிக்கும் கல்கியின் தோற்றமும் 17 வயதுப் பெண்ணுக்குரியதாக இருக்க, “இந்த வயதில் எப்படி இம்மாதிரி ஒரு பாத்திரத்தில் நடிக்க முடிகிறது” என்ற ஆச்சரியத்துடன் அவரைப் பற்றி விசாரித்தேன். ஏனென்றால், சந்தாவின் கையில் எப்போதும் சிகரெட் வேறு புகைந்தபடி இருக்கிறது. அதோடு, எந்தச் சிரமமும் இல்லாமல் புகையை உள்ளிழுத்துப் புகைக்கிறார். பிறகுதான் தெரிந்தது, கல்கி லண்டனில் நாடகப் படிப்பை முடித்தவர் என்று.

மேலும் கல்கி பற்றித் தெரிந்த மற்றொரு விஷயம், அவர் பாண்டிச்சேரியில் படித்து வளர்ந்த பெண்.

இக்கட்டுரை சினிமா பற்றிய ஒரு வழக்கமான மதிப்புரையோ விமர்சனமோ அல்ல. ‘இந்தி சினிமா இனிமேல் தேவ்.டிக்கு முன்; தேவ்.டிக்குப் பின் என்று அழைக்கப்படும்’ என்று சொல்லும் அளவுக்கு ஒரு மாபெரும் பாய்ச்சலை நிகழ்த்தியிருக்கிறது இந்தப் படம். அந்த அளவுக்கு சினிமா என்ற ஊடகத்தின் சாத்தியப்பாடுகளை மிக முற்றாக மாற்றி அமைத்து, இதுவரை இந்திய சினிமாவில் நாம் பார்த்து வந்த மரபு சார்ந்த அத்தனை விஷயங்களையும் உடைத்து எறிகிறது தேவ்.டி. இதன் இயக்குனர்

அனுராக் காஷ்யப் தனது அடுத்த படத்தையும் (குலால்) வெளியிட்டுவிட்டார். உலக சினிமா அரங்கில் கிம் கி-டுக் (தென் கொரியா), மக்மல்பஃப் (ஈரான்), அலெஹாந்த்ரோ கொன்ஸாலஸ் இனாரித்து (மெக்ஸிகோ) போன்ற இயக்குனர்களின் வரிசையில் வைத்துப் பேசப்படும் காஷ்யப்பிடமிருந்து தென்னக சினிமா கற்றுக்கொள்ள வேண்டியது நிறைய இருக்கிறது.

ஏப்ரல், 2009

பசங்க...

பொதுவாக யாரும் என்னை ப்ரீவ்யூ ஷோவுக்கு அழைப்பதில்லை. துஷ்டனைக் கண்டால் தூர விலகு என்ற காரணமோ என்னவோ. ஆனால் அதையும் மீறி சமீபத்தில் ஒரு நண்பர் அழைத்தார். அழைப்புக்கு மரியாதை செய்ய வேண்டும் என்று நானும் சென்றிருந்தேன். படத்தைப் பார்த்துவிட்டு ஒரு முடிவு செய்தேன்; இனிமேல் யார் அழைத்தாலும் ப்ரீவ்யூ ஷோவுக்குச் செல்வதில்லை என்று. அந்த அளவுக்குப் படம் ஆபாசமாகவும், குப்பையாகவும் இருந்தது. ப்ரீவ்யூவுக்கு அழைத்திருக்கவில்லையெனில் அந்தப் படத்தை நான் பார்த்திருக்க வாய்ப்பில்லை.

இந்த நிலையில்தான் *சுப்ரமணியபுரம்* சசிகுமார் அவருடைய தயாரிப்பில் உருவான *பசங்க* என்ற படத்தின் ஒலிநாடா வெளியீட்டு நிகழ்ச்சிக்கு அழைத்திருந்தார். அமீர், சசிகுமார், சிம்புதேவன் போன்றவர்கள் மீது எனக்கு அன்பும், மரியாதையும் உண்டு என்பதால் நிகழ்ச்சிக்குச் சென்றிருந்தேன். சென்றதற்கு இன்னொரு காரணம், ஜேம்ஸ் வசந்தன்.

எனக்கு ஒரு சம்பவம் ஞாபகம் வருகிறது. *அன்னக்கிளி* படம் வந்த போது இளையராஜா என்ற இந்தப் புதியவரின் இசை எனக்குக் கொஞ்சமும் பிடிக்கவில்லை; ஆனால் இவருடைய இசைக்குத் தமிழ்நாடே அடிமையாகப்

போகிறது என்று நண்பர்களிடம் சொன்னேன். அதேதான் நடந்தது.

ரஹ்மானுக்கு நிச்சயம் ஆஸ்கர் பரிசு கிடைக்கும் என்று எழுதினேன். கிடைத்தது.

அதேபோல் ஒரு கட்டுரையில் ஓரான் பாமுக்குக்கு விரைவில் நோபல் பரிசு கிடைக்கும் என்று எழுதினேன். கட்டுரை அச்சில் இருந்த போதே ஓரான் பாமுக்குக்கு நோபல் கிடைத்துவிட்டதால், பரிசு அறிவிக்கப்படுவதற்கு முன்பே எழுதப்பட்ட கட்டுரை என்று கட்டுரையின் முடிவில் ஒரு குறிப்பு வெளியிட்டார் பத்திரிகையின் ஆசிரியர்.

இப்போதும் மேன் புக்கர் பரிசுக்கு முன்மொழியப்பட்டிருக்கும் பெயர்களில் பெரூவிய எழுத்தாளர் மரியோ பர்கஸ் யோசாவின் பெயரும் உள்ளது. அநேகமாக அவருக்கு இந்த வருடம் மேன் புக்கர் கிடைக்கலாம்.

இப்படி முன்கூட்டியே யூகிப்பதற்கு பெரிய திறமையெல்லாம் தேவையில்லை. சூழலைத் தொடர்ந்து அவதானிப்பதால் ஏற்படும் ஒரு அனுமானம். அவ்வளவுதான்.

இப்போதும் அப்படி ஒரு அனுமானத்தைச் சொல்லுகிறேன். இளையராஜாவுக்கு அடுத்தபடியாக தமிழ்நாட்டைத் தனது இசையால் அடிமையாக்கப் போகிறார் ஜேம்ஸ் வசந்தன்.

தமிழ் சினிமா இசையமைப்பாளர் வரிசையில் கே.வி. மகாதேவன், விஸ்வநாதன் - ராமமூர்த்திக்கு அடுத்தபடியாக எனக்குப் பிடித்தவர்கள் ஹாரிஸ் ஜெயராஜ் மற்றும் யுவன் ஷங்கர் ராஜா. (ரஹ்மான் இந்திக்குச் சென்ற பிறகுதான் எனக்குப் பிடித்தது. இப்போதும் தமிழ் சினிமா ரஹ்மானைக் கொஞ்சம் கூடப் பயன்படுத்திக்கொள்ளவில்லை என்பது என் கருத்து. உதாரணமாக, *தில்லி-6, ரங் தே பஸந்தி, ஜோதா அக்பர்* போன்ற படங்களுக்கு அவர் அமைத்த பின்னணி இசைக்கும், பாடல்களுக்கும் இணையாகத் தமிழ் சினிமாவில் ஒரு பாடலைக் கொடுப்பதற்குக்கூட இங்குள்ள சூழல் அவரை அனுமதிக்கவில்லை.) இந்த நிலையில்தான் *சுப்ரமணியபுரத்திற்கு* இசையமைத்த ஜேம்ஸ் வசந்தனைக் கவனித்தேன். தமிழ்நாடே வசியமாகிய 'கண்கள் இரண்டால்' என்ற பாடல் துரதிர்ஷ்ட வசமாக எனக்குப் பிடிக்கவே இல்லை. ஆனால் மற்ற நாட்டார் பாடல்கள், ஒட்டு மொத்தமான பின்னணி இசை என்ற

வகையில் அவருடைய பங்களிப்பு தமிழ் சினிமாவில் மிகவும் புதிதாக இருந்தது.

இப்போது பசங்க. மூன்று பாடல்களைக் கேட்டேன். தமிழ்நாடே ஒரு வருடத்திற்கு மதிமயங்கிக் கிடக்கப் போகிறது. குழந்தைகள் பாடும் ஒரு பாட்டில் எனக்கே எழுந்து ஆட வேண்டும் போல் தோன்றிவிட்டது. Reggaeton Ninos என்ற அமெரிக்கக் குழு பற்றி ஏற்கனவே எழுதியிருக்கிறேன். நியூயார்க் நகரின் சேரிகளில் வாழும் அமெரிக்கக் குடியுரிமை இல்லாத தென்னமெரிக்க அகதிக் குடும்பங்களைச் சேர்ந்த, ஆங்கிலமே தெரியாத, ஸ்பானிஷ் மட்டுமே தெரிந்த சிறார்கள் பாடிய ஆல்பம் ரெகெதோன் நீஞோஸ். இந்த ஆல்பம் உலகம் முழுவதும் லட்சக்கணக்கில் விற்றது. இந்தியாவிலும் இளைஞர்களிடையே மிகப் பிரபலமான ஆல்பம் இது. இந்த ரெகே பாடல்களுக்கு இணையாக இருந்தது ஜேம்ஸ் வசந்தனின் சிறுவர்கள் பாடிய பாடல். அடுத்து, ஒரு டூயட். வர்ணிக்க வார்த்தை இல்லை. நீங்களேதான் கேட்டு ரசிக்க வேண்டும். மூன்றாவது பாடலில் ஒரு அதிசயம். பாலமுரளி கிருஷ்ணா பாடியிருக்கிறார். 20 வயது இளைஞனின் குரல் மாதிரி இருக்கிறது. வசந்தனிடம் “என்னை ஐயா என்றெல்லாம் அழைக்காதீர்கள், பாலா என்றே அழையுங்கள்” என்றாராம் பாலமுரளி கிருஷ்ணா. உண்மையிலேயே பாலன்தான்.

பருத்தி வீரன், சுப்ரமணியபுரம் போலவே பசங்க படத்திலும் நிஜமான கிராமத்தை, நிஜமான மனிதர்களைப் பார்க்க முடிந்தது. படத்தை முழுதாகப் பார்க்க ஆவலாயிருக்கிறேன்.

எனக்குப் பிடித்த இசையமைப்பாளர்கள் பட்டியலில் ஹாரிஸ் ஜெயராஜ், யுவன் ஷங்கர் ராஜா இருவருக்கும் முன்னதாக முதல் இடத்தில் ஜேம்ஸ் வசந்தனை வைத்துவிடலாம் என்று இருக்கிறேன். இன்னும் ஒரே ஒரு படத்திற்காகக் காத்திருக்கிறேன்.

பசங்க இயக்குனர் பாண்டிராஜுக்கும், இதைத் தயாரிக்கும் சசி குமாருக்கும், ஜேம்ஸ் வசந்தனுக்கும் வாழ்த்துக்கள்...

கமல்ஹாசனும் எழுத்தாளர்களும்

ஹாய் சாரு,

கமல் பற்றிய உங்கள் கருத்துக்களை அப்படியே முழுமையாக வழிமொழிகிறேன். எதையும் வெளிப்படையாகச் சொல்லக்கூடிய உங்கள் தைரியத்தையும் பாராட்டுகிறேன்.

இதுவரை கமல் செய்ததெல்லாம் ஹாலிவுட் நடிகர்களை இமிடேட செய்ததும், ஹாலிவுட் படங்களை காப்பி அடித்ததும்தான். இப்போது என்னவோ திடீரென்று ஹாலிவுட் பற்றி எனக்கு அக்கறை இல்லை என்கிறார்; அதுவும் நம்முடைய ஆள் ஒருவர் அந்த நாட்டின் அங்கீகாரத்தைப் பெற்றவுடன். வெட்கக்கேடு.

இதுவரை அவர் செய்ததெல்லாம் என்ன?

1. *மெல் கிப்ஸனனின் பாணியை விக்ரம் என்ற படத்திலும், அந்தப் படம் வந்த காலகட்டத்திலும் காப்பி அடித்தார்.*

2. *அல் பஸினோவின் ஸ்டைலை பல படங்களில் காப்பி அடித்தார்.*

3. *ஆளவந்தான் ஒரு குப்பை. சினிமாவுக்குப் புதிதாக வந்த ஒரு ஆள்கூட அப்படி ஒரு படத்தை எடுக்க மாட்டார். இந்தப் படம் 1986இல் குமுதத்தில் தான் எழுதிய 'தாயம்' என்ற கதையை அடிப்படையாகக் கொண்டது என்கிறார். ம்... குமுதத்தில் இவர் எழுதிய*

கதையைப் படித்துவிட்டுத்தான் ஹாலிவுட்டில் Silence of Lambs படத்தை எடுத்தார்கள் போல!

4. *விருமாண்டியின் ஆரம்பக் காட்சியில் அவர் ஒரு நிருபரைப் பார்த்து "உன் ப்ரா சைஸ் என்ன?" என்று கேட்கிறார். அநேகமாக, ஆண்டனி ஹாப்கின்ஸைக் காண ஜோடி ஃபோஸ்டர் அவர் இருக்கும் சிறைக்குச் செல்லும் அறிமுகக் காட்சியைத்தான் மனதில் வைத்துச் செய்திருக்கிறார் போலும், கொடுமை, கொடுமை! இரண்டு காட்சிகளையும் நீங்களே ஒப்பிட்டுப் பார்த்துக்கொள்ளுங்கள் சாரு.*

5. *கமலின் பல படங்கள் ஹாலிவுட் படங்களின் அப்பட்டமான காப்பி. காட்சிக்குக் காட்சி காப்பி. இதோ பட்டியல்:*

நம்மவர் - To Sir with Love

மகளிர் மட்டும் - 9 to 5

அன்பே சிவம் - Trains, Planes and Automobiles

தெனாலி - What about Bob?

இன்னும் இந்தப்பட்டியல் நீளும். ஒரு படத்தைப் பார்த்து அதைத் தழுவி எடுப்பதில் தவறில்லை. ஆனால் இப்படியா காட்சிக்குக் காட்சி காப்பி அடிப்பார்கள்?

ராஜ்

டியர் ராஜ்,

உங்கள் கருத்தை முழுக்க முழுக்க ஆமோதிக்கிறேன். ஆனாலும் இதையெல்லாம் மீறி கமல் மீது எனக்கு மரியாதையும் அன்பும் உண்டு. ஏனென்று சொல்கிறேன்.

சமீபத்தில் பசங்க பாடல் வெளியீட்டு விழாவுக்குச் சென்றிருந்தேன். என் இருக்கையிலிருந்து இரண்டு இருக்கைகள் தள்ளித்தான் அமர்ந்திருந்தார் கமல். நான் கொஞ்சம் ட்ரான்ஸ்பரண்டான வெள்ளைச் சட்டை அணிந்திருந்தேன். ஆனால் கமலோ முழுக்க ட்ரான்ஸ்பரண்ட் வெள்ளைச் சட்டை. ஸ்ரீசூர்ணம் மட்டும் இட்டிருந்தால் அப்படியே சாட்சாத் ரங்கராஜன் நம்பிதான். மேடைக்குச் செல்லும்போது அவருடைய நடை ஒரு ரோபோவின் நடையைப் போல் இருந்தது. பளு தூக்கும் பயிற்சியில் ஈடுபட்டிருப்பவர்களுக்குத்தான் கையை வீசி

நடக்க முடியாமல் இருக்கும். நடக்கும் போது கைகள் ஆடாமல் அசையாமல் அப்படியே கூட வரும். ஜிம்முக்குப் போய்க்கொண்டிருந்த போது எனக்கும் அப்படித்தான் இருந்தது. (நான் கொஞ்சம் குள்ளமாக இருப்பதற்கும் பளு தூக்கும் பயிற்சிதான் காரணம்). கமல் இப்போதும் அந்தப் பயிற்சியை கடுமையாகச் செய்து வருகிறார் போலும்.

மேடையில் அவர் மைக் முன்னால் வந்து நின்றதும் ஒரு ரசிகர் "ஆழ்வார்ப்பேட்டை தெய்வமே" என்று அவேசமாகக் கத்தினார். உடனே மிகவும் இறுக்கமான குரலில் "எனக்கு அதில் நம்பிக்கை கிடையாது" என்று ஒரு விரோத பாவத்துடன் சொல்லிவிட்டுப் பேச ஆரம்பித்தார் கமல். ஏன் இப்படி அவர் எப்போதும் தான் ஒரு நாஸ்திகன் என்று பறை சாற்றிக்கொண்டே இருக்க வேண்டும் என்று தோன்றியது. இதெல்லாம் வெறும் நகைச்சுவையாக எடுத்துக் கொள்ளப்பட வேண்டிய விஷயங்கள் தானே? தமிழ் நடிகர்களுக்கு இப்படிப்பட்ட ரசிகர்களும் வேண்டித்தானே இருக்கிறது? இந்தக் கலாச்சாரத்தை உள்ளூற ரசித்துக்கொண்டும், அனுபவித்துக்கொண்டும்தானே இருக்கிறார்கள்?

சரி, நான் சொல்ல வந்தது அது அல்ல. அந்தக் கூட்டத்தில் கமல் ஸ்லம்டாக் மில்லியனரை விமர்சிப்பவர்களை ஒரு பிடி பிடித்தார். அவர் சொன்னதன் சுருக்கம் இதுதான்:

"இந்தியாவில் இல்லாத வறுமையையா அந்த வெள்ளைக்கார இயக்குனர் காண்பித்துவிட்டார்? அவர் என்ன செட் போட்டா சேரியைக் காண்பித்தார்? இங்கே உள்ள சேரிதானே அது? இங்கே இந்தியாவில் எவ்வளவு பெரிய கோடீஸ்வரனாக இருந்தாலும் ஒன்றரை கிலோ மீட்டருக்கு மேல் அவன் வறுமையிலிருந்தும் அவலத்திலிருந்தும் தன்னை அந்நியப்படுத்திக்கொள்ள முடியாது. என்னதான் காரில் கண்ணாடி போட்டுத் தன்னை மறைத்துக் கொண்டு சென்றாலும் அவனுடைய பங்களாவிலிருந்து ஒன்றரை கிலோ மீட்டர் தூரத்துக்குள் ஒரு மிக அவலமான, ஆபாசமான சேரியை அவன் பார்த்துத்தான் ஆக வேண்டும். இதிலிருந்து அவன் தப்பிக்கவே முடியாது.

இந்த எதார்த்தத்தைச் சொல்வதற்கு இந்தியாவில் ஒரு பணக்காரன் இருக்கிறானா என்பதுதான் என்னுடைய கேள்வி."

மேற்கண்ட அந்தப் பேச்சில் அவர் தமிழ் சினிமாவையும் கடுமையாகத் தாக்கினார்:

"தமிழ் சினிமாவுக்கு யாரும் குடும்பத்துடன் போக முடியாது. காரணம், அவை நீலப்படங்களைப் போல் இருக்கின்றன. காற்றைப் புணரும் நடனக்காரர்களை யார் குழந்தை குட்டிகளுடன் உட்கார்ந்து பார்க்க முடியும்? (சொற்பிரயோகத்தைக் கவனியுங்கள்: காற்றைப் புணரும் நடனக்காரர்கள்) இதற்கு என்ன செய்யலாம் என்றால், செக்ஸ் படங்களுக்கு என்று தனியாக தியேட்டர் கொடுக்கலாம். அப்படிச் செய்தால் நானும் அந்த மாதிரி நடனத்தை என்னுடைய படங்களில் ஆடும் தேவை இருக்காது."

இன்னும் இதுபோல் நிறைய சொல்லிக்கொண்டே போனார். ஆனாலும் தமிழ் ஊடகங்களுக்கோ, தமிழ்ச் சமுதாயத்துக்கோ அவர் பேசுவது எதுவும் உறைக்காது. அந்த அளவுக்கு அவர்கள் கமலை 'தண்ணி' தெளித்து விட்டுவிட்டார்கள். 'இந்த ஆளு இப்டித்தான்யா பேசுவாரு; கண்டுக்காத' என்ற மனோபாவம். இன்னொரு விஷயம், அவர் சொல்வது எதுவும் இவர்களுக்குப் பாதி புரிவதில்லை. சமயங்களில் முழுதுமே புரியாது. காற்றைப் புணரும் நடனக்காரர்கள். யாருக்குப் புரியும்?

நான் சுருக்கமாகச் சொல்லிவிடுகிறேன். கமலின் *அன்பே சிவம்* படத்தை ஆகா, ஓகோ என்று பாராட்டி எழுதிவிட்டேன். எழுதிய அடுத்த நிமிடமே அமெரிக்காவிலிருந்து மெயில்கள் வந்து குவிந்துவிட்டன. இது இன்ன படத்தின் அப்பட்டமான காப்பி என்று. கமலும், மாதவனும் பெஞ்சில் உட்கார்ந்திருக்கும் காட்சி முதற்கொண்டு அந்த ட்ரெய்ன்ஸ் படத்தில் அப்படியே இருக்கிறதாம். எனக்கு ஹாலிவுட் படங்களைப் பற்றி அவ்வளவாகத் தெரியாது. இப்படி கமல் படங்களைப் பாராட்டவே பயப்படும் அளவுக்கு இருக்கிறது நிலைமை.

ஆனால், நான் கமலை ஒரு சினிமாக்காரராக மட்டுமே பார்க்கவில்லை. இன்றைய சமூக மதிப்பீடுகளை மறுதலித்து வாழும் ஒரு கலகக்காரராகவே அவரைப் பார்க்கிறேன். இதற்கு அவருடைய தந்தையும் ஒரு காரணம். ஹஸன் என்ற இஸ்லாமியப் பெயரை கமலுக்கு வைத்தவர் அவர்.

சமூக மதிப்பீடுகளை மறுதலிக்கும் முதல் கடமையும், பொறுப்பும் எழுத்தாளர்களுக்கே இருக்கிறது என்பது என்னுடைய நம்பிக்கை. ஆனால் தமிழ்நாட்டில் அந்த எழுத்தாளர்கள்தான் சமூகத்தின் ஆக மோசமான பிற்போக்கு மதிப்பீடுகளைக் கொண்டிருப்பவர்களாக இருக்கிறார்கள். பத்தாம்பசலிகளாகவும்,

அம்மாஞ்சிகளாகவும், மடிசஞ்சிகளாகவும் இருப்பவர்களின் பட்டியலில் முதல் இடத்தில் இருக்கிறான் தமிழ் எழுத்தாளன். மிகவும் வெட்கக்கேடான விஷயம் அது.

முக்கியமாக, குடும்பம். சராசரி மனிதர்களே ஜாதி, மதம் போன்றவற்றைத் தாண்டிச் செல்லும்போது, எழுத்தாளர்கள் இன்னமும் தங்கள் ஜாதியையும் மதத்தையும் குடும்பத்தையும் போற்றிப் பாதுகாப்பவர்களாக இருக்கிறார்கள். ஒரு எழுத்தாளர் தன் மகன் முதல் மதிப்பெண் வாங்கியது பற்றிப் புளகாங்கிதம் அடைந்து எழுதுகிறார். ஒரு எழுத்தாளர் அறுபதாம் கல்யாணம் கொண்டாடி மகிழ்கிறார். மற்ற எழுத்தாளர்கள் அவர் காலில் விழுந்து ஆசீர்வாதம் வாங்குகிறார்கள். குபரா, எம்.வி. வெங்கட்ராம் காலத்தில் கூட இப்படிப்பட்ட அசட்டுத்தனங்கள் இருந்ததில்லையே ஐயா?

ஒரு எழுத்தாளர் - அவரை நான் தமிழில் சில முக்கியமான சிறுகதைகளை எழுதியவராக மதிக்கிறேன் - தன்னுடைய மகள் ஒரு தலித்தைத் திருமணம் செய்து கொண்டது பற்றி மிகவும் மனம் புழுங்கி என்னிடம் வருத்தப்பட்டார். தலித்துகள் மேல் அவருக்கு எந்த வெறுப்பும் இல்லை. அவருடைய குடும்பத்தில் தான் ஒரே பிரச்சினையாக இருக்கிறதாம். அது என்னய்யா குடும்பம்? ஏன் அவர் அந்தக் குடும்ப உறுப்பினர்களைச் சார்ந்து இருக்க வேண்டும்? குடும்பத்தை விட்டு வெளியே வருவதைத் தடுப்பது யார்? எத்தனையோ நூற்றாண்டுகளுக்கு முன்னால் ஸ்ரீராமானுஜர் தைரியமாகச் செய்தாரே? அவருடைய குருநாதர் ஒருவர் தலித். காலையிலிருந்தே தன்னுடைய குரு அவர்கள் வீட்டுக்கு வரப்போவது பற்றித் தன் தர்மபத்தினியிடம் சொல்லிக் கொண்டிருக்கிறார் ராமானுஜர். வீட்டில் தடபுடலான தளிகை. ஆனால் கணவர் அவ்வளவு பெருமையாகக் காலையிலிருந்து சொல்லிக் கொண்டிருந்த அந்த குரு அவர்களுடைய இனத்தைச் சேர்ந்தவர் அல்ல என்பது அந்தப் பெண்மணிக்குத் தெரிந்துவிடுகிறது. அவர் சாப்பிட்ட விதம் அப்படி. அவர் சாப்பிட்ட பிறகு அந்த இடத்தை சுத்தி செய்கிறார் அவர். தன் கணவரிடமும் அது பற்றிக் கேட்கிறார். அந்த க்ஷணமே கிரகஸ்தாரத்தை உதறி எறிந்துவிட்டுத் துறவற வாழ்வை மேற்கொள்ளுகிறார் ராமானுஜர்.

என்ன இது, நானெல்லாம் ஒரு சாதாரண எழுத்தாளன், என்னைப் போய் ஸ்ரீராமானுஜரோடு ஒப்பிடலாமா என்று

அந்த எழுத்தாளர் கேட்கலாம். அப்படிப் பார்த்தாலும் நம்முடைய பாரதி இந்தக் குடும்பக் கருமாந்திரத்தையெல்லாம் எப்போதோ தூக்கிப் போட்டவன் ஆயிற்றே? பார்ப்பானை ஐயரென்ற காலமும் போச்சே என்று பாடினானே? பாடியதோடு நின்றானா? அந்தக் காலத்திலேயே மீசை வைத்துக்கொண்டான். கஞ்சா புகைத்தான். என்ன செய்யவில்லை அவன்? ஆனால் அவன் மறைந்து இவ்வளவு காலம் கழித்தும் தன் சாதி, மதம் என்று வாழும் எழுத்தாளர்களை என்னவென்று சொல்வது?

நான் வலியுறுத்துவது நாம் வாழக்கூடிய காலகட்டத்தை. பாரதி வாழ்ந்த காலத்துக்கும், விஞ்ஞான முன்னேற்றம் உச்சத்தைத் தொட்டுக் கொண்டிருக்கும் இன்றைய காலகட்டத்துக்கும் உள்ள வித்தியாசத்தைச் சொல்கிறேன். இப்போது பெண்கள் இரவு ஏழு மணிக்கு வேலைக்குப் போய் காலை ஐந்து மணிக்கு வருகிறார்கள். மேற்படிப்புக்கு அமெரிக்கா செல்கிறார்கள். ஆனால் திருமணம் மட்டும் தன்னுடைய சாதிக்குள்ளேயே செய்து கொள்ள வேண்டும் என்று எதிர்பார்க்கிறான் எழுத்தாளன்.

கலகக்காரர்களாக வாழ வேண்டிய எழுத்தாளர்களே இப்படி ஆக அடிமட்டமான பிற்போக்குவாதிகளாக வாழ்ந்து கொண்டிருக்கும் போது, மிகவும் பிற்போக்கான மதிப்பீடுகளைக் கொண்டிருக்கும் சினிமா உலகத்தைச் சார்ந்த கமல்ஹாசன் எவ்வளவு முற்போக்குச் சிந்தனைகளைக் கொண்டவராக இருக்கிறார் என்பதுதான் அவர் மீதான என்னுடைய மரியாதைக்குக் காரணம். கர்னாடகா தண்ணீர்ப் பிரச்சினை தொடர்பாக சினிமா நடிகர்கள் அத்தனை பேரும் - ரஜினிகாந்த் உட்பட - ஃபாசிஸ்டுகளாக மாறி, தமிழ் வீரம் பேசி, அடி உதை என்று முண்டா தட்டியபோது மிகவும் நிதானமாக பிராந்தியவாதத்துக்கு எதிராகப் பேசிய ஒரே நடிகர் கமல்தான்.

அடுத்து, குடும்பம். தமிழ்நாட்டில் பெரும்பான்மையோர் இந்த விஷயத்தில் 'ஒருவனுக்கு ஒருத்தி' என்று பொய் சொல்லி, பாசாங்காக வாழ்ந்துகொண்டிருக்கும் நிலையில் கமல் இந்தி சினிமாவில் குழந்தையிலிருந்தே நடித்துக்கொண்டிருந்த சரிகாவை மணந்துகொண்டார். ஒத்துவரவில்லை என்றதும் திருமணத்தை முறித்துக்கொண்டு வேறொரு பெண்ணுடன் திருமணம் செய்யாமலேயே வாழ்கிறார். இப்படித் திருமணம் என்ற அமைப்பை முற்றாக நிராகரித்தவர் கமல். அவருடைய

புதல்விகளும் கௌதமியின் புதல்வியும் கௌதமி மற்றும் கமலோடு பொது நிகழ்ச்சிகளில் கலந்து கொள்கிறார்கள். இந்த மனத்துணிவு யாருக்காவது உண்டா?

இப்படி ஏகப்பட்ட விஷயங்களை அடுக்கிக்கொண்டே போகலாம்.

ஒரு சினிமாக்காரராக அவர் சாதனை செய்யாதிருக்கலாம்; ஆனால் சமூக மதிப்பீடுகளை உதறி எறிந்த ஒரு தமிழனாக கமல்ஹாசனை நான் மிகவும் நேசிக்கிறேன்.

சாரு
09.04.2009

கமல்ஹாசன்: விவாதத்தின் தொடர்ச்சி

அன்புள்ள சாரு,

கமல்ஹாசனும் எழுத்தாளர்களும் கட்டுரை படித்தேன். நாத்திகம் என்ற புளித்துப் போன கொள்கையை மீண்டும் மீண்டும் சொல்லியபடி ஏன் அவர் தனது சக்தியை வீணடித்துக்கொண்டிருக்கிறார் என்று தெரியவில்லை. அரசியல் தலைவராக விரும்புகிறவர்களுக்கு ஒரு அடையாளம் தேவைப்படும். மூடப்பழக்கங்களை ஒழிக்க பெரியார் எப்படிக் கடவுளே இல்லை என்று முழங்கினாரோ அதுபோல. ஆனால் பெரியாருக்கு அது சமூகத்தைச் சீர்திருத்த உதவியது. தன்னை மற்றவகளிடமிருந்து அந்நியப்படுத்தி காட்டிக்கொள்ள அல்ல.

"எனக்கு அதிலெல்லாம் நம்பிக்கை இல்லை" என்று செயற்கையாய்ச் சொன்னால் மட்டும் போதாது. தான் ஈடுபட்டிருக்கும் கலைத்துறையில் அப்படி ஒரு படைப்பை உருவாக்கிக் காண்பிக்க வேண்டும். அப்படிச் செய்யாமல் மேடையில் மட்டும் ஏன் இந்த மேதாவித்தனம்?

நீங்கள் தசாவதாரம் விமர்சனத்தில் தெளிவு படுத்தியிருந்தது போல், தற்போதய பிரச்சினை மதவாதம்தானே ஒழிய கடவுளோ கடவுள் நம்பிக்கையோ அல்ல. வடக்கே இந்தி சினிமாவில் இதை நேர்த்தியாகக்

கையாளுகிறார்கள். தில்லி-6 போன்ற படங்கள் இதற்கு உதாரணம். இங்கே செயற்கையான பொழுதுபோக்கு மக்களிடையே திணிக்கப்படுகிறது. அங்கே ஒரு கலைப்படைப்பு தினசரி வாழ்க்கையிலிருந்து எடுக்கப்பட்டு, சற்றே பண்படுத்தப் பட்டு திருப்பி வழங்கப்படுகிறது. நம்மவர்களுக்கு ஏன் ஒவ்வொரு வருடமும் பிரச்சனைக்குள்ளளாக்கப்படும் பிள்ளையார் சதுர்த்தியை வைத்து ஒரு படைப்பை வழங்கத் தோன்றவில்லை? அங்கே ராம் லீலாவை வைத்து ஒரு தில்லி-ஐ உருவாக்குகிறார்களே? நமக்கு ஏன் வம்பு என்ற பொறுப்பின்மையா? அல்லது, நம்மால் முடியுமா என்ற அவநம்பிக்கையா?

ஒரு தாரே ஸமீன் பர் போன்று சற்றுத் தள்ளி நின்று கதையின் கருவிற்கு நியாயம் செய்கிற ஹீரோக்கள் இங்கு ஏன் இல்லை? ரசிகர் கூட்டத்தின் விசில் சத்தம் ஒருநாள் காதில் விழவில்லை என்றால் இவர்களுக்குத் தூக்கம் வராதா? மற்றபடி எழுத்தாளர்களை ஊக்குவிக்கும் நோக்கம் கமலிடம் சற்று அதிகமாகவே உள்ளதை மறுக்க முடியாது. ஆனால் திடீரென்று பம்மல் சம்பந்தம், பஞ்ச தந்திரம் என்று தடம் மாறும் போதுதான் 'ச்சே' என்றாகிவிடுகிறது.

எனக்கிருக்கும் ஆசை எல்லாம், எப்படியாவது அவரைப் பற்றிய உங்களுடைய விமர்சனங்களை எல்லாம் எப்பாடுபட்டேனும் அவரைப் படிக்க வைத்துவிடுங்கள். உடனே "எனக்கு வேறு வேலை இல்லையா?" என்று பொரிந்து தள்ளிவிடாதீர்கள். மிகுந்த நேர்மையுடனும், நுணுக்கமாகவும், உண்மையானதுமான கமலைப் பற்றிய தங்களின் விமர்சனத்துக்கு ஒரு ஆக்கபூர்வமான விளைவு ஏற்பட்டுவிடாதா என்ற ஏக்கம்தான்! மாறாக அவர் தங்களின் எல்லா எழுத்தைப் பற்றியும் அறிந்திருப்பாரேயானால் அவர் மறுதலிக்கும் கடவுள்தான் அவருக்கு உதவவேண்டும்.

ஒரு சந்தான பாரதிக்கு பதிலாக தாங்கள் அவர் அருகில் இருந்திருந்தால் விளைந்திருக்கக்கூடிய அரிய படைப்புகளை நினைத்தால் வருகிறதே ஒரு பெருமூச்சு... ச்சே என்ன கொடுமை சார் இது!!

ஜெகன்,
பாஸ்டன்

ஹாய் சாரு,

எனக்கு கமல் மீது மிகுந்த மரியாதை உண்டு. அவரது அபாரமான திறமையில் ஒருசில மின்னல் தெறிப்புகளைத்தான் அவர் அவ்வப்போது காண்பித்துச் செல்கிறார். "ங்கோத்தா, இதுதான்டா படம்" என்று நீங்களும் நானும் சொல்கிறாற்போன்ற ஒரு படத்தை அவரால் நிச்சயமாகக் கொடுக்க முடியும். ஆனால் துரதிர்ஷ்டவசமாக அவர் அதற்கு முயற்சிகூட செய்ய மாட்டேன் என்கிறார். (விதிவிலக்கு: மகாநதி) ஏன் பிற படங்களைத் தழுவி எடுக்க வேண்டும்? ஏன் காப்பி அடிக்க வேண்டும்? ஏன் ஒரிஜினலாகச் செய்யக் கூடாது? இதுதான் அவர் மீது எனக்கு இருக்கும் பிரச்சினையே.

'பசங்க' படத்தின் ஆடியோ வெளியீட்டு நிகழ்ச்சியை எங்களோடு பகிர்ந்து கொண்டதற்கு நன்றி. அந்த நிகழ்ச்சியில் அவர் பேசிய பேச்சை வேறொரு இணையதளத்தில் கேட்டேன். அதில் வேறொரு மாதிரியான தோற்றமே கிடைத்தது. பளு தூக்கும் பயிற்சி பற்றி நீங்கள் எழுதியிருந்தது உண்மைதான். அனுபவபூர்வமாக உணர்ந்திருக்கிறேன். ஒரு சின்ன கார் விபத்தில் மாட்டி முதுகில் சற்று வலி இருப்பதால் சமீபகாலமாகச் செய்வதில்லை. இந்த வயதிலும் தன்னுடைய உடம்பை இவ்வளவு சீராக வைத்திருப்பதாலும் கமல் மீது எனக்கு ஒரு தனி மரியாதை உண்டு. உடலைப் பேணுவது ஒரு சராசரி இந்தியனின் மனோபாவத்துக்கு எதிரானது.

கமலின் பேச்சுக்களும் பேட்டிகளும் எப்போதும் எனக்குக் குழப்பத்தையே கொடுக்கும். நண்பர்களுக்குள் அவற்றைப் பகிர்ந்து கொண்டு கிண்டல் செய்து சிரித்துக்கொண்டிருப்போம். ஆனால், சராசரியான சமூக மதிப்பீடுகளுக்கும் நம்பிக்கைகளுக்கும் எதிராக வாழ்வதற்கே ஒரு தைரியம் வேண்டும் அல்லவா? அந்த வகையில் கமல் பாராட்டுக்குரியவரே. ஆனால் அப்படி இருப்பதற்காக மற்றவர்களை அவமானப்படுத்த வேண்டுமா என்ன?

ராஜ்

டியர் ஜெகன்,

சினிமா நடிகர்கள் - அது யாராக இருந்தாலும் சரி - எழுத்தாளர்களை ஊக்குவிக்கும் நிலையில் இங்கே எந்த

எழுத்தாளனும் இல்லை. அப்படி ஊக்குவிக்கும் தகுதியும் எந்த நடிகருக்கும் இல்லை. சச்சின் டெண்டுல்கரை அமிதாப் பச்சன் ஊக்குவிக்க முடியுமா சொல்லுங்கள். ஒருமுறை கோணங்கியைச் சந்திக்க வேண்டும் என்று கமல் விருப்பப்பட்டிருக்கிறார். அதை கமலின் நண்பரான புவியரசு கோணங்கியிடம் தெரிவிக்க, "கோவில்பட்டிக்கு வந்து பார்க்கச் சொல்லுங்கள்" என்று பதில் சொன்னாராம் கோணங்கி. கோணங்கியின் ஊர் கோவில்பட்டி. இதை என்னிடம் சொன்னவர் புவியரசு. இப்படிப்பட்ட கவிச் செருக்கு ஒரு எழுத்தாளனுக்கு வேண்டும். நிச்சயமாக இது திமிர் அல்ல. காந்தியையே மிஸ்டர் காந்தி என்று அழைத்தவர் பாரதி. சிங்கிள் டீக்கு வழியில்லாவிட்டாலும் சினிமா நடிகர்கள் ஊக்குவித்து வாழ வேண்டிய நிலையில் தமிழ் எழுத்தாளன் இல்லை. மேலும், வறுமையும் புலமையும் காலம் காலமாக ஒட்டிப் பிறந்தது போல்தான் தெரிகிறது. தஸ்தயேவ்ஸ்கியின் எழுத்தை ரஷ்யாவில் அவர் வாழ்ந்த காலகட்டத்திலேயே இங்கே சுஜாதாவைப் படித்ததுபோல் படித்தார்கள். ஆனாலும் அவர் பட்ட கஷ்டத்தைக் கேட்டால் ரத்தக் கண்ணீர் வரும்.

உத்தமத் தமிழ் எழுத்தாளன் தன்னுடைய நாவலின் அத்தியாயம் ஒன்றை எழுதிக்கொண்டிருந்தபோது, அவர் எழுதிக்கொண்டிருந்த அறையில் இயேசு கிறிஸ்துவின் Presence-ஐ உணர்ந்தாராம். இது பற்றி அலெக்ஸிடம் நான் கிண்டல் செய்து பேசிக்கொண்டிருந்த போது "நீ கூடத்தான் பாபாவின் ப்ரெஸென்ஸை உணர்கிறாய்; நான் எழுதும்போது சாத்தானின் ப்ரெஸென்ஸை உணர்கிறேன். அதுபோல் அவர் இயேசுவின் ப்ரெஸென்ஸை உணரக் கூடாதா?" என்றான். இப்படி இயேசு, பாபா, சைத்தான் என்ற லெவலில் உறவு கொண்டாடிக் கொண்டிருக்கும் எழுத்தாளர்களை போயும் போயும் சினிமா நடிகர்களா ஊக்குவிப்பது?

ஒரு வகையில் எழுத்தாளர்களை ஸூஃபிகளோடு ஒப்பிடலாம். "என்னைப் பாடு; உனக்கு ஆயிரம் பொன் தருகிறேன்" என்ற கட்டளையிட்ட ஒரு மன்னனைப் பார்த்து "அடேய மானிடப் பதரே; நான் அல்லாஹ்வை மட்டுமே பாடுவேன்" என்று உரத்துச் சொல்லிய ஸூஃபி பற்றி நான் எழுதியிருந்ததை நீங்கள் படித்திருக்கலாம். அந்த ஸூஃபியின் தலையை அந்தக் கணமே வெட்டியெறிந்தான் மன்னன். உடனே ஸூஃபி என்ன செய்தார் தெரியுமா? வெட்டப்பட்டு கீழே விழுந்து கிடந்த தன்னுடைய தலையை ஒரு கரத்தால் எடுத்துக்கொண்டு வெறும் முண்டமாகவே நடந்து சென்று, தான் எப்போதும்

தங்கியிருந்த மசூதியில் போய் அமர்ந்தாராம். அந்த மசூதி இப்போதும் தில்லியில் உள்ளது. இதை நான் ஒரு கதையாக நினைக்கவில்லை. நிச்சயம் நடந்திருக்கும். இதை விடப் பெரிய பெரிய அதிசயங்களையெல்லாம் நிகழ்த்தியவர்கள் சூஃபிகள்.

அதே போன்ற அதிசயங்களை நீங்கள் ஷேக்ஸ்பியரிலும், கம்பனிலும், காளிதாசனிலும் காணலாம். அப்படிப்பட்டவர்களின் வாரிசான என்னையும், என் சக எழுத்தாளர்களையும் சினிமா நடிகர்களா ஊக்குவிப்பது?

உங்களுக்கு நகைச்சுவை உணர்வு அதிகம் இருக்க வேண்டும் ஜெகன். பாஸ்டன் நகர மக்கள் கொடுத்து வைத்தவர்கள். இப்படித்தான் அடிக்கடி ஜோக் அடித்து அவர்களைச் சிரிக்க வைத்துக் கொண்டிருப்பீர்கள் என்று நினைக்கிறேன். சந்தான பாரதிக்கு பதிலாக நான்? அதுவும் கமலுக்குப் பக்கத்தில்?

உங்களுடைய நல்லெண்ணத்தைப் புரிந்து கொள்கிறேன். ஆனால் அதிலுள்ள சாத்திய அசாத்தியங்களை யோசித்துப் பார்த்தீர்களா? கமல் பழகுவதற்கு மிகவும் இனியவர் என்று நிறைய நண்பர்கள் சொல்லியிருக்கிறார்கள். ரொம்ப ரொம்ப இனிமையாகப் பழகுவாராம். நானுமே கொஞ்சம் கமலைப் போல் இனிமையாகப் பழகுபவன்தான். என் நண்பர்களைக் கேட்டாலே கதை கதையாகச் சொல்லுவார்கள். அப்படிப்பட்ட நானும், என்னைப் போலவே ரொம்ப இனிமையாகப் பழகும் கமலும் ஒன்று சேர்ந்தால் என்ன ஆகும்?

ஒரு பிரபல இயக்குனரிடம் ஒருநாள் பேசிக்கொண்டிருந்தேன். அவர் ரஜினிகாந்தின் நெருங்கிய நண்பர். அப்போது அவர் ரஜினியின் நற்பண்புகள் பற்றி நீண்ட நேரம் பேசிக்கொண்டிருந்தார். இடையிடையே அவரைப் பற்றிய ஒருசில விமர்சனங்களையும் சொன்னார். ஆனாலும் அடிப்படையில் ரஜினி பற்றிய அவரது பேச்சில் ஒரு நெகிழ்ச்சியைக் கண்டேன். இவ்வளவுக்கும் அவர் ரஜினியை வைத்துப் படம் எடுத்தவர் அல்ல. ஒரு மணி நேரம் பேசியிருப்பார். பேச்சு ஒரு முடிவுக்கு வந்த நேரத்தில் "கமல் பற்றி என்ன நினைக்கிறீர்கள்?" என்று கேட்டேன்.

அவர் சொன்ன பதில் எனக்கு ஆச்சரியம் அளிக்கவில்லை. ஆனால் அவர் அந்தப் பதிலை ஒரே வார்த்தையில் சொன்னதுதான் எனக்கு மிகப் பெரிய அதிர்ச்சியாக இருந்தது. ஒரே வார்த்தை. இவ்விஷயம் பற்றி நேற்று அலெக்ஸிடம் கதைத்துக் கொண்டிருந்த

போது அவன் “பொதுவாக புத்திஜீவிகளே இப்படித்தான் அராஜகப் பேர்வழிகளாக இருக்கிறார்கள்” என்றான்.

“ஏன் அலெக்ஸ், இப்படிச் சொல்கிறாய்? நான் கூட ஒரு புத்திஜீவிதானே? நான் எவ்வளவு மென்மையானவன்?” என்றேன்.

“யார் சொன்னது? உன்னைப் பற்றி நீயே சொல்வதை மற்றவர்கள் ஒப்புக்கொள்ள வேண்டாமா? நீ மென்மையானவன் என்று ஒரு ஆளைச் சொல்லச் சொல் பார்ப்போம்” என்றான்.

நிற்க.

கமலுக்கும் எழுத்தாளர்களுக்குமான உறவு ஒரு ஜோக். ஞானக்கூத்தனோடும், மனுஷ்ய புத்திரனோடும் இன்னும் பல முக்கியமான தமிழ் எழுத்தாளர்களோடும் அவருக்கு நெருங்கிய நட்பு உண்டு. என்ன பயன்? அந்த நட்பால் ஏதாவது நடந்ததா?

அவர் வட இந்தியாவைச் சேர்ந்த ஒரு பிரபலமான எழுத்தாளர். ஆங்கிலத்தில் எழுதுபவர். என் நண்பர். உலக இலக்கியத்தை விரல் நுனியில் வைத்திருப்பவர். அவர் ஒருநாள் கமலைச் சந்தித்திருக்கிறார். ஆறு மணி நேரம் பேசிக்கொண்டிருந்தார்களாம். மிக ஆச்சரியத்துடனும், ஆர்வத்துடனும் “என்ன பேசினீர்கள்?” என்று கேட்டேன் “அவர் பேசினார். நான் கேட்டுக் கொண்டிருந்தேன்” என்றார்.

உலகத்திலேயே தான்தான் பெரிய மேதை என்று நினைத்துக்கொண்டிருக்கும் ஒருவர் எப்படி மற்றவர்களைப் பயன்படுத்திக்கொள்ள முடியும் ஜெகன்? இதை விடுங்கள். சுஜாதா எவ்வளவு பெரிய ஜீனியஸ். அவர் கமலின் மிக நெருங்கிய நண்பர். எத்தனையோ ஆண்டுகளுக்கு முன்னால் *கணையாழியின்* கடைசிப் பக்கத்தில் “கமல்ஹாசன் என்ற ஒரு இளைஞரை சந்தித்தேன்; பின்னாளில் அவர் பல சாதனைகள் புரிவார்” என்று எழுதியிருந்தார் சுஜாதா. அந்த அளவுக்கு கமல் இளைஞராக இருக்கும்போதிருந்தே அவரது உற்ற நண்பராக இருந்தவர் சுஜாதா. அவரோடு சேர்ந்து கமல் எடுத்த படம் விக்ரம். ரொம்பவே மனம் வெறுத்து எழுதியிருந்தார் சுஜாதா. சுஜாதா போன்ற ஒருவரைப் பக்கத்தில் வைத்துக்கொண்டே ஒரு ஆக மோசமான குப்பையைக் கொடுத்த கமலால் என்னை வைத்துக் கொண்டு என்ன செய்ய முடியும் என்று நினைக்கிறீர்கள்?

(அதைவிடக் கொடுமை ஷோலே அம்ஜத்கானை காமெடியனாக நடிக்க வைத்த கமலுக்கு மன்னிப்பே கிடையாது!)

என்னுடைய நண்பர் ஒருவர் ஒரு சினிமா விமர்சகர். மிகப் பெரிய படிப்பாளி. மருதநாயகம் பட விவாதத்தின் போது அவரைத் தன்னோடு பணியாற்ற அழைத்திருக்கிறார் கமல். அப்போது ஒரு விவாதத்தின் போது, கமல் இல்லாத நேரத்தில் கமலின் சகோதரர் (சாருஹாசன் அல்ல) என் நண்பரிடம் வந்து "கமலை பெயர் சொல்லி அழைக்க வேண்டாம்; சார் என்று சொல்லுங்கள்" என்று சொல்ல, பேசாமல் அங்கிருந்து எழுந்து வந்துவிட்டார் நண்பர். அந்த நண்பர் கமலை விடவும் வயதில் முதிர்ந்தவர்.

ஒரு பத்திரிகையாளர் நண்பர் சொன்னது இது: கமலிடம் பேட்டி எடுத்துவிட்டார். அதன் நகலை அவரிடம் படிக்கக் கொடுத்து அவர் ஒப்புதல் அளித்ததும் பத்திரிகையில் வெளியிட வேண்டும். கமலின் பி.ஆர்.ஓ.விடம் கவரைக் கொடுக்கிறார் நண்பர். கவரைப் பெற்றுக்கொண்ட பி.ஆர்.ஓ. தயங்கித் தயங்கி நிற்கிறார். நண்பர் என்னவென்று கேட்க, அவர் மேலும் கொஞ்ச நேரம் தயங்கிவிட்டுச் சென்றுவிடுகிறார். என் நண்பர் ஏதோ வேலையாக வெளியே சென்றபோது அந்த பி.ஆர்.ஓ. தயங்கித் தயங்கி நின்றதன் காரணம் புரிந்திருக்கிறது. ரொம்ப கர்ம சிரத்தையுடன் அந்த பி.ஆர்.ஓ. நண்பர் கொடுத்த கவரில் பெயருக்கு முன்னால் பத்ம ஸ்ரீ அது இது என்று என்னென்னவோ எழுதிக்கொண்டிருந்தாராம். "நான் வெறும் கமல்ஹாசன் என்றுதான் எழுதிக் கொடுத்தேன். அவரோ பெயருக்கு முன்னாலும் பின்னாலும் ஏதோ வியாசம் மாதிரி எழுதிக் கொண்டிருந்தார்."

ஜெயலலிதா சொல்வதுபோல் "அவர்கள்தான் என் காலில் விழுகிறார்கள்; நானா விழச் சொன்னேன்?" என்று கேட்கக் கூடாது. நாம் இம்மாதிரி செயல்களை ஊக்குவிப்பதால்தானே அவர்கள் செய்கிறார்கள்?

இந்த இடத்தில் எனக்குத் தவிர்க்க இயலாமல் எம்ஜியாரின் நினைவு வருகிறது. ஒருமுறை இயக்குனர் மகேந்திரன் சொன்னார். பொன்னியின் செல்வன் கதையை எம்ஜியார் சினிமாவாக எடுக்க நினைத்திருக்கிறார். அதற்குத் திரைக்கதை எழுத மகேந்திரனைக் கேட்டுக் கொண்டிருந்திருக்கிறார். 'அதற்கு ஆறு மாதம் ஆகுமே?' என்று மகேந்திரன் தயங்க, எத்தனை மாதங்கள்

வேண்டுமானாலும் எடுத்துக் கொள்ளச் சொல்லியிருக்கிறார் எம்ஜியார். அப்படியும் தயங்கியிருக்கிறார் மகேந்திரன். தயக்கத்துக்குக் காரணம், மகேந்திரன் அப்போது செய்ன் ஸ்மோக்கர். எம்ஜியாரோ சிகரெட் பிடிப்பவர்கள் பக்கமே நெருங்க மாட்டார். "அதெல்லாம் உங்களைப் போன்ற கலைஞர்களுக்கு அல்ல" என்று சொல்லி, அவருக்கு எம்ஜியாரின் தோட்டத்திலேயே தங்குமிடம் ஏற்பாடு செய்து கொடுத்து, அதை அவருடைய வீட்டைப் போல் பாவித்துக்கொள்ளலாம் என்றும் சொல்லியிருக்கிறார். அப்போதும் மகேந்திரனுக்குத் தயக்கம்.

"ஒருவேளை ஆறு மாதம் கழித்து எழுத முடியாமல் போனாலும் போகலாமே?"

"பரவாயில்லை. முயற்சி செய்து பார்ப்போம். வந்தால் நல்லது. வராவிட்டால் பரவாயில்லை. முயற்சி செய்வதில் என்ன நஷ்டம்?" என்று கேட்டு மகேந்திரனுக்கு எல்லா ஏற்பாடுகளையும் செய்து கொடுத்திருக்கிறார் எம்ஜியார்.

ஆறு மாதம் முடிந்து மகேந்திரனைச் சந்திக்கிறார் எம்ஜியார். ஒரு வரிகூட எழுதவில்லை. பரவாயில்லை என்று சிரித்தபடி விடை கொடுத்து அனுப்பினாராம். இது மகேந்திரனே என்னிடம் சொன்னது.

இன்னொரு சம்பவம். ஒருநாள் எம்ஜியார் முதலமைச்சராக இருந்த போது அவருடைய கார் ஜெமினி மேம்பாலத்தில் செல்கிறது. முன்னாலும் பின்னாலும் போலீஸ் கார்கள், இத்யாதி அணிவகுப்பு. மேம்பாலத்தின் இறக்கத்தில் வரும்போது திடீரென்று காரை நிறுத்தச் சொல்கிறார் எம்ஜியார். தெருவோர டீக்கடையில் டீ குடித்துக் கொண்டிருந்த ஒருவரை அழைத்து வரச் சொல்கிறார். வந்தவரை காரில் ஏறி அமரச் சொல்கிறார்.

பத்து ஆண்டுகளுக்கு முன்னால் அந்த நபர் மாணவராக இருந்தபோது அந்தக் கல்லூரியின் தமிழ்ச் சங்கத் தலைவராக இருந்திருக்கிறார். அப்போது அந்தத் தமிழ்ச் சங்கத்தின் சார்பாக எம்ஜியாரை வரவழைத்திருக்கிறார்கள். அதை நினைவு கூர்ந்த எம்ஜியார் "இப்போது என்ன செய்கிறீர்கள்?" என்று கேட்கிறார். அவர் இப்போது ஆட்டோ ஓட்டுகிறார். வாடகை ஆட்டோ, எங்கே தங்கியிருக்கிறார்? கே.கே. நகர். விலாசத்தையும் வாங்கிக் கொள்கிறார் எம்ஜியார். பிறகு அவரை விடை கொடுத்து அனுப்பிவிடுகிறார்.

மறுநாள் காலை ஒரு புத்தம் புதிய ஆட்டோ அந்த நபரின் வீட்டு வாசலில் வந்து நின்றதாம். எம்ஜியார் கொடுத்துவிட்டு வரச் சொல்லியிருக்கிறார். எம்ஜியாரிடமிருந்து ஆட்டோ பெற்ற அந்த நபரின் பெயர் கார்வண்ணன். பின்னாளில் *பாலம்* என்று ஒரு படத்தை இயக்கினார். இப்போது என்ன செய்கிறார் என்று தெரியவில்லை. இதுபோல் ஒரு ஆயிரம் செய்திகள் எம்ஜியார் பற்றிக் கேள்விப்பட்டிருக்கிறேன். கமல் பற்றிக் கேள்விப்படும் செய்திகள் இதற்கு நேர் எதிராக இருக்கின்றன. போகட்டும். அது அவருடைய சொந்த விஷயம். அதில் தலையிட யாருக்கும் உரிமை இல்லை. ஆனால் அவர் எழுத்தாளர்களையும் மற்ற கலைத்துறையினரையும் எப்படிப் பயன்படுத்திக்கொள்கிறார் என்பதற்கு மற்றொரு உதாரணம்:

அன்பே சிவம் படத்தில் சென்னைக் கலைக்குழுவினரின் தெரு நாடகம் ஒன்று இடம்பெறுகிறது. இந்தக் குழுவின் இயக்குனர் பிரளயன். பிரளயனின் மற்ற நாடகங்கள் எப்படியோ, ஆனால் இந்தப் படத்தில் இடம் பெற்ற நாடகம் மிகவும் சராசரியாக இருந்தது. தமிழ் சினிமாவின் முக்கியமான குறைபாடே இந்த சராசரித்தனம்தான். மற்றவர்களாக இருந்தால் நாடகம் என்றதும் ஏதாவது அசட்டுத்தனமான ஒரு சபா நாடகத்தைப் பயன்படுத்துவார்கள். கமல் பிரளயன் அளவுக்குச் சென்றிருக்கிறார். அவ்வளவுதான் வித்தியாசமே ஒழிய சராசரித்தனத்தில் குறைவே இல்லை.

நான் சொல்வதை விளங்கிக் கொள்ள வேண்டுமானால், *தில்லி-6*இல் வரும் நாடகத்தோடு ஒப்பிட்டுப் பாருங்கள். அந்தப் படத்தின் உள் சரடாகவே வருகிறது ராம் லீலா. அமெரிக்காவில் வாழும் அபிஷேக் பச்சன் முதல் முறையாக தன் பாட்டியுடன் இந்தியா வருகிறார். அவருக்கு இந்த நாட்டின் கலாச்சாரத்தை அறிமுகப்படுத்தும் வகையில் ராம் லீலா நாடகத்துக்கு அழைத்துச் செல்கிறார் பாட்டி. இந்த நாடகம் *தில்லி-6* படம் முழுவதுமே ஊடாடி ஊடாடி வந்துகொண்டிருக்கிறது. படத்திலிருந்து தனித்து நிற்காமல், படத்தின் பிரதான கதையே அந்த ராம் லீலாவிலிருந்துதான் துவங்குகிறது; அதிலேயே முடிகிறது.

நான் சொல்ல வந்தது அது அல்ல. அந்த நாடகம் தமிழ்ப் படங்களில் பார்க்கக்கூடிய சராசரி நாடகமாக இல்லாமல் உலக நாடகங்களுக்கு இணையானதாக அமைந்திருக்கிறது. இதைத்தான் நான் வலியுறுத்த விரும்புகிறேன். இங்கே தமிழிலும் உலக நாடகக் குழுக்களுக்கு இணையான மிகச் சிறந்த நாடகக் குழுக்களும்

நாடகக் கலைஞர்களும் இருக்கின்றனர். 25 ஆண்டுகளுக்கு முன்பு தில்லியில் நான் பார்த்த மு. ராமசாமியின் 'துர்க்கிர அவலம்' என்ற நாடகத்தையோ, எஸ். ராமானுஜம் இயக்கிய ஜி. சங்கரப் பிள்ளையின் 'கறுத்த தெய்வத்தைத் தேடி' என்ற நாடகத்தையோ என் வாழ்நாளில் மறக்க முடியாது. உலகப் புகழ் பெற்ற நாடகக்காரரான அல்காஸியிடம் தில்லியிலுள்ள தேசிய நாடகப் பள்ளியில் நாடகம் பயின்றவர் எஸ். ராமானுஜம். கூத்துப்பட்டறை ந. முத்துசாமி பற்றியோ சொல்லவே வேண்டியதில்லை. முத்தமிழில் ஒன்றான நாடகத் தமிழுக்கு அவர் அளவுக்குப் பங்களிப்பு செய்தவர் யாரும் இல்லை. ஆனால் கமலுக்குத் தெரிந்தது ஒரு பிரளயன்.

மீண்டும் தில்லி-6க்கே செல்வோம். அதன் இயக்குனர் ராகேஷ் மெஹ்ரா படத்தில் ராம் லீலாவைச் சேர்க்க வேண்டும் என்று நினைத்தபோது ராம் லீலா நாடகத்தை மேடையேற்றும் நாடகக் குழுவே எதுவும் இல்லை என்று தெரிந்திருக்கிறது. முன்பெல்லாம் துர்கா பூஜையின் முதல் நாள் அன்று துவங்கி தஸரா அன்று ராவணனைக் கொல்வதோடு அந்த நாடகம் முடிவடையும். இப்போது இந்த நாடக வடிவம் அழியும் நிலையில் இருப்பதால், ராகேஷ் மெஹ்ராவே சிரத்தை எடுத்து பல இடங்களிலும் தேடி சாகர் பல்கலைக்கழகத்திலிருந்து ராமனையும், இலஹாபாதிலிருந்து சீதையையும், உஜ்ஜையினியிலிருந்து லட்சுமணையும், வாரணாசியிலிருந்து ஹனுமனையும் கண்டுபிடித்திருக்கிறார். அதற்குப் பிறகு அவர்களுக்கு மூன்று மாத காலம் நாடகப் பயிற்சி அளித்திருக்கிறார். அதனால்தான் அந்த நாடகம் உலகத்தரத்திற்கு இருந்தது.

அழிந்து கொண்டிருக்கும் ஒரு கலை வடிவத்தைத் தனது படத்தில் மிகப் பெரிய அளவில் பதிவு செய்திருப்பதன் மூலம் ராகேஷ் மெஹ்ரா ஒரு மகத்தான பணியை ஆற்றியிருக்கிறார் என்று சொல்ல வேண்டும்.

அதேபோல் ஒரு நாடகம் படம் முழுவதும் வந்து கொண்டிருந்த வேறொரு படமும் ஞாபகம் வருகிறது. Jules Dassin இயக்கிய *A Dream of Passion* என்ற படம். இதில் இடம்பெறும் நாடகம் யூரிபிடஸ் எழுதிய கிரேக்க நாடகம் மெடியா.

ஜெகன், கடிதம் ஆரம்பித்த இடத்திலிருந்து எங்கெங்கோ போய்விட்டது. சுருக்கமாகச் சொல்லி விடுகிறேன். *தெ லாஸ்ட் லியர்* படத்துக்கான என் மதிப்புரையை மீண்டும் படித்துப் பாருங்கள். அமிதாப் எங்கே ஜெயிக்கிறார்; கமல் எங்கே

தோற்கிறார் என்று எழுதியிருக்கிறேன். கமல் தனது ஈகோவை விட்டால் அமிதாபையும் தாண்டிப் போய் விடலாம். ஆனால் அது முடியுமா என்று தெரியவில்லை. அமிதாப் எங்கோ கல்கத்தாவில் இருக்கும் ஒரு இளம் இயக்குனரைத் தேடிப் போய், தான் வாங்கும் சம்பளத்தில் பெருமளவு குறைத்துக் கொண்டு அந்தப் படத்தில் நடிக்கிறார். அதிலும் ஒரு இளம் நடிகனின் காலில் விழுந்து கெஞ்சுவது போன்ற காட்சி.

நம்முடைய நடிகர்கள் செல்ல வேண்டிய தூரம் ரொம்ப அதிகம் இருக்கிறது ஜெகன்.

அடுத்து, உங்களுடைய கடைசிக் கேள்வி. என் எழுத்தை கமல் படிக்கிறாரா? *மகாநதி* வெளிவந்ததும் நான் கணையாழியில் எழுதியிருந்த மதிப்புரையைத் தன் யூனிட்டிலிருந்த அத்தனை பேருக்கும் அவரே படித்துக் காண்பித்ததாக நண்பர் புவியரசு சொன்னார். அதேபோல் *குருதிப்புனலுக்கு* நான் எழுதியிருந்த விமர்சனத்தைப் படித்து மிகவும் வருத்தப்பட்டதாக ஒரு நடிகை என்னிடம் சொன்னார். இப்போது அந்த நடிகை இலக்கிய விழாக்களில் அதிகம் தென்படுகிறார். ஆனால் அவருடைய *பஞ்ச தந்திரம்* போன்ற நகைச்சுவைப் படங்கள் எனக்கு மிகவும் பிடிக்கும். *சதி லீலாவதியில்* அவருடைய நடிப்பைப் பார்த்து குலுங்கிக் குலுங்கிச் சிரித்திருக்கிறேன். அதேபோல் *மைக்கேல் மதன காம ராஜன்.* அவருடைய நகைச்சுவை நடிப்புக்கு நான் ரசிகன்.

சாரு
16.04.2009

தலைப்பை மாற்றிவிட்டார் கமல்

ஹாய் சாரு,

கமல் உங்களுடைய இணையதளத்தைப் படிக்கிறார் என்றுதான் தோன்றுகிறது. பாருங்கள், 'தலைவன் இருக்கிறான்' என்ற டைட்டில் 'உன்னைப் போல் ஒருவன்' என்று மாறிவிட்டதே!

இந்த விவாதத்திற்கு மேலும் இரண்டு விஷயங்கள். முதலாவது, கமல் ஒரு சிறந்த சமூகச் சிந்தனையைத் தூண்டும், சமகாலப் பிரச்சினையை விவாதிக்கும் படத்தைத் தராததுகூட பெரிய குறையாகத் தெரியவில்லை. குறைந்தபட்சம் ஒரு சிறந்த கலைப்படைப்பை, அவர் அடிக்கடி குறிப்பிடும் உலகத்தரமான படத்தைத் தர முயற்சி செய்யட்டுமே? ஹாலிவுட் படங்கள் நம்முடைய அளவுகோல் இல்லையா, சரி விடுங்கள். மாநில அளவிலேயே பேசுவோம். அஞ்சாதே, பருத்தி வீரன், சுப்ரமணியபுரம், வெண்ணிலா கபடி குழு (அந்த கோச் வேடம்கூட செய்யலாமே!) போன்ற படங்களை அவர் மிஞ்ச வேண்டாமா? ஆனால் கிடைப்பது என்னவோ ஆளவந்தான், விருமாண்டி! அருமையாகத் தொடங்கும் படங்களில்கூட ஏதாவது ஒரு கட்டத்தில் அவருடைய தன்முனைப்பு அதி முக்கியமானதாகி கதையைக் கெடுத்துவிடுகிறார். (ஹே ராம் ஒரு சிறந்த உதாரணம்). அதாவது, படத்திலேயே நம்மைப் பார்த்து "நான்

எவ்வளவு பெரிய ஆள், எப்படி நடிக்கிறேன் பார்த்தீர்களா?" என்று கேட்கிறார்.

அடுத்தது, நகைச்சுவை நடிப்பில் கமல் தமிழ் சினிமாவின் நம்பர். 1 இடத்தில் இருப்பவர். (இந்தியாவில் நம்பர். 1 இடம் பரேஷ் ராவல். இதுவரை கண்டறியப்படாத பிராந்திய நடிகர் யாரும் இருந்தால் ஒழிய). கமலின் காமிக் டைமிங் மிகவும் அற்புதமானது; குறிப்பாக காதலா காதலா, சதிலீலாவதி. ஆனால் தமிழ்நாட்டில் என்ன காரணத்தாலோ நகைச்சுவை நடிப்புக்கு முக்கியத்துவம் அளிக்கப்படுவதில்லை. அதனாலேயே நகைச்சுவைப் படங்களில் தொழில்நுட்பத்தைப் பொறுத்தவரை மிக மெத்தனமான போக்கு காணப்படுகிறது.

சீரியஸ் சினிமாவை மட்டும்தான் கணக்கில் எடுக்க வேண்டும் என்ற போக்கு ஏன்? அப்படியானால் சந்திரபாபு, நாகேஷ் போன்றவர்கள் நல்ல நடிகர்கள் இல்லை என்று சொல்ல முடியுமா?

ராஜ்

டியர் ராஜ்,

நீங்கள் சொல்வது சரிதான். கமல் நம் இணையதளத்தைப் படிக்கிறார்; அல்லது, படிப்பவர் யாரோ அவர் சம்பந்தப்பட்ட விஷயங்களை மட்டும் அவரிடம் எடுத்துச் சொல்கிறார்கள் என்று தெரிகிறது. எப்படி இருந்தாலும் சந்தோஷமே. தலைப்பை மாற்றியதும் நல்ல விஷயம்தான். இல்லாவிட்டால் அந்தப் படத்தின் ஒட்டுமொத்த செய்திக்கே அந்தத் தலைப்பு எதிராகப் போயிருக்கும். உன்னைப் போல் ஒருவன் தலைப்பு இந்தப் படத்திற்கு மிகவும் பொருத்தமானது. ஆனால் இவ்வளவு முக்கியமான விஷயத்தில் என் ஆலோசனையை ஏற்றுக் கொண்ட கமல் அதற்கான ஃபீஸைத் தரவில்லையே என்று ஏமாற்ற மாக இருக்கிறது. ம்... எல்லோருக்குமே இலவச சேவை செய்ய வேண்டியிருக்கிறது. என் ராசி அப்படி என்று நினைக்கிறேன்.

நீங்கள் குறிப்பிட்டிருக்கும் மற்ற விஷயங்களில் எனக்கும் உங்கள் கருத்துதான். என்னுடைய சினிமா சம்பந்தப்பட்ட நூல்களில் இவற்றை விவாதித்திருக்கிறேன்.

சாரு
21.04.2009

குரூரமும் ஆனந்தமும்

டியர் சாரு...

நான் தொடர்ந்து உங்களின் இணைய பக்கத்தை வாசித்து வரும் வாசகன். உங்களின் மூலமாக நான் 'el topo', 'the isle' முதலிய படங்களை பார்க்கும் வாய்ப்பு கிடைத்தது. அதற்கு உங்களுக்கு நன்றி தெரிவித்துக்கொள்கிறேன். மேலும் இதுவே உங்களுக்கு நான் எழுதும் முதல் கடிதம்.

நான் கூற வந்தது இதுவே. நீங்கள் காட்டிய வழியில் சென்று படங்களைத் தேர்வு செய்து பார்த்து வரும் வேளையில் என் கண்ணில் தட்டுப்பட்ட வேறு சில படங்களை உங்களுக்குத் தெரிவிக்கலாம் என்று தோன்றியது.

முதலில் 'SHORTBUS.' இந்தப் படத்தைத் தாங்கள் ஏற்கனவே பார்த்திருந்தால் மகிழ்ச்சி. இல்லையெனில் பார்க்கத் தகுதியுள்ள படம் என்று தைரியமாகப் பரிந்துரைக்கிறேன்.

"A honest look at people's bruised sexuality."

"Voyeurism is Participation."

இவை இந்தப் படத்தைப் பற்றிய ஒற்றை வரி விமரிசங்கள். மற்றபடி பார்த்துவிடுங்கள்.

இரண்டாவதாக Mysterious Skin. என்னை மிகவும் அதிர்ச்சிக்குள்ளாக்கிய படம் என்று சொல்லலாம். இந்தப் படத்தைப் பற்றிச் சொன்னால் சுவாரசியம் குறைந்துவிடும். முன்கணிப்பு ஏதுமின்றி படத்தைப் பார்ப்பது நல்லது. அதனால் ஏதும் கூற முடியவில்லை. இப்படத்தின் கதை சொல்லும் முறை மிக நன்றாக இருந்தது.

எல்லாம் நீங்கள் கை காட்டிய திசையில் சென்றபோது பார்த்து ரசித்தவைதான். நீங்கள் இவைகளை கவனிக்கத் தவறியிருக்கலாம் என்ற அசட்டு நம்பிக்கையில் இதைச் சொல்கிறேன்.

நன்றி.

ஜி.ஜி.பிரேம்குமார்

டியர் பிரேம்,

ஒரு நாளைக்கு ஐந்து படங்கள் என்ற கணக்கில் பார்த்தால் கூட இன்னும் பார்க்க வேண்டிய படங்களின் பட்டியல் மிக நீண்டதாகவே இருக்கும். அதோடு நமக்குத் தொழில் எழுத்து. அதை வேறு கவனிக்க வேண்டும். அதனால் நீங்கள் தைரியமாகவே படங்களின் பட்டியலை அனுப்பலாம். சில நண்பர்கள் என்னிடம் பேசும்போது "ஹெர்ஸாக் என்று ஒரு ஜெர்மன் இயக்குனர் இருக்கிறார் சாரு..." என்று ஆரம்பிக்கும்போதுதான் பற்றிக்கொண்டு வரும். மற்றபடி நீங்கள் இவ்வளவு தயங்க வேண்டிய அவசியம் இல்லை.

நீங்கள் குறிப்பிட்டிருக்கும் இரண்டு படங்களையும் நான் பார்த்ததில்லை; யாராவது நண்பர்கள் டி.வி.டி. கிடைக்கச் செய்தால் நலம். இதேபோல் நேற்று அமெரிக்காவிலிருந்து போன் செய்த நிலா ரசிகன் ஒரு படத்தைப் பற்றிக் குறிப்பிட்டார். அதன் இயக்குனரைக் கேள்விப்பட்டிருக்கிறேனே தவிர அவர் படங்களைப் பார்த்ததில்லை. இயக்குனர் பெயர்: Takashi Miike. படம்: *Ichi the Killer:* அநேகமாக உலகின் மிகக் குரூரமான படங்களில் இது இரண்டாவது இடத்தைப் பெறும் என்று நினைக்கிறேன். யூட்யூபில் அரை மணி நேரம் பார்த்தேன். ஆனந்தமாக இருந்தது. குரூரங்களைப் பார்க்கும் போது மனம் ஏன் ஆனந்தமடைகிறது என்பது ஆய்வுக்குரிய தனி விஷயம்.

(தகாஷி மீகேயின் படங்களின் டி.வி.டி. கிடைத்தாலும் எனக்குப் பயனுள்ளதாக இருக்கும். நண்பர்கள் முயற்சிக்கவும்).

(அதுசரி, நிலா ரசிகன் என்ற பெயர் கொண்ட ஒருவரை எப்படி அழைப்பது? புனைப்பெயர் வைத்துக்கொள்பவர்கள் மற்றவர்களைப் பற்றியும் கொஞ்சம் யோசிக்க வேண்டாமா? நான் அவரை நிலா நிலா என்று அழைக்கப்போய் வீட்டில் பெரிய பிரச்சினை ஆகிவிட்டது. இப்படித்தான் ஏஞ்சல் என்று ஒரு வாசகி. போன் செய்தார். பெயர் சொல்லி அழைத்தேன். "என் கண்ணெதிரிலேயே இப்படி ஒரு அநியாயமா?" என்று அழ ஆரம்பித்துவிட்டாள் என் தர்மபத்தினி. நல்லவேளை; சீனி கம் படத்தில் வரும் குழந்தையின் பெயர் செக்ஸி. அந்தப் பெயரில் இன்னும் எனக்கு யாரும் போன் செய்யவில்லை.)

நிலா ரசிகன் என்றதும் ஞாபகம் வரும் இன்னொரு விஷயம். அவர் எழுதியிருந்த ஒரு புத்தக மதிப்புரையை நம் இணையதளத்தில் பதிவேற்றம் செய்திருந்தேன். ஒருவர்கூட அது பற்றி எழுதாததில் எனக்கு மிக வருத்தம். அது ஒரு அருமையான சிறுகதை. என்னை மிகவும் யோசிக்க வைத்த சிறுகதை. முதலில் நான் புத்தக மதிப்புரை என்றே நினைத்துப் படித்தேன். கடைசிப் பத்தியைப் பார்த்த பிறகுதான் "ம். பிரதர் நம்மகிட்டயே கொக்கி போடறாரே" என்று தோன்றியது. ஏனென்றால், 20 ஆண்டுகளுக்கு முன்பு நானும் ஒரு புத்தக மதிப்புரை பாணியில் ஒரு நீண்ட சிறுகதையை எழுதியிருந்தேன். அதன் பெயர்: The Book of Fuzoos. அப்போதெல்லாம் கணினி கிடையாது என்பதால் கூகிளில் போய் சோதித்துப் பார்க்க முடியாது. அதனால் பலபேர் அதை புத்தக மதிப்புரை என்றே நினைத்து அந்த 'Book of Fuzoos' எங்கே கிடைக்கும் என்று என்னிடம் விசாரித்துக்கொண்டிருந்தார்கள். நான் எழுதிய முக்கியமான கதைகளில் அது ஒன்று.

சாரு

16.05.2009

"அநேகமாக உலகின் மிக குரூரமான படங்களில் இது இரண்டாவது இடத்தைப் பெறும் என்று நினைக்கிறேன்."

அப்படியெனில் முதல் படம் எது சாரு? இந்த படம் முழுவதையும் யுடியூபில் முடிந்தால் பார்த்து விடுங்கள். முதல் அரைமணி நேரம் நீங்கள் பார்த்தது ஜுஜுபி.

கடைசி அரைமணி நேரம் குரூரத்தின் உச்சம். ஆனால் படத்தில் என்னை கவர்ந்தது கிளைமேக்ஸ். இயக்குனர் படம்

பார்ப்பவனிடமே விட்டுவிடுகிறார் முடிவை. இந்த படத்திற்கு உங்களது விமர்சனத்தை ஆவலோடு எதிர்பார்த்துக் காத்திருக்கும் வாசகர்களில் நானும் ஒருவன்.

ரசிகன்

குரூரமான படங்களில் முதல் இடத்தைப் பெறக் கூடியது, பஸோலினியின் *Salo or the 120 Days of Sodom.*

சாரு
17.05.2009

பசங்க: தமிழில் குழந்தைகள் சினிமாவுக்கான முதல் முயற்சி

Takashi Miike என்ற ஜப்பானிய இயக்குனரின் *Ichi the Killer* என்ற படம் மேற்கத்திய பார்வையாளர்களுக்காகத் திரையிடப்பட்ட போது அவர்களின் கையில் Vomit bag என்று சொல்லி ஒரு பையையும் கூடவே கொடுத்தார்கள் என்பது செய்தி. அந்த அளவுக்கு குரூரமான ஒரு படம் *இச்சி தெ கில்லர்*. தமிழில் இதுவரை வெளிவந்துள்ள குழந்தைகள் நடித்த படங்களைப் பார்த்தால் மேற்சொன்ன தகேஷி மீகேவே வாந்தி எடுத்துவிடுவார் என்ற அளவுக்குத் தமிழ் சினிமா குழந்தைகளைச் சித்ரவதை செய்திருக்கிறது. இது பற்றிப் பேசாமல் *பசங்க* படத்தைப் பற்றி மட்டும் தனியாகப் பேச முடியாது என்பதால் முதலில் தமிழில் குழந்தைகள் நடித்துள்ள சில படங்களைப் பற்றிப் பார்ப்போம்.

முதலில் ஞாபகம் வருபவர், மணி ரத்னம். அவருடைய *கன்னத்தில் முத்தமிட்டால்* படத்தில் வரும் அமுதா என்ற குழந்தை ஒரு ஈழப்போராளிப் பெண்ணால் கைவிடப்படுகிறாள். அந்தக் குழந்தையை தங்களுடைய குழந்தையாக எண்ணி வளர்க்கிறார்கள் ஒரு தம்பதி. ஒன்பது ஆண்டுகள் கழித்து, அந்தக் குழந்தையின் உண்மையான பெற்றோர் தாங்கள் இல்லை என்பதை அந்தத் தம்பதி குழந்தையிடம் தெரிவிக்கிறார்கள். இப்படி யாரும் தெரிவிக்க மாட்டார்கள் என்பதோ, இப்படித் தெரிவிப்பது, அல்லது, படத்தில் வருவதுபோல்

அவ்வளவு குரூரமாகத் தெரிவிப்பதன் செயற்கைத்தன்மையோ இயக்குனருக்குத் தெரியவில்லை. படத்தில் அதற்குப் பின் வருவதுதான் பயங்கரம். இதை ஒரு Horror படம் என்று போட்டிருந்தால் நமக்குப் பிரச்சினையே இல்லை. ஒன்பது வயதில் இவர்கள் தன்னுடைய உண்மையான பெற்றோர் இல்லை; வளர்த்தவர்கள்தான் என்று அவர்களிடமிருந்தே தெரிந்துகொள்ளும் அமுதா தன்னுடைய உண்மையான பெற்றோரைத் தேடி இலங்கை செல்கிறாள். இப்படிப்பட்ட கொடூரமான கற்பனையையெல்லாம் Fetish ரகப் படங்களில் கூட நாம் பார்க்க முடியாது.

இந்தப் படத்தைப் பார்க்கும்போது எனக்கு *Exorcist* (1973) என்ற படமே மீண்டும் மீண்டும் ஞாபகம் வந்தது. அந்தப் படத்தில் ஒரு 12 வயதுச் சிறுமியை பேய் பிடித்துவிடுகிறது. பிறகு அந்தச் சிறுமியின் உடம்பில் புகுந்த பேய் பண்ணும் அட்டகாசங்களும் அதி பயங்கரங்களும்தான் படம்.

குழந்தைகளின் பிரச்சினையை மையமாக வைத்து மணி ரத்னம் எடுத்த இன்னொரு படம், அஞ்சலி. கன்னத்தில் முத்தமிட்டால் அமுதா ஒரு டெரரிஸ்ட் என்றால் இதில் வரும் அஞ்சலி என்ற ஒன்றரை வயதுக் குழந்தை ஒரு பைத்தியம். அஞ்சலியாக நடித்த ஷாமிலி இதற்காக ஜனாதிபதி பரிசும் பெற்றாள்! இவளுடைய அக்காதான் அந்தக் காலத்தில் மிகப் பிரபலமாக இருந்து பெரிய மனிதர்களைப்போல் தத்துவ வசனங்களையெல்லாம் உதிர்த்துக் கொண்டிருந்த பேபி ஷாலினி. அஞ்சலி தவிர படத்தில் மேலும் ஒரு பத்து இருபது குழந்தைகள் வருகிறார்கள். அஞ்சலி பைத்தியம் என்றால், இந்தக் குழந்தைகள் அனைவரும் கிரிமினல்கள்!

இந்தியா முழுவதும் பாராட்டப்படும் மணி ரத்னத்தின் குழந்தைகளுக்கே இந்தக் கதி என்றால், சாமான்யத் தமிழ் சினிமா இயக்குனர்களைப் பற்றிச் சொல்லவும் வேண்டுமா?

குழந்தைகள் இடம் பெறும் படங்களிலெல்லாம் அந்தக் குழந்தைகள் 80 வயதுக் கிழவிகள் பேசுவது போலவே பேசுவார்கள். இப்படிப் பேசியே புகழ் பெற்ற குழந்தை நட்சத்திரங்களான பேபி ஷகிலா, குட்டி பத்மினி, ஸ்ரீதேவி, கமல்ஹாசன் போன்றவர்களைப் பற்றி எழுத வேண்டுமென்றால் ஆளுக்கு ஒரு ஆய்வுக் கட்டுரை எழுத வேண்டியிருக்கும். உதாரணமாக, குழந்தையும் தெய்வமும் படத்தில் கதாநாயகனுக்கு இணையாக வசனம் பேசுவார் குட்டி பத்மினி. எம்ஜியார், சிவாஜி படங்களில் நடித்த பேபி

ஷகிலாவுக்கு எம்ஜியார் படத்தில் நடிக்கும் போது மட்டும் இன்னொரு பிரச்சினை. எம்ஜியார் குழந்தைகளைத் தூக்கிப் போட்டுத்தான் கொஞ்சுவார். அவருக்கோ அவ்வளவாக நடிக்க வராது. அதனால் ஆறு ஏழு டேக் வாங்கினால், குழந்தையை ஆறு ஏழு முறை தூக்கிப் போட வேண்டும். என்ன பாவம் செய்ததோ அந்தக் குழந்தை பேபி ஷகிலா!

குழந்தைகள் பெரியவர்களைப் போலவும், தாத்தா பாட்டிகளைப் போலவும் பேசுவது போதாது என்று அதற்கும் மேலே ஒரு படி சென்று அவர்களை தெய்வங்களாகவும் ஆக்கியது தமிழ் சினிமா.

குழந்தை நட்சத்திரம் ஸ்ரீதேவிதான் அந்தக் காலத்தின் முருகன், கிருஷ்ணன் எல்லாம். கந்தன் கருணையில் அவர் முருகனாக வருவார். குழந்தைகளைப் பெரியவர்களைப் போல் நடிக்க வைப்பதே ஒரு வன்கொடுமை என்றால், அவர்களைத் தெய்வங்களாக நடிக்க வைப்பது அதைவிடக் கொடுமை.

இப்படியெல்லாம் குழந்தைகளை வதைத்துக்கொண்டிருந்த தமிழ் சினிமா சூழலின் பின்னணியில்தான் *பசங்க* என்ற குழந்தைகள் படம் வெளியாகியுள்ளது. விராச்சிலை என்ற கிராமம். அங்கே உள்ள அரசினர் பள்ளியில் படிக்கும் ஜீவா என்ற மாணவன். அந்தப் பள்ளிக்குப் புதிதாக வந்து சேரும் அன்பு. ஜீவாவுக்கும் அன்புவுக்கும் நடக்கும் மோதல். பொறாமை, திமிர், விரோத மனோபாவம் போன்ற தீய குணங்களைக் கொண்டவனாக ஜீவா. ஜீவாவின் அப்பாதான் அந்தப் பள்ளியின் தலைமை ஆசிரியர். அவர்தான் இந்தப் பசங்களின் வகுப்பு ஆசிரியரும்கூட. ஜீவாவின் தோழர்களான பக்கடா, குட்டி மணியும்கூட ஜீவாவைப் போன்றே கெட்ட குணங்களைக் கொண்டவர்களாக இருக்கிறார்கள்.

இந்த கோஷ்டிக்கு நேர் எதிராக அன்பும் பண்பும் கொண்ட புதிய மாணவன் அன்பு. அன்புவிடம் மிகுந்த சிநேகமாக இருக்கும் வகுப்புத் தோழி மனோன்மணி. இவள் ஜீவாவின் சொந்தக்காரி. ஜீவாவுக்கும் அன்புவுக்கும் இடையிலான சண்டை கடைசியில் சமாதானம் ஆகி படம் முடிவடைகிறது. இதுதான் படத்தின் கதை. வழக்கமான தமிழ் சினிமா கதைதான் என்றாலும் சொல்லப்பட்ட விதத்தில் சர்வதேசத்தரத்தை எட்டியிருக்கிறது.

படத்தில் ஏராளமான குறைகள் இருக்கின்றன. முதல் காட்சியில் விராச்சிலையில் உள்ள மூன்று ரவுடிகளைப் பற்றி

பெரிசுகள் போலீஸ் ஸ்டேஷனில் புகார் கொடுக்கிறார்கள். யார் அந்த ரவுடிகள் என்று பார்த்தால் அது அன்பு, பக்கடா, குட்டி மணி! அதேபோல், கடைசி காட்சியில் தமிழ் சினிமா க்ளைமாக்ஸ் மாதிரியே 'ஹீரோ' அன்பு விபத்தில் சிக்கி மருத்துவமனையில் உயிருக்காக மன்றாடிக் கொண்டிருக்க, 'வில்லன்' ஜீவா வந்து பார்த்து கை தட்டியதும் அன்பு பிழைத்துக்கொள்கிறான். இதற்கு லாஜிக் சப்பைக்கட்டாக அன்பு குழந்தையாக இருக்கும் போதிருந்தே எல்லோரும் கை தட்டினால் அழுதால்கூட சிரித்துவிடுவான் என்று முந்தைய காட்சிகளில் விளக்கப்பட்டுவிடுகிறது.

இப்படிப்பட்ட குறைகள் இருந்தாலும் இந்தப் படத்தை ஈரானிய இயக்குனர் மஜீத் மஜீதியின் 'சொர்க்கத்தின் குழந்தைகள்' என்ற படத்தை விட சிறந்த படம் என்று சொல்லுவேன். ஏனென்றால், ஈரானிய சினிமா தொண்ணூறுகளின் ஆரம்பத்திலேயே உலக சினிமா வரைபடத்தில் தன்னுடைய முத்திரையைப் பதிக்க ஆரம்பித்துவிட்டது. 1997இல் தயாரிக்கப்பட்ட 'சொர்க்கத்தின் குழந்தைகள்' அதற்கு அடுத்த ஆண்டு சிறந்த வெளிநாட்டுப் படப் பிரிவில் ஆஸ்கர் பரிசுக்குப் பரிந்துரைக்கப்பட்டது. ஆனால் *Life is Beautiful* என்ற அற்புதமான இத்தாலியப் படமும் போட்டியிட்டதால் அதற்கே ஆஸ்கர் கிடைத்தது. அதுவும் தவிர ஈரானிய சினிமா உலகத் திரைப்பட விழாக்களிலெல்லாம் பெரிதும் பேசப்படுகின்றனவாக உள்ளன. உதாரணமாக, 2006இல் நடந்த பெர்லின் திரைப்பட விழாவில் ஆறு ஈரானியப் படங்கள் திரையிடப்பட்டன. அந்த ஆறு படங்களுமே ஒன்றுக்கொன்று தொடர்பில்லாத வெவ்வேறு பாணிகளில் எடுக்கப்பட்டிருந்தன என்பதும் குறிப்பிடத்தக்க ஒன்று.

ஆனால் தமிழ் சினிமா உலகமோ ஆக அதிகபட்சமாக மாசுப்பட்டுக் கிடக்கும் ஒரு பிரதேசம். இப்படிப்பட்ட சூழலில் *பசங்க* மாதிரி ஒரு படத்தை எடுப்பதே மிகப் பெரிய சாதனை என்று சொல்ல வேண்டும். மஜீதியின் *சொர்க்கத்தின் குழந்தைகள்* வித்தோரியோ தெ சிக்காவின் *பை சைக்கிள் தீவ்ஸ்* (1948) என்ற படத்தோடு ஒப்பிடப்படுகிறது. அந்த அளவுக்கு எந்தத் தவறுமே இல்லாமல் மிகக் கச்சிதமாக சர்வதேச சினிமா இலக்கணத்தோடு பொருந்தியிருக்கிறது மஜீதியின் படம். ஆனால் *பசங்க* படத்தில் செயற்கையாகத் திணிக்கப்பட்ட, தமிழ் சினிமாவுக்கே உரிய பாடல் காட்சிகள் உள்ளன. இந்த ஒரு சமரசமே திரைப்பட விழாவில் பங்கு பெறுவதற்கு இந்தப் படத்தைத் தகுதியில்லாததாக

ஆக்கி விடும். பாடல் காட்சிகளை நீக்கிவிட்டு அனுப்பலாம் என்றாலும் வேறு சில சமரசங்களும் நீக்கப்பட வேண்டும். ஆக, ஒரே படத்தை தமிழ்ப் பார்வையாளர்களுக்கும் (இதில் தயாரிப்பாளர், விநியோகஸ்தர் என்று பலரும் அடங்குவர்), சர்வதேசப் பார்வையாளர்களுக்கும் என்று இரண்டு விதமாக உருவாக்க வேண்டிய நிலைமை ஏற்படுகிறது.

பசங்க படத்தின் இயக்குனர் பாண்டிராஜ் ஏ.வி.எம். ஸ்டூடியோவின் கேட் செக்யூரிட்டியாக ஒன்றரை ஆண்டுகள் வேலை பார்த்திருக்கிறார். அப்புறம் சில இயக்குனர்களிடம் உதவி இயக்குனராக இருந்து விட்டு *பசங்க* படத்தின் கதையை ஒரு டஜன் தயாரிப்பாளர்களிடம் சொல்லியிருக்கிறார். "எல்லோருமே கதையைப் பாராட்டிவிட்டு ஒதுங்கிக்கொண்டுவிட்டார்கள்; *சுப்ரமணியபுரம்* இயக்குனர் சசிகுமார் மட்டும்தான் கதையைக் கேட்டுவிட்டு படத்தைத் தயாரிக்க உற்சாகமாக ஒப்புக்கொண்டார்" என்று படத்தின் பாடல் வெளியீட்டு விழாவில் சொன்னபோது மேடையில் பாண்டிராஜ் அழுதே விட்டார்.

குழந்தைகளுக்கான படத்திலேயே மிகச் சிறந்த படம் என்று சொல்லப்படும் *சொர்க்கத்தின் குழந்தைகள்* என்ற படத்தை விட சிறப்பான ஒரு படத்தின் கதையை வைத்திருந்தவருக்கே இந்தக் கதி என்றால் தமிழ் சினிமாவை யார் காப்பாற்றுவது?

இந்த சந்தர்ப்பத்தில் தமிழ் சினிமா தயாரிப்பாளர்களைப் பற்றியும் சிறிது சொல்ல வேண்டும். வசந்த பாலனின் *வெயில்* என்ற படம் வெளிவந்து இப்போது மூன்று ஆண்டுகள் ஆகின்றன. இப்போதுதான் அவருடைய அடுத்த படமான *அங்காடித் தெரு* வர இருக்கிறது. இரண்டு ஆண்டுகள் *அங்காடித் தெருவின்* கதையை வைத்துக்கொண்டு தயாரிப்பாளர்களிடம் அலைந்திருக்கிறார் வசந்த பாலன். இவ்வளவுக்கும் எதார்த்த சினிமாவாக எடுக்கப்பட்ட *வெயில்* வியாபாரரீதியாகவும் வெற்றி பெற்ற படம். பலராலும் சிலாகிக்கப்பட்ட படம். இதற்குப் பிறகும் ஒரு இயக்குனர் அடுத்த படத்துக்கான தயாரிப்பாளருக்காக இரண்டு மூன்று ஆண்டுகள் அலைய வேண்டியிருக்கிறது.

அங்காடித் தெருவின் தயாரிப்பாளர்களில் ஒருவரான அருண் பாண்டியன் அந்தப் படத்தின் பாடல் வெளியீட்டு விழாவில் ஒரு விஷயத்தைக் குறிப்பிட்டார். தமிழ் சினிமாவின் அவல நிலைக்கு அதை ஒரு உதாரணமாகக் கொள்ளலாம். *அங்காடித் தெருவின்* கதையை வசந்த பாலன் அருண் பாண்டியனிடம்

சொன்ன போது உரத்த குரலில் சொல்லிக்கொண்டு வந்தாராம். அருண் பாண்டியனுக்கு அது சற்று வித்தியாசமாகத் தோன்றவே “ஏன் இப்படிக் கத்திக் கத்தி சொல்கிறீர்கள்?” என்று கேட்க, அதற்கு வசந்த பாலன் கூறிய பதில்: “கதை கேட்கும் போது பல தயாரிப்பாளர்கள் தூங்கி விடுகிறார்கள். அதனால்தான் இப்படிக் கத்திச் சொல்கிறேன்.”

இந்த ஒரு பதில்தான், தமிழ் சினிமா ஏன் ஈரானிய சினிமாவைப் போல் உலக அளவில் பேசப்படவில்லை என்பதற்கான விடையை ஒளித்து வைத்துக்கொண்டிருக்கிறது. அதனால்தான் *பருத்தி வீரன், சுப்ரமணியபுரம்* போன்ற பல நல்ல படங்கள் வந்தாலும் தொடர்ந்து தமிழ் சினிமாவைக் கடுமையான மொழியால் விமர்சிக்க வேண்டியிருக்கிறது.

இந்தச் சூழலில்தான் இயக்குனர் ஷங்கர், சசிகுமார், அருண் பாண்டியன் போன்றவர்களை மிக பலமாகப் பாராட்ட வேண்டியிருக்கிறது. ஷங்கர் தன்னளவில் மசாலா படங்களை இயக்கினாலும், *இம்சை அரசன் 23ஆம் புலிகேசி, வெயில், காதல், கல்லூரி* போன்ற படங்களைத் தயாரிப்பதால் தமிழில் நல்ல சினிமா உருவாவதில் அவருக்குப் பெரும் பங்கு இருக்கிறது. ஆனால் 50 கோடி, 100 கோடி செலவழித்து படம் தயாரித்து, அது தோற்குமா ஜெயிக்குமா என்று பதற்றத்துடன் காத்திருந்து, போட்ட பணத்தை எடுப்பதற்குள்ளேயே விழி பிதுங்கி நிற்கும் தயாரிப்பாளர்கள் இதுபற்றி யோசிக்க வேண்டும்.

அதேபோல், பல குப்பையான படங்களுக்கு ஏகப்பட்ட கோடிகளைச் செலவழித்து படம் போணியாகாமல் தலையில் துண்டைப் போட்டுக் கொண்டு செல்லும் தயாரிப்பாளர்களும் தமிழில் அநேகம். கே.டி. குஞ்சுமோன்தான் இதை ஆரம்பித்து வைத்தவர் என்று தெரிகிறது. படம் *ரட்சகன்*. மலையிலிருந்து நிஜமாகவே பத்து சியல்லோ கார்கள் உருட்டி விடப்பட்டன. தயாரிப்பாளரும் சேர்ந்து உருண்டு விட்டார். சமீபத்திய உதாரணம், *குசேலன்*. பெரிய தொகைக்கு (பல கோடிகள்) வாங்கி படம் படுத்துவிட்டதால் பெருநஷ்டமடைந்தார் விநியோகஸ்தர். இதுபோல் பல உதாரணங்களை அடுக்கிக்கொண்டே போகலாம். இந்தத் தயாரிப்பாளர்களெல்லாம் ஏன் *பசங்க* போன்ற ஒரு குறைந்த பட்ஜெட் படத்தைத் தயாரிக்க முன்வந்து நிறைய லாபம் சம்பாதிக்கக் கூடாது? அதனால் நல்ல சினிமாவும் வருவதற்கு வாய்ப்பு இருக்கிறதே?

சொர்க்கத்தின் குழந்தைகளை விட பசங்க நல்ல படம் என்று சொன்னேன். அந்த ஈரானியப் படத்தில் இல்லாத பல நுணுக்கமான அம்சங்கள் இந்தப் படத்தில் உள்ளது. தமிழ்நாட்டிலுள்ள ஒரு கிராமத்து வாழ்க்கையே அச்சு அசலாக இதில் பதிவாகி உள்ளது. தலைமை ஆசிரியர் நித்யானந்தம், அவர் மனைவி, அவர்களின் மகள் சோப்பிக்கண்ணு, அன்புவின் சித்தப்பா மீனாட்சி சுந்தரம், அன்புவின் அம்மா போதும் பொண்ணு (தொடர்ந்து பெண் குழந்தைகளாகவே பிறந்ததால் வைக்கப்பட்ட பெயர்) போன்ற கதாபாத்திரங்கள் எல்லோருமே வாழ்க்கைக்கு மிக நெருக்கமாக இருப்பவர்கள்.

மீனாட்சி சுந்தரத்துக்கும் எதிர்வீட்டு ஜீவாவின் அக்கா சோப்பிக்கண்ணுவுக்கும் இடையே முகிழ்க்கும் காதல் இன்றைய இளைஞர்களின் வாழ்வை அப்படியே பிரதிபலிப்பதாக இருக்கிறது. கைத்தொலைபேசி என்ற ஒரு சாதனம் அவர்களின் வாழ்வில் எப்பேர்ப்பட்ட மாற்றத்தையும், தாக்கத்தையும் உண்டு பண்ணியிருக்கிறது என்பதற்கு மீனாட்சி - சோப்பிக்கண்ணு காதல் ஒரு உதாரணம். (விதவிதமான ரிங் டோன்கள், மீனாட்சிக்கு போட்ட போனை அவனுடைய அண்ணன் வந்து எடுத்ததும் அவரிடம் என்ன பேசுவது என்று தெரியாமல் சோப்பிக்கண்ணு சமாளிப்பது என்று பல காட்சிகள்). மீனாட்சி சுந்தரம் ஒரு எல்.ஐ.சி. ஏஜெண்ட். அவனுடைய வீட்டுக்கும் சோப்பிக்கண்ணு வீட்டுக்கும் சண்டை வந்துவிடுகிறது. அப்போது அவன் அவளிடம் "எப்படியும் நாம் பிரியத்தான் போகிறோம்; நம்முடைய காதலின் ஞாபகார்த்தமாக நீ ஒரு பாலிசி எடுத்துக்கொள்" என்று சொல்கிறான்.

ஆரம்பக் காட்சியில் அன்பு தன்னுடைய குடும்பத்தினரை பார்வையாளர்களுக்கு அறிமுகம் செய்யும்போது தன்னைப் பற்றி இவ்வாறு சொல்கிறான்: "படத்தில் இடையில் நான் வளர்ந்து பெரியவனாகி விடுவேன் என்று நீங்கள் என்னை எதிர்பார்ப்பீர்கள்; ஆனால் நான் அப்படிப் பெரியவன் ஆக மாட்டேன். படம் முடியும் வரை இப்படியேதான் இருப்பேன்."

தலைமை ஆசிரியர் தன்னுடைய பிரியத்துக்குரிய மாணவனான அன்பு, அவனுடைய பெற்றோருக்குள் நடக்கும் அன்றாடச் சண்டையினால் உளவியல் ரீதியாக பாதிக்கப்படுவதைக் கண்டு அன்புவின் அப்பாவைத் தனியாக அழைத்துக்கொண்டு போய், நடுத்தரவர்க்கத்துக் குடும்ப வாழ்க்கையின் சிக்கல்களைப் பற்றியும், அதை எப்படித் தீர்க்கலாம் என்றும் சொல்லும் காட்சி.

மற்றும் குறிப்பாக, ஜேம்ஸ் வசந்தனின் பின்னணி இசை பற்றிச் சொல்ல வேண்டும். ஜேம்ஸ் வசந்தன் தமிழ் சினிமா இசையை வேறோர் திசையில் நகர்த்திச் செல்கிறார் என்றே சொல்லத் தோன்றுகிறது. *சுப்ரமணியபுரத்திலேயே* அதன் அறிகுறி தெரிந்தது. இப்போது *பசங்க* படத்தின் பின்னணி இசையைக் கேட்டபோது அது நிரூபணமாகிறது. பல இடங்களில் அவருடைய இசை ஆன்மீகத்தை நோக்கி இட்டுச்செல்வது போல் இருந்தது. படத்தை வேறோர் தளத்துக்கு மாற்றுவதில் ஜேம்ஸ் வசந்தனின் பங்களிப்பும் முக்கியமானதாகவே உள்ளது. பாலமுரளி கிருஷ்ணாவின் 'அன்பாலே அழகாகும் வீடு' பலமுறை கேட்க வைக்கும் பாடல்.

மொத்தத்தில் *பசங்க* என்ற இந்தப் படம் தமிழில் குழந்தைகளுக்கான சினிமா என்று வருங்காலத்தில் ஒரு வரலாறு எழுதப்பட்டால் அதை ஆரம்பித்து வைத்த படமாக குறிப்பிடப்படும். இந்தப் படத்திலிருந்துதான் குழந்தைகளுக்கான ஃபாண்டஸி கதை, மாயாஜாலக் கதை, தேவதைக் கதை, வீரதீர சாகசக் கதை, விஞ் ஞானக் கற்பனைக் கதை என்று ஏராளமான சினிமா வகைகள் உருவாக வேண்டும்.

யாவரும் நலம்: ஒரு மாறுபட்ட முயற்சி

மார்ச்சில் வெளிவந்த *யாவரும் நலம்* படத்தைச் சற்றுத் தாமதமாகவே பார்க்க நேர்ந்தது. இந்தியிலும் தமிழிலும் உருவாக்கப்பட்டிருக்கும் இந்தப் படம், மிகத் தேர்ந்த ஒரு கதையமைப்புடன் எடுக்கப்பட்ட ஒரு த்ரில்லர். இதைச் சற்று பின்நவீனத்துவ பாணியில் சொல்லியிருப்பதுதான் இதன் விசேஷம். 13 B என்ற இலக்கத்தைக் கொண்ட ஒரு அடுக்குமாடிக் குடியிருப்பில் தன் மனைவி, அம்மா, அண்ணன், அண்ணி, அவர்களின் குழந்தைகள் என்று கூட்டுக்குடும்பமாக வாழ்கிறான் மனோகர்.

வீட்டில் பெண்கள் அனைவரும் தொலைக்காட்சி சீரியலை விடாமல் பார்ப்பவர்கள். அப்போது மனோகருக்கு மட்டும் சில அமானுஷ்யமான சம்பவங்கள் நடக்கின்றன. பிறகுதான் தெரிகிறது, அந்தச் சம்பவங்கள் அனைத்தும் அவனுடைய வீட்டுப் பெண்கள் விரும்பிப் பார்க்கும் *யாவரும் நலம்* என்ற தொலைக்காட்சித் தொடரில் வருவது போலவே தனது வாழ்வில் நடக்கின்றன என்று. அதில் வரும் பெண்ணுக்கு கருக்கலைப்பு ஏற்படுவதுபோலவே அவனுடைய மனைவிக்கும் கரு கலைந்து போகிறது. ஆனால் சில சமயங்களில் அந்தத் தொடரைப் பார்த்து சில அபாயங்களை முன்கூட்டியே தவிர்த்துக்கொண்டும் விடுகிறான் மனோகர். உதாரணமாக, அவனுக்கு உதவியாக இருக்கும் போலீஸ் நண்பனின் வீட்டில் எரிவாயு சிலிண்டர்

வெடிக்க இருப்பதை சீரியலில் பார்த்துத் தெரிந்துகொண்டு அந்த நண்பனின் மனைவியை அந்த ஆபத்திலிருந்து மீட்டுவிடுகிறான்.

ஒரு கட்டத்தில் அந்த *யாவரும் நலம்* என்ற சீரியல் தன்னுடைய வீட்டில் மட்டும்தான் ஒளிபரப்பாகிறது என்பதை அறிந்து மேலும் பீதி அடைகிறான். ஆனால் அந்த வீட்டிலிருந்து வேறு வீட்டுக்கும் மாற்றிக்கொண்டு செல்ல முடியாத நிலை. ஏனென்றால், அந்த சீரியலைப் பார்த்துத்தான் தனக்கும், தன் குடும்பத்துக்கும் நேர இருக்கும் அபாயங்களை அறிந்து கொண்டு அதிலிருந்து அவனால் தப்பிக்க முடிகிறது.

மிக நேர்த்தியாக சொல்லப்பட்டிருக்கும் கதையில் ஒரே ஒரு இடத்தில்தான் தர்க்கம் இடிக்கிறது. *யாவரும் நலம்* என்ற தொடர் மனோகரின் வீட்டில் மட்டும்தான் இப்படிப்பட்ட பயங்கரமான கதையோடும், சம்பவங்களோடும் ஒளிபரப்பாகிறது; மற்ற வீடுகளில் இதே பெயரில் வேறோர் டாக் ஷோ நடக்கிறது; அதை நடத்துபவர் குஷ்பூ என்பது மனோகருக்கு மட்டுமே தெரிந்திருக்கிறது; அவன் வீட்டுப் பெண்களுக்குத் தெரியவில்லை என்பது நம்பும்படியாக இல்லை. சீரியல் பார்க்கும் பெண்கள் அதைப் பார்க்கும் நேரத்தை விட அதைப் பற்றி விவாதிக்கும் நேரம்தானே அதிகம்?

மற்றபடி எந்தப் பிழையும் தெரியவில்லை. வசனம் மிகக் கச்சிதமாக ஒருசில வார்த்தைகளில் எழுதப்பட்டுள்ளது. மனோகருக்கும், ப்ரியாவுக்கும் இடையிலான தாம்பத்ய நெருக்கத்தில் வசனம் துள்ளாட்டம் போடுகிறது. மனோகர் தனக்குப் பரிசாகக் கொண்டுவந்து கொடுக்கும் *காம சூத்ரா* புத்தகத்தைப் பார்த்து பிரமித்து “இதில் எது தலை, எது கால் என்றே புரியவில்லையே? இதெல்லாம் சாத்தியம்தானா?” என்று ப்ரியா போலி மிரட்சியுடன் கேட்கும் இடம் ஒரு உதாரணம்.

ஒவ்வொரு காட்சியிலும் நம்மை திகிலின் உச்சத்துக்கே கொண்டு போகிறார் இயக்குனர். தமிழ்ப் படங்களில் பொதுவாக ஒளிப்பதிவு சர்வதேசத்தரத்துக்கு இல்லை என்று நான் தொடர்ந்து எழுதி வருகிறேன். பி.சி. ஸ்ரீராம் என்னுடைய நெடுங்காலப் புலம்பலைத் தீர்த்து வைத்திருக்கிறார். இந்தப் படம் ஒரு திகில் படமாக பெரிய வெற்றியைச் சாதித்திருக்கிறது என்றால் அதற்கு ஒரு முக்கியமான காரணம், பி.சி. ஸ்ரீராமின் ஒளிப்பதிவு என்று நிச்சயமாகச் சொல்லலாம். உதாரணம் வேண்டுமென்றால், லிஃப்டின் உட்பகுதியை ஒரு பயங்கரமான கோணத்தில்

காண்பிப்பது. ஸ்ரீராமின் கேமரா, ஒரு மந்திரவாதியின் கையில் இருக்கும் மந்திரக்கோலைப் போல், படத்தில் வரும் எந்த ஒரு சாதாரண விஷயத்தையும் கூட அமானுஷ்யமாகவும், திகில் தன்மை கூடியதாகவும் மாற்றிக் காண்பித்துவிடுகிறது. இதைத்தான் ஒளிப்பதிவில் சர்வதேசத் தரம் என்று அடிக்கடி குறிப்பிடுகிறேன்.

நல்ல சினிமா என்பது *பருத்தி வீரன், சுப்ரமணியபுரம்* என்பது போல் மட்டுமே இருந்துவிடக் கூடாது; பல்வேறு வகையான, வித்தியாசமான கதைக்களன் கொண்ட படங்களும் வர வேண்டும் என்பதற்கு *யாவரும் நலம்* ஒரு உதாரணமாக அமையும்.

குலால்: சமகால அரசியல் வரலாறு

மார்ச் மாதம் வெளிவந்த இந்தப் படம் சென்னைக்கு வரும் என்று இவ்வளவு நாள் காத்திருந்தும் வராததாலேயே இப்போது இவ்வளவு தாமதமாத எழுத நேர்ந்தது. ஆனால் படத்தைப் பார்த்ததும் இனிமேல் அனுராக் காஷ்யப்பின் படங்களை வெளிவந்த உடனேயே மும்பை சென்றாவது பார்த்துவிட வேண்டும் என்ற எண்ணத்தை ஏற்படுத்துவதாக இருந்தது *குலால்*. நான்கு ஆண்டுகளாகத் தயாரிப்பில் இருந்த *குலால்*, இந்தியாவில் இதுவரை உருவான அரசியல் படங்களில் முதன்மையாக இருக்கும் என்று தோன்றுகிறது.

பல சிக்கலான உட்கதைகளைக் கொண்டிருந்தது *குலால்*. காதல், காமம், துரோகம், மாணவர்களின் வாழ்க்கை, ராஜபுத்திரர்களுக்கான தனி நாடு கேட்கும் ஒரு அரசியல்வாதியின் கதை, ஜனநாயகத்துக்கும் வர முடியாமல் ராஜா என்ற பழைய அந்தஸ்தையும் விட முடியாமல் நடுவில் மாட்டிக்கொண்டிருக்கும் ஒரு ராஜா, அதிகாரத்துக்காக ஆண்களைப் பயன்படுத்திக்கொள்ளும் ஒரு பெண் என்று பல கதைகள் ஒன்றோடொன்று பின்னிப் பிணைந்திருந்ததால் அதைப் புரிந்து கொள்வதற்காக படத்தைப் பலமுறை பார்க்க வேண்டியிருந்தது.

படத்தின் முக்கியமான பாத்திரங்கள் என்று ஒரு பட்டியல் இட்டுக் கொண்டால் கதையைப் புரிந்துகொள்வது சற்று எளிதாக இருக்கும்.

திலீப்	- ராஜ் சிங் சௌத்ரி
ரனஞ்சய் சிங் ரன்ஸா	- அபிமன்யு சிங்
ஜடுவால்	- பங்கஜ் ஜா
அனுஜா	- ஜெஸ்ஸி ரந்தவா
ட்யூகே பனா	- கேகே மேனன்
ட்யூகே பனாவின் உதவியாளன்	- தீபக் டொப்ரியால்
கிரன்	- ஆயிஷா மோகன்
கரன்	- ஆதித்ய ஸ்ரீவத்சவ்
மாதுரி	- மஹீ கில்
ப்ருதவி	- பியூஷ் மிஷ்ரா

இந்தி சினிமாவில் பிரபலமாக அறியப்பட்டிருப்பவர் கே.கே. மேனன். குலாலில் இவரது நடிப்பு பிரமிப்பை ஏற்படுத்துகிறது. இவரைத் தவிர மற்றவர்களை - ராஜ் சிங் சௌத்ரியிலிருந்து பியூஷ் மிஷ்ரா வரை மிகத் தேர்ந்த நடிப்பை வெளிப்படுத்தியிருக்கும் இவர்களை இயக்குனர் அனுராக் காஷ்யப் எங்கிருந்து கண்டுபிடிக்கிறார் என்பது பெரும் ஆச்சரியமாக இருக்கிறது.

திலீப் சட்டம் படிப்பதற்காக ஜெய்ப்பூர் வருகிறான். அவனுடைய அறைவாசி ரனஞ்சய் சிங் ரன்ஸா. ரன்ஸா ஜெய்ப்பூர் மஹாராஜாவின் அதிகாரபூர்வமான மகன். அதே ஹாஸ்டலில் இருக்கும் மற்றொரு மாணவன் ஜட்வால். படத்தின் ஆரம்பக் காட்சியே அதிரடியாக இருக்கிறது.

'ராஜபுத்திரர்களுக்காக ஒரு தனிநாடு வேண்டும்; 1947க்கு முன்பு இருந்ததுபோல் ராஜபுத்திரர்களின் நாட்டை இந்தியாவிலிருந்து மீட்டெடுக்க வேண்டும்' என்று ஆவேசமாக சொற்பொழிவாற்றிக் கொண்டிருக்கிறான் ட்யூகே பனா. இதற்காக அவன் ஒரு தனி ராணுவத்தையே உருவாக்கி வைத்திருக்கிறான் என்று தெரிகிறது. படத்தின் இடையிலும் புரட்சி பற்றிய அவனுடைய ஆவேசமான சொற்பொழிவுகள் வந்து போகின்றன.

குலால் என்பது ஹோலிப் பண்டிகையின் போது ஒருவருக்கொருவர் முகத்தில் அடித்துக்கொள்ளும் சிவப்புப் பொடி. ஆனால் இந்தப் படத்தில் குலால் என்ற சிவப்புப் பொடி ரத்தத்தைக் குறிப்பதாக வருகிறது. துரோகம், காதல், தேசப்பற்று, கொலை என்று எல்லா

உணர்வுகளுக்குமான குறியீடாக காண்பிக்கப்படுகிறது குலால். அந்த சிவப்புச்சாயத்தை முகத்தில் பூசியபடியே ராஜபுத்திரர்களின் வீர வரலாற்றை பனாவின் உணர்ச்சிபூர்வமான குரலில் கேட்கிறார்கள் ராஜபுத்திரப் புரட்சியாளர்கள். அவர்களுடைய முகமும் அடையாளமும் தெரிந்துவிடாமல் இருப்பதற்காக அவர்களின் முகத்தில் குலால் பூசப்பட்டிருக்கிறது.

பனாவின் சொற்பொழிவு முடிந்ததும் வரும் அடுத்த காட்சியும் முன்னதை விட கடுமையாகவே இருக்கிறது. திலீப்பை அவனது சகோதரர் ஹாஸ்டலில் கொண்டுவந்து விடுகிறார். திலீப்பின் அறைவாசியாக இருக்கும் ரனஞ்சய் சிங் ரன்ஸா அப்போது மது அருந்திக் கொண்டிருக்கிறான். திலீப்பின் அண்ணன் அதைப் பார்த்து அதிர்ச்சி அடைந்து “நீ புகைக்கவும் செய்வாயா?” என்று கேட்க, “அடிக்கடி பெண்களிடமும் போவேன். அதோடு, இதைப் பாருங்கள்; துப்பாக்கியும் வைத்திருக்கிறேன்” என்று கூறி தன் பிஸ்டலை பாக்கெட்டிலிருந்து உருவி எடுத்துக் காண்பிக்கிறான்.

இவ்வாறே படம் முழுவதும் காட்சிக்குக் காட்சி தீவிரமும் திகிலும் கூடிக்கொண்டே போகிறது. அந்த ஹாஸ்டலில் இருக்கும் மற்றொரு மாணவனான ஜடுவாலும் அவனுடைய நண்பர்களும் திலீப்பையும் அந்தக் கல்லூரியில் பேராசிரியையாக வேலைக்கு வரும் அனுஜாவையும் நிர்வாணப்படுத்தி ஒரு அறையில் போட்டு வைக்கிறார்கள். (இந்தக் காட்சிகள் தத்ரூபமாகக் காண்பிக்கப்படுகின்றன). தன்னுடைய அறைவாசியாக இருக்கும் திலீப்புக்காகப் பரிந்துகொண்டு சண்டைக்கு வரும் ரன்ஸாவையும் திலீப்பையும் பிடித்து கக்கூஸ் கோப்பையின் கழிவில் முகத்தை அழுத்தி அந்தக் கழிவுநீரைக் குடிக்க வைக்கிறான் ஜடுவால். படம் நெடுகிலும் இதுபோன்ற காட்சிகள் தொடர்ந்து வருகின்றன. இந்த ராகிங் காட்சிகளில் கவனிக்க வேண்டிய மற்றொரு விஷயம், ஜடுவாலும் அவன் நண்பர்களும் சமூகத்தின் கீழ்த்தட்டைச் சேர்ந்தவர்கள்.

பனாவின் தூண்டுதலில் ராஜபுதனக் கட்சியின் சார்பாக மாணவர் தேர்தலில் நிற்கிறான் ரன்ஸா. ரன்ஸாவின் தந்தை அந்த ஊரின் ராஜாவாக இருந்தவர். இப்போதும் ராஜாவாகவே சராசரி மனிதர்களால் கருதப்படுபவர். ராஜாவுக்கு ஒரு மனைவியும், பல துணைவிகளும் உண்டு. அவருடைய ஒரு துணைவியின் மகள் கிரன்தான் ரன்ஸாவுக்கு எதிராக மாணவர் தலைவர் தேர்தலில் நிற்கிறாள். ரன்ஸா தன்னுடைய வேட்பு மனுவைத் திரும்பப் பெற்றுக்கொள்ள வேண்டி கரனால் மிரட்டப்படுகிறான். கரன்

ராஜாவின் மற்றொரு துணைவியின் மகன். (இயக்குனர் அனுராக் காஷ்யப் தமிழ்நாட்டு அரசியலை மிக உன்னிப்பாகக் கவனித்து வருகிறார் என்று தெரிகிறது).

மிரட்டலுக்குப் பணியாததால் ரன்ஸாவைக் கடத்திக் கொண்டு வந்து கொன்றுவிடுகிறான் கரன். இதுவும் படத்தில் வரும் முக்கியமான காட்சிகளில் ஒன்றாக அமைந்திருக்கிறது. ரன்ஸாவின் கைகள் தூணோடு சேர்த்துக் கட்டப்பட்டிருக்கின்றன. கரனின் கையில் துப்பாக்கி "தேர்தலிலிருந்து வித்ட்ரா செய்துவிடு" என்று மிரட்டுகிறான் கரன். அப்போது ரன்ஸா தன் உயிர் பற்றி எந்தக் கவலையும் இல்லாமல் "உன் அப்பா வித்ட்ரா பண்ணியிருந்தால் நீயே பிறந்திருக்க மாட்டாயே?" என்று நக்கலாகக் கேட்கிறான். 'நீ என்னுடைய அப்பாவின் வைப்பாட்டி மகன் தானே?' என்ற குரூரமான கேலியும், உயிரே போகிற நிலை வந்தாலும் பயம் என்பதே இல்லாத ராஜபுத்திரர்களின் வீர உணர்வையும் வெளிப்படுத்துகிறது ரன்ஸாவின் அப்போதைய பேச்சும் நடவடிக்கையும்.

ராகிங் காரணமாக தனிமைப்படுத்தப்படும் திலீப்புக்கும், பேராசிரியை அனுஜாவுக்கும் காதல் போன்ற ஒரு உறவு ஏற்படுகிறது. ஆனால் அவனுடனான உடலுறவைத் தவிர்க்கிறாள்.

அனுஜா ரன்ஸா கொல்லப்பட்டதால் மாணவர் தலைவர் தேர்தலில் திலீப்பை நிறுத்துகிறான் பனா.

திலீப் மாணவர் தலைவன் ஆகிறான். கிரன் தேர்தலில் தோற்றதும் திலீப்பை காதலிப்பதுபோல் நடிக்கிறாள். இந்த நிலையில் கிரன் காரணமாக திலீப்புக்கும் பனாவுக்கும் பல கருத்து முரண்பாடுகள் ஏற்படுகின்றன. திலீப்போடு உடலுறவும் வைத்துக்கொள்கிறாள் கிரன். ஆனால் கர்ப்பம் தரித்துவிடுகிறது. "கர்ப்பம் தரிக்காமல் உறவு கொள் என்று எத்தனை முறை சொல்லியிருக்கிறேன்?" என்று அவனிடம் ஆவேசத்தோடு கேட்டுவிட்டு கர்ப்பத்தைக் கலைத்துவிடுகிறாள் கிரன். அதே வேகத்தோடு திலீப்பின் உறவையும் துண்டித்துக் கொண்டுவிடுகிறாள்.

திலீப்புக்கு அவள் இல்லாமல் யூனியன் வேலை எதையும் செய்ய முடியாத நிலை ஏற்படுகிறது. அது மட்டுமல்லாமல் அவளுடைய புறக்கணிப்பை அவனால் தாங்கிக்கொள்ளவே முடியவில்லை. அப்போதுதான் திலீப்புக்கு தான் பனாவின் ஒரு பினாமி என்று புரிய வருகிறது. உடனேயே தன் பதவியை ராஜினாமா செய்துவிடுகிறான்.

திலீப் ராஜினாமா செய்துவிட்டதால் மாணவர் தலைவர் பதவி கிரனுக்குக் கிடைக்கிறது. காரணம், பனாவுக்கும் அவள் நெருக்கமானவளாகிறாள். திலீப் வெறி பிடித்தவனைப் போல் ஆகி பனாவைக் கொல்கிறான். பின்னர் பனாவின் அடியாட்களால் கொல்லப்படுகிறான். ராஜபுதனக் கட்சியின் தலைமைப் பதவியை கரன் எடுத்துக்கொள்கிறான். சிவப்புச் சாயம் பூசிய முகத்தோடு கரனின் 'தனிநாடு' உரையைக் கேட்கிறாள் கிரன் என்பதாக படம் முடிகிறது.

இந்திய அரசியலின் இருண்ட பகுதியைக் காட்டும் இந்தப் படத்தின் பாத்திரங்கள் அப்படி அப்படியே வருகின்றன; போகின்றன. எந்த அறிமுகமும் பாத்திர உருவாக்கமும் இல்லாமல் - சுவடே இல்லாமல் - அப்படியே அகன்று போகின்றன. ஆனால் அனுராக் காஷ்யப்பின் பெண் பாத்திரங்கள் எப்போதும் போலவே ஆண்களை விடவும் வலுவாக இருக்கிறார்கள். அனுஜா, கிரன் இருவருமே புகைக்கிறார்கள். கிரன் ஒரு வில்லியைப் போல் சித்தரிக்கப்படாமல் வெகு இயல்பாகவே எந்த துரோகத்தையும் செய்பவளாக இருக்கிறாள். ஒரு கட்டத்தில் அவள் திலீப்பைப் பார்க்க முடியாது என்று மறுத்து விடும்போது அவன் அவளைக் கொல்வதற்காகத் துப்பாக்கியுடன் வருகிறான். துப்பாக்கியை அவளுடைய நெற்றியில் வைத்துச் சுடப் போகும்போதும் அவள் எந்தப் பதற்றமும் இல்லாதவளாக இருக்கிறாள்.

அப்போது அவன் அவளைப் பார்த்து "ஏன் நீ என்னைக் கைவிட்டு பனாவோடு படுத்தாய்?" என்று கேட்கும் போதும் அவள் எந்தப் பதற்றமும் இல்லாமல் வெகு இயல்பாக "மாணவர் தலைவர் பதவிக்காக" என்கிறாள். இதைக் கேட்டதும் மிகுந்த அதிர்ச்சிக்குள்ளாகும் திலீப் அவளைக் கொல்லாமல் வெளியேறி பனாவைக் கொல்கிறான்.

பனாவின் காதலியாக வரும் மாதுரியும் கூட ஒரு வலுவான பாத்திரமாகவே படைக்கப்பட்டிருக்கிறாள். பனா ராஜபுத்திரர்களுக்கான தனிநாடு பற்றி சீரியஸாக விவாதித்துக்கொண்டிருக்கும்போது அவள் சத்தமாக ரேடியோ கேட்கிறாள். பனாவைச் சந்திக்க வரும் திலீப்பின் கம்பீரம் பற்றி பனாவிடமே கூறுகிறாள். கிட்டத்தட்ட பனாவுக்குப் பைத்தியமே பிடிக்கும் அளவுக்கு நடந்துகொள்கிறாள். பனா தன் கையில் கிடைக்கும் பொருட்களை எடுத்து வீசுகிறான்.

அதேபோல் பனாவின் மனைவியும் ஓரிரு காட்சிகளே வந்தாலும் பனாவை அதிக வார்த்தைகள் இன்றி குரூரமாக அவமானப்படுத்துபவளாகவே இருக்கிறாள். இப்படியாக ஒரு ராஜபுத்திர ராஜ்யத்தை அமைக்கத் துடிக்கும் பனா அவனுடைய தனிப்பட்ட வாழ்வில் ஒரு பக்கம் மனைவியாலும், மற்றொரு பக்கம் துணைவியாலும், கடைசியில் வரும் காதலியாலும் (கிரன்) அல்லல்படுகிறவனாகவே வாழ்ந்து மடிகிறான்.

பனாவின் ராஜபுத்திரப் பெருமை என்பதை திராவிடம், தமிழ்நாடு என்று மாற்றினால் நமக்கு வேறொரு குலால் கிடைக்கும் என்பதைப் போல் இதை எந்த நாட்டின் அரசியல் வரலாற்றோடும் நீங்கள் ஒப்பிட்டு வாசித்துக்கொள்ளலாம். ரோமிலா தாப்பர் போன்ற வரலாற்றாசிரியர்களின் புத்தகங்களைப் படித்து ஆய்வு செய்து இந்தப் படத்திற்காக ராஜபுத்திரர்களின் வரலாற்றைத் தொகுத்துக் கொண்டிருக்கிறார் அனுராக் காஷ்யப்.

அனுராக் காஷ்யப்பின் படங்களில் நாடகத் தன்மை பொருந்திய பாத்திரங்கள் சில பெயரற்றுத் திரிந்து கொண்டிருப்பதை நாம் பார்க்கலாம். தேவ்.டியில் வரும் மூன்று பாடகர்கள். அதேபோல், தன் தம்பியின் அதிகார வேட்கைக்குச் சற்றும் சம்பந்தமில்லாதவனாக, எப்போதும் ஏதாவது ஒரு பாடலைப் பாடிக்கொண்டு திரிபவனாக வரும் ப்ருத்வியும், அவன் கூடவே இருக்கும் ஒருவனும். உடல் முழுவதும் ஒரு பாதி ஆணாகவும், மற்றொரு பாதி பெண்ணாகவும் வர்ணம் தீட்டப்பட்டவனாக இருக்கிறான் அவன். ப்ருத்வி பாடும் போது டோலக் அடிக்கிறான். படம் முழுவதும் ஒரு வார்த்தைகூடப் பேசுவதில்லை. அவனுடைய நடைகூட stylizedஆக இருக்கிறது. படத்தில் அவனுடைய பெயர் கூடத் தெரிவதில்லை.

தேவ்.டியின் சிறப்புகளில் ஒன்று, அதன் இசை. அதேபோல் குலாலின் சிறப்பு அம்சமும் இசைதான். இதன் இசையமைப்பாளர் பியூஷ் மிஷ்ரா. இவர் தில்லி நாடகப் பள்ளியில் பயின்றவர். ஒரு நாடக இயக்குனர். நாடகாசிரியர். நடிகர். வசனகர்த்தா. இசையமைப்பாளர். பாடலாசிரியர்.

1986இல் தில்லி நாடகப் பள்ளியில் நாடகப் படிப்பை முடித்துவிட்டு தில்லியிலேயே நாடகத் துறையில் தீவிரமாக

இயங்கி வந்தார் பியூஷ் மிஷ்ரா. 1998இல் மணி ரத்னத்தின் தில் ஸேவில் ஒரு சிறிய வேடத்தில் நடித்தார்.

ஆனாலும் மும்பையில் தங்காமல் தில்லிக்கே வந்து நாடகத்திலேயே தீவிரமாகச் செயல்பட்டு வந்தார். பின்னர் 2001இல் தெ லெஜண்ட் ஆஃப் பகத் சிங் படத்துக்கு திரைக்கதை வசனம் எழுதினார். இதற்காக இவருக்கு சிறந்த வசனகர்த்தா விருது வழங்கப்பட்டது. பிறகு இவர் மும்பையிலேயே தங்க ஆரம்பித்தார். மக்பூல் படத்தில் நடித்து அதற்காகப் பெரிதும் பாராட்டப்பட்டார்.

சாமுராய் என்ற தமிழ்ப் படத்தில் கூட நடித்திருக்கிறார் பியூஷ் மிஷ்ரா, குலாலில் இவர் ப்ருத்வி என்ற பாத்திரத்தில் நடித்திருப்பதோடு பாடல்களையும் எழுதியிருக்கிறார். பனாவின் மூத்த சகோதரன் ப்ருத்வி பனாவின் அதிகார வெறியைக் கிண்டல் செய்து அடிக்கடி பாடல்களைப் பாடுகிறான். ஆனால் ப்ருத்வி ஒரு பைத்தியமாகவே வருகிறான்.

பியூஷ் மிஷ்ராவை ப்ருத்வியாகப் பார்த்தபோது இப்படி ஒரு நடிப்பை இந்திய சினிமாவில் இதுவரை பார்த்ததில்லை என்று எனக்குத் தோன்றியது. இந்திய சினிமா எத்தனையோ மேதைகளைப் பார்த்திருக்கிறது. சமீபத்தில் ஏ.ஆர். ரஹ்மான். ஆனால் பியூஷ் மிஷ்ராவைப் போன்ற ஒரு ஜீனியஸைப் பார்ப்பது மிகவும் அரிது என்று தோன்றுகிறது. ஏனென்றால், ஏ.ஆர்.ரஹ்மானைப் போன்றவர்கள் ஒரு துறையில் ஜீனியஸாக இருக்கிறார்கள். ஆனால் பியூஷ் மிஷ்ரா அவர் கை வைக்கும் எல்லா விஷயத்திலும் ஒரு ஜீனியஸாகத் தனது முத்திரையைப் பதிக்கிறார். அவர் ஒரு படத்துக்கு வசனம் எழுதினால் அது அந்த ஆண்டின் சிறந்த வசனத்துக்கான பரிசைப் பெறுகிறது. அவர் நடித்தால் இப்படி ஒரு நடிப்பை இந்திய சினிமா கண்டதில்லை என்கிறார்கள். பாடலாசிரியராகவும் கவித்துவத்தின் அற்புத சாத்தியங்களை நிகழ்த்துகிறார். இப்போது இசையமைப்பாளராக மிகப் பெரிய சாதனை ஒன்றைப் படைத்திருக்கிறார்.

இப்படத்தின் பாடல்களைப் பற்றியே தனியாக பல கட்டுரைகள் எழுதப்பட்டிருக்கின்றன. ஏ.ஆர். ரஹ்மான் ரோஜாவில் ‘சின்ன சின்ன ஆசை’ என்ற பாடலின் மூலம் திரையிசையில் ஒரு புரட்சியைச் செய்தார் அல்லவா? அதே போன்ற புரட்சிகரமான மாற்றத்தை ஏற்படுத்தக்கூடிய பாடலாக அமைந்திருக்கிறது ஷில்பா ராவ் பாடும் ‘ஐஸி சாஸா’ என்ற பாடல். இதைக்

கேட்டபோது இப்படி ஒரு பாடலை இந்திய சினிமாவில் கேட்டிருக்கிறோமா என்ற வியப்பே ஏற்பட்டது. பாடலை எழுதியிருக்கும் பியூஷ் மிஸ்ரா இந்தப் பாடலை ஒரு காவியத்தைப் போல் மாற்றியிருக்கிறார்.

(உ-ம்) நீந்தே(ங்) பி அப் ஸோனே கயீ(ங்)

ராத்தோ (ங்) கோ பி பர்வா நஹி.

(உறக்கம் கூட உறங்கச் சென்றுவிட்டது; இரவுக்கோ எதைப் பற்றியும் அக்கறையில்லை).

ராகுல் ராம், பியூஷ் மிஷ்ரா, ஆஷிம் மூவரும் பாடிய 'யாரா மோலா' என்று ஒரு ராக் பாடல். *ராக் ஆன்* படத்தில் நாம் பார்த்த "லாண்ட்ரிக்கு ஜீன்ஸ் இருக்கு; எடுத்துக்க வரியா" என்பது போன்ற அபத்தமான பாடலாக இல்லாமல் ஒரு நிஜமான ராக் பாடலாக அமைந்திருக்கிறது. இதன் வரிகள் புரட்சியைப் பற்றிப் பேசுகின்றன.

பியூஷ் மிஷ்ரா இதில் நான்கு பாடல்களைப் பாடியிருக்கிறார். குலாலின் இசை பற்றிச் சுருக்கமாக இப்படிச் சொல்லலாம். *தில்லி-6* ஏ.ஆர். ரஹ்மானின் உச்சபட்ச சாதனை. அந்தச் சாதனையையும் மிஞ்சியவர் *தேவ்.டி* படத்துக்கு இசையமைத்த அமித் திர்வேதி. இப்போது அந்த இரண்டு படங்களையும் குலால் இசையில் தாண்டி விட்டார் பியூஷ் மிஷ்ரா. இவ்வளவுக்கும் இதுதான் இவர் இசையமைத்த முதல் படம். இந்த இடத்தில் எனக்குத் தமிழ் சினிமாவில் நடக்கும் சில தமாஷ் விஷயங்கள் ஞாபகம் வருகின்றன. சமீபத்தில் *ஆயிரத்தில் ஒருவன்* என்ற படத்தின் பத்து பாடல்களையும் ஆர்வத்துடன் கேட்டேன். ஆர்வத்துக்குக் காரணம், இதன் சில பாடல்கள் ஆறாம் நூற்றாண்டின் பின்புலத்தில் எழுதப்பட்டதாகவும், இசையமைக்கப் பட்டதாகவும் வந்த பேச்சுகள். வைரமுத்து அந்தப் பாடலை எழுத இரண்டு மாதம் எடுத்துக்கொண்டார்; இசையமைப்பாளர் ஜீ.வி. பிரகாஷ்குமாரின் ஆகச் சிறந்த படைப்பு என்றெல்லாம் செய்திகள் காதில் விழுந்தன.

கடைசியில் பார்த்தால் ஒரு மதிப்பீடு செய்வதற்காகக்கூட கேட்க முடியாத நாராசக் குப்பையாக இருந்தன அந்தப் பாடல்கள். கேட்பவர்களை வதை செய்யக்கூடிய அரைவேக்காட்டுப் பாடல்கள்.

செல்வராகவனின் வெளிவர இருக்கும் தமிழ்ப் படமான ஆயிரத்தில் ஒருவனை இங்கே ஒப்பிடக் காரணம், காலம் (சமகால அரசியல், மாணவர் சமுதாயம், காதல், காமம்) மற்றும் வெளி (ராஜபுத்திரர்களுக்கான தனி நாடு, ராஜஸ்தானம், அதிகாரம், புரட்சி, தேசப் பற்று, தேச விடுதலை) என்பதோடு இசை எப்படி ஒருங்கிணைய வேண்டும் என்பதற்கு குலால் எப்படி ஒரு எடுத்துக்காட்டாக இருக்கிறது என்பதைச் சுட்டிக் காட்டுவதற்காகத்தான். பியூஷ் மிஷ்ராவின் இசையில் அப்படியே ராஜஸ்தான் மாநிலத்தின் கலாச்சாரமும், அரசியலும் ரத்தமும் சதையுமாக நம் உணர்வுலகில் ஒன்றுகிறது.

குலாலின் பன்முகத்தன்மை கொண்ட கதையும், அதன் வசனமும் இந்தப் படத்தின் சிறப்பு அம்சங்கள். இதற்குக் காரணம், அனுராக் காஷ்யப்போடு இப்படத்தின் கதாநாயகன் திலீப்பாக நடித்திருக்கும் ராஜ் சிங் செளத்ரியும் சேர்ந்து வசனம் எழுதியிருக்கிறார். இது காஷ்யப்பின் விசேஷமான தன்மை என்று சொல்ல வேண்டும். அவர் தன்னுடைய படத்தை ஒரு கூட்டு முயற்சியாகவே உருவாக்குகிறார். இசை, பாடல், ஒளிப்பதிவு, கதை, வசனம் என்று எல்லாவற்றையும் தன்னிடம் மட்டுமே வைத்துக்கொள்ளாமல் ஒவ்வொரு துறையிலும் ஒவ்வொரு திறமைசாலியைக் கண்டுபிடித்து அவர்களோடு சேர்ந்து தனது படத்தை வடிவமைக்கிறார். உதாரணமாக தேவ்.டியில் கதாநாயகனாக நடித்த அபய் தியோல் அந்தப் படத்தின் உருவாக்கத்தில் மிகவும் உதவியாக இருந்ததாக காஷ்யப் தன்னுடைய நேர்காணல்களில் குறிப்பிட்டார்.

அனுராக் காஷ்யப்பின் நோ ஸ்மோக்கிங் படமும் ராஜ் சிங் செளத்ரியின் சிறுகதையை அடிப்படையாகக் கொண்டதுதான். அதேபோல் குலாலின் கதையும் ராஜ் சிங் செளத்ரியின் கல்லூரி அனுபவங்களை வைத்து அவரே எழுதியதுதான். அதையே ராஜஸ்தான் பின்னணிக்கு மாற்றித் திரைக்கதை எழுதியிருக்கிறார் காஷ்யப். மொத்தத்தில், இந்தியாவின் சமகால அரசியலின் ஒரு வரலாற்றுப் பதிவை மிகச் சிறப்பாகச் செய்திருக்கிறது குலால்.

கண்ணாடியில் தெரியும் பிம்பம்

கமல்ஹாசனின் 50 ஆண்டுக்கால சினிமா வாழ்க்கையைப் பற்றி யோசிக்கும் போது பலவிதமான கருத்துக்கள் மனதில் அலை மோதுகின்றன. தமிழ்நாட்டில் வாழும் மத்திய வயதை எட்டியிருக்கும் ஒருவருக்கு அவர் விரும்பினாலும் விரும்பாவிட்டாலும் தமிழ் சினிமா என்பது அவரது வாழ்வில் ஒரு பிரிக்க முடியாத அங்கமாகவே இணைந்திருக்கும். அதைப் போலவே கமல்ஹாசனும் அவரது வாழ்வில் தவிர்க்க முடியாதவராகிறார். *களத்தூர் கண்ணம்மாவில்* அம்மாவும் நீயே அப்பாவும் நீயே என்று துவங்கி, *குணாவில்* அபிராமி அபிராமி என்று உருகி, *ஆளவந்தானில்* மனிதன் பாதி மிருகம் பாதி என்று மிரட்டி, கடைசியில் *தசாவதாரத்தில்* அமெரிக்க ஜனாதிபதியின் முகமூடியை அணிந்துகொண்டது வரை நீளும் ஒரு நீண்ட வரலாறு அது.

ஆனால் இப்படிப்பட்ட உணர்வுபூர்வமான நாஸ்டால்ஜிக் நினைவுகளை ஒருபுறம் ஒதுக்கி வைத்துவிட்டு, கமல்ஹாசனின் 50 ஆண்டு சினிமா வாழ்வினால் தமிழ் சினிமாவில் நிகழ்ந்த மாற்றங்கள் யாவை என்று தர்க்கரீதியாக யோசித்துப் பார்ப்போம். அவருடைய *மகாநதியிலிருந்து தசாவதாரம்* வரை ஒவ்வொரு படத்தைக் குறித்தும் பாராட்டுதலாகவும் சில சமயங்களில் எதிர்மறையாகவும் தொடர்ந்து வினையாற்றி வந்திருக்கிறேன். பாராட்டி எழுதியதே அதிகம்.

அந்த அளவுக்குத் தமிழ் சினிமாவில் தவிர்க்க முடியாத ஒரு ஆளுமையாகத் திகழ்பவர் கமல்ஹாசன். ஆனால் அவருடைய இவ்வளவு நீண்ட சினிமா வாழ்வினால் தமிழ் சினிமாவில் நிகழ்ந்த மாற்றம் என்ன என்ற கோணத்திலிருந்து யோசித்துப் பார்த்தால் மிகுந்த ஏமாற்றமே மிஞ்சுகிறது.

கமலுக்கு நேர் எதிர் உதாரணமாக, இயக்குநர் ஷங்கரை எடுத்துக் கொள்வோம். இவருடைய ஒரு படத்தைக்கூட நான் ரசித்ததில்லை. இவரது இயக்கத்தில் வந்த *பாய்ஸ், அந்நியன், சிவாஜி* போன்ற படங்களை நார்நாராய்க் கிழித்துத் தோரணமே கட்டியிருக்கிறேன். ஆனால் இதே ஷங்கர் வேறோர் விஷயத்திலும் ஈடுபட்டார். புதிய இயக்குனர்களை வைத்துக் குறைந்த பட்ஜெட் படங்களைத் தயாரித்தார். அந்தப் படங்கள்தான் தமிழ் சினிமாவுக்கு இதுவரை இருந்த அடையாளத்தை முற்றிலுமாக மாற்றியமைத்தன.

இது நடந்தது ஐம்பது ஆண்டுகளில் அல்ல; வெறும் ஆறே ஆண்டுகளில். ஆறே படங்களின் மூலம் இந்த மாற்றம் நடந்தது. இப்போது ஷங்கர் என்ற இயக்குனரையே பிடிக்காத நான் அவருடைய தயாரிப்பில் வரும் படங்களை ஓடிப் போய் பார்க்கிறேன். சமீபத்தில் கூட *ஈரம்* என்ற படத்தை முதல் நாள் முதல் காட்சியில் சென்று பார்த்தேன். தமிழில் அப்படி ஒரு படத்தை இதுவரை பார்த்ததில்லை. அந்த அளவுக்குப் புதிதாக இருந்தது *ஈரம்*.

ஷங்கர் மட்டுமல்ல; பிரகாஷ் ராஜின் தயாரிப்பில் வந்த *மொழி* போன்ற படங்களும் தமிழில் மாற்று சினிமாவுக்கான அசலான முயற்சிகளாக இருந்தன. அதேபோல் சசிகுமார் தயாரிப்பில் வந்த *சுப்ரமணியபுரம், பசங்க* என்ற இரண்டு படங்களும் பெரிதும் சிலாகிக்கப்பட்டவை.

இப்படியாக பலரும் மாற்று சினிமாவுக்கான முயற்சியில் தங்கள் முத்திரையைப் பதித்துக்கொண்டிருக்கும்போது, அபாரமான நடிப்பாற்றல் கொண்ட, உலக சினிமாவும், இலக்கியமும் தெரிந்த கமலால் ஏன் அப்படி ஒரு படத்தைக் கூடத் தர முடியவில்லை? கமலின் ராஜ்கமல் தயாரிப்பு நிறுவனம் தயாரித்தது என்னவென்று பார்த்தால், சத்யராஜ் நடித்த *கடமை கண்ணியம் கட்டுப்பாடு* என்ற மொக்கைப் படம்.

ஷங்கர் தன்னை புத்திஜீவி என்று சொல்லிக்கொண்டதில்லை. ஆனால் இப்படிப்பட்ட மாற்று சினிமாவுக்கு தமிழில் ஒரு

தேவை இருக்கிறது என்ற உண்மையைப் புரிந்து கொள்ளும் புத்திசாலித்தனம் அவரிடம் இருந்தது. இந்தப் படங்களை மெகா பட்ஜெட் படங்களை இயக்கும் ஷங்கர் இயக்கவில்லை. இதுவரை பெயரே கேள்விப்பட்டு அறியாத புதிய இளைஞர்களைக் கொண்டு இயக்க வைத்தார். இதுதான் இப்போது கமல் செய்ய வேண்டிய வேலை என்று நினைக்கிறேன்.

கமல்ஹாசனின் முக்கியமான எந்தப் படத்தை எடுத்துக்கொண்டாலும் அதன் இயக்குனர் பெயர் வேறாக இருக்கும். ஆனாலும் அது கிட்டத்தட்ட கமலின் இயக்கத்தில் வந்த படம்தான் என்பது தமிழ் சினிமாவில் அனைவருக்கும் தெரியும். இந்தக் குறுக்கீடு இல்லாமல் இருந்திருந்தால் ஒருவேளை கமலின் பயணம் வேறு மாதிரி இருந்திருக்கலாம். மேலும், இதை குறுக்கீடு என்ற சாதாரண சொல்லால் குறுக்கிவிட முடியாது. படத்தின் ஒட்டுமொத்த போக்கையே மாற்றிவிட்டு, இயக்குனர் என்ற இடத்தில் யாரோ ஒருவரின் பெயரைப் போட்டுவிட்டால் அந்தப் பொறுப்பிலிருந்து கமல் தப்பித்துக்கொள்ள முடியுமா என்ன?

கமல் படங்களின் முக்கியமான பிரச்சினை, அவருடைய படங்களில் அவர் தன்னை முன்னிலைப்படுத்துவதுதான் என்று தோன்றுகிறது. வசூல்ராஜா எம்.பி.பி.எஸ். என்ற நல்ல பொழுதுபோக்குப் படத்தை எடுத்துக்கொண்டால் அதன் இந்தி மூலமான முன்னாபாய் எம்.பி.பி.எஸ்.ஸில் அதன் ஹீரோவான சஞ்சய் தத் அவருடைய பாத்திரமான முன்னா பாயாகத்தான் நடித்திருப்பார். ஆனால் வசூல்ராஜாவில் நடிகர் கமல்ஹாசன்தான் தெரிகிறாரே தவிர ராஜாராமன் என்ற பாத்திரம் அல்ல. அதில் வரும் பாடலையே எடுத்துக் கொள்வோம். ஆழ்வார்ப்பேட்டை ஆண்டவா; வேட்டியைப் போட்டுத் தாண்டவா!' இந்தப் பாடல் ஆழ்வார்ப்பேட்டை என்ற பகுதியில் வசிக்கும் கமல்ஹாசனைக் குறிக்கிறதே தவிர அந்த ராஜாராமன் என்ற பாத்திரத்தை அல்ல.

இது கமலின் ரசிகர்களை திருப்திப்படுத்தி, படம் ஓடுவதற்காகக் கையாளப்படும் யுத்தி. இந்த யுத்தி சினிமாவுக்காகவே தன் வாழ்க்கையை அர்ப்பணித்துக்கொண்டிருக்கும் கமலுக்கு எதற்காக? ரசிகனுக்காக கலைஞனா; கலைஞனுக்காக ரசிகனா? உலக நாயகன் என்று சொல்லி கமலைத் தன் தலையில் தூக்கி வைத்துக் கொண்டாடிக் கொண்டிருக்கும் ரசிகனுக்கு உலக சினிமா தெரியாது. ஆனால் கமல் அதில் மூழ்கித் திளைப்பவர்.

அப்படியானால், உலக சினிமா தெரிந்த கமல் எதற்காக பாமர ரசனைக்காக படம் எடுக்க வேண்டும்? கமல் ஒன்றும் 'வாடிக்கையாளருக்கு என்ன வேண்டும்?' என்று கேட்டுக் கொடுக்கும் பரோட்டாக் கடை மாஸ்டர் அல்லவே?

நான் ஒன்றும் பொழுதுபோக்குப் படங்களுக்கு எதிரானவன் அல்ல. ஆனால் எந்தப் படமாக இருந்தாலும் அதில் கமல் தன்னையும் தன் ஆளுமையையும் முன்னிறுத்திக்கொள்வதால் படத்தின் நம்பகத்தன்மை குலைந்துவிடுகிறது. அதாவது, கமல் தன்னுடைய படங்களில் தனக்கு ஒரு நாயகத்தன்மையை உருவாக்குகிறார். கமலே எழுதி, இயக்கி, தயாரித்த *விருமாண்டி*யில் இதுதான் நடந்தது. கமலின் தன் முனைப்பே பெரிதாகத் துருத்திக்கொண்டிருந்ததால் படம் தோல்வியுற்றது. ஆனால் அதே கதை அமீரிடம் *பருத்தி வீரன்* என்ற கலா சிருஷ்டியாகப் பரிணமித்தது.

இப்போது வெளிவந்துள்ள *உன்னைப் போல் ஒருவனை* எடுத்துக் கொள்வோம். அதன் இந்தி மூலமான *ஒரு புதன்கிழமையில்* வரும் நஸ்ருதீன் ஷா ஒரு சாதாரண நடுத்தரவர்க்கக் குடிமகனாக வருகிறார். அந்த வேடத்தில் நடித்திருக்கும் கமலோ அப்படிப்பட்ட நடுத்தர வர்க்க மனிதனாகத் தெரியவில்லை. போலீஸ் கமிஷனருடன் அமெரிக்க ஆங்கிலத்தில் பேசுகிறார் கமல். காரணம், படத்தில் பேசுவது கதாபாத்திரம் அல்ல; கமல்ஹாசன். இந்த யுத்தியெல்லாம் ரஜினிக்கோ விஜய்காந்துக்கோ தேவையாக இருக்கலாம். கமலுக்கு எதற்கு?

மேலும், கமல் தமிழில் மொழியாக்கம் செய்யத் தேர்ந்தெடுக்கும் இந்திப் படங்களின் அரசியலே மிகவும் விவாதத்திற்குரியது. இந்தியாவில் ராணுவ ஆட்சி வந்தால் எல்லாம் சரியாகிவிடும், பிரிட்டிஷ்காரன் காலத்தில் இந்தியா நன்றாக இருந்தது என்றெல்லாம் தமது அரசியல் ஞானத்தை வெளிப்படுத்தும் நடுத்தரவர்க்க மனோபாவத்தைப் பிரதிபலிக்கும் படங்களையே அவர் மொழியாக்கம் செய்யத் தேர்ந்தெடுப்பது ஏன் என்று புரியவில்லை.

உதாரணமாக, அப்பாவி மக்களைக் கொல்லும் தீவிரவாதி களையெல்லாம் விசாரணையில்லாமல் தீர்த்துக் கட்டிவிட்டால் இந்தியா அமைதிப் பூங்காவாகி விடும் என்ற நடுத்தரவர்க்கப் புரிதலே *ஒரு புதன்கிழமை* இந்திப் படத்தில் முன்வைக்கப்பட்டுள்ள

அரசியல். மற்றபடி, இளம்வயதில் தங்கள் உயிரையே மாய்த்துக்கொண்டு போராளிகளாக மாறும் ஆயிரக்கணக்கான இளைஞர்கள் உருவாவது ஏன் என்பது பற்றிய எந்தச் சிந்தனையும் அந்தப் படத்தில் இல்லை. அது ஒரு நல்ல த்ரில்லர் என்பதில் எனக்கு மறுப்பு இல்லை. ஆனால் அதன் அரசியலில் மிகப் பெரிய அபாயம் உள்ளது. அதோடு, அப்படிப்பட்ட தீவிரவாதிகள் பிரச்சினையும் தமிழ்நாட்டில் இல்லை. தமிழ்நாடு என்ற பிரதேசத்தின் பிரச்சினைகள் வேறு. அந்தப் பிரச்சினைகளை கமல் எதிர்கொள்ள வேண்டுமானால் ஒன்று, அவர் ஒரு தீவிரமான இயக்குனரிடம் தன்னை முழுமையாக ஒப்புக் கொடுக்க வேண்டும். அல்லது, மாற்று சினிமாவை நோக்கிய கனவுகளோடு வரும் இளைஞர் கூட்டத்தைக் கொண்டு குறைந்த செலவிலான புதிய படங்களைத் தயாரிக்க வேண்டும். இதைத் தவிர இதுவரை சென்றிராத வேறு வழிகளிலும் யோசிக்கலாம்.

இந்தியா டுடே
செப்டம்பர் 2009

எதார்த்தம் என்ற அபத்தமும் ‘கமீனே’ முன்வைக்கும் புதிய எதார்த்தமும்

சாண் ஏறினால் முழம் சறுக்குகிறது. தமிழ் சினிமாவைத்தான் சொல்கிறேன். இந்த அமீரும் சசிகுமாரும் எந்த நேரத்தில் தமிழ் மண்ணின் நிஜமான வாழ்வை, மசாலாவும் ஜிகினாவும் இல்லாத எதார்த்த சினிமாவாகக் கொடுத்தார்களோ அந்த நேரத்திலிருந்து தமிழ் சினிமா சரியான திசையில் செல்ல ஆரம்பித்துவிட்டது என்று நினைத்த ஆயிரக்கணக்கானவர்களில் நானும் ஒருவன். ஆனால் என்ன செய்வது? நாம் அடிக்கடி வரலாற்றை மறந்து போகிறோம். 1980ஆம் ஆண்டு இயக்குனர் துரையின் *பசி* என்று ஒரு படம் வந்ததும் அதுதான் வெற்றியின் ஃபார்முலா என்று நினைத்துக்கொண்டு ஒரு டஜன் படங்கள் *பசி* போலவே வெளிவர ஆரம்பித்தன. ஒரு படத்தை அடியொற்றி அந்தப் பாணியிலேயே பல படங்கள் எடுக்கப்படுவதில் எந்தத் தவறும் இல்லை. ஆனால் மூலப்படத்தின் ஆன்மாவையே தெரிந்துகொள்ளாமல், அதில் இடம் பெறும் நடிகர்கள் ஒப்பனை இல்லாமல் நடித்திருப்பதைப் பார்த்து ஒப்பனை இல்லாமல் நடிக்க வைப்பதுதான் மாற்று சினிமாவின் அடையாளம் என்று நினைத்துக்கொண்டால் அந்த அநியாயத்தை எங்கே போய் சொல்வது?

இந்த விவகாரம் தெரியாமல் நானும் விளம்பரத்தை நம்பி வைகை என்ற படத்துக்குப் போய்த் தொலைந்துவிட்டேன். ஆண்ட்டியின் அந்தரங்கம், சூடான சுந்தரிகள் போன்ற

மலையாளப் படங்களைப் பார்த்திருக்கிறீர்களா; அதை விட அருவருப்பாகவும் ஆபாசமாகவும் இருந்தது வைகை.

வைகை என்று போட்டு அதன் கீழே 'மலையும் மலை சார்ந்த காதலும்' என்று போட்டிருந்தது. அந்த விளம்பரத்தைப் பார்த்துத்தான் ஏமாந்து போனேன். சின்ன எழுத்துப் பிழை என்று நினைக்கிறேன். ஹீரோ, ஹீரோயினின் 'மலை'யை அந்த அளவுக்கு டார்ச்சர் செய்கிறார். அதனால் அது எழுத்துப் பிழையாகத்தான் இருக்க வேண்டும். தமிழ்ப்பட விளம்பரங்களில் இதுபோன்ற கலகங்கள் அவ்வப்போது நடப்பது இயல்புதானே? ஒரு பிரபலமான முன்னணி ஹீரோவின் படத்துக்கு The Greatest Shit என்று விளம்பரப்படுத்தியிருந்தார்கள் என்றால் அப்புறம் நாம் எதைத்தான் எதிர்பார்க்க முடியாது?

மலையையும் மலை சார்ந்த காதலையும் பத்து நிமிடங்களுக்கு மேல் சகிக்க முடியவில்லை. எழுந்து வந்துவிட்டேன். என் சினிமா அனுபவத்தில் பத்து நிமிடங்களிலேயே வெளியேறிய படம் இதுவாகத்தான் இருக்கும் என்று நினைக்கிறேன். எல்லாம் சினிமா விமர்சனம் எழுத நேர்ந்ததால் அனுபவிக்கும் கொடுமை!

வைகையில் ஏற்பட்ட கெட்ட அனுபவத்துக்குப் பிறகு இன்னும் கவனமாக இருக்க வேண்டும் என்று எண்ணியதால் சசிகுமார் நாயகனாக நடித்த *நாடோடிகள்* வந்து நெடுநாட்கள் ஆகியும் படத்துக்குப் போகாமல் பதுங்கிக்கொண்டிருந்தேன். ஆனால் சுமார் 25 பேராவது *நாடோடிகள்* பார்த்துவிட்டீர்களா, அதுபற்றி எழுதவில்லையா என்றெல்லாம் விசாரித்த பிறகு அதையும் பார்த்துவிடத் தீர்மானித்தேன். சசிகுமார் என் நண்பர் என்ற ஒரே காரணத்தால் மட்டுமே இடைவேளை வரை அந்தக் கொடுமையான சித்ரவதையைப் பொறுத்துக்கொண்டேன். அதற்கு மேல் முடியாமல் எழுந்து ஓடி வந்துவிட்டேன்.

இம்மாதிரி படங்கள் விவாதிப்பதற்கும் விமர்சிப்பதற்கும் கூடத் தகுதியற்றவை என்பது என் அபிப்பிராயம். தொலைக்காட்சி சீரியலைப் போல் உள்ள ஒரு படத்தை விமர்சிக்கும் கலையில் எனக்குத் தேர்ச்சி இல்லை. அதிலும் அந்தக் கல்லூரி மாணவனின் அம்மா - படத்தில் அவர் ஒரு எம். பி. - தொண்ணூறுகளில் வந்து கொண்டிருந்த படு மட்டமான தெலுங்குப்பட வில்லி மாதிரி இருந்தார். *சுப்ரமணியபுரம்* என்ற அருமையான படத்தை இயக்கிய, *பசங்க* என்ற இயல்பான சிறுவர் படத்தைத் தயாரித்த

சசிகுமாருக்கு *நாடோடிகள்*-இன் செயற்கையான தன்மை எப்படிப் புரியாமல் போனது?

எல்லா பாத்திரங்களுமே டி. ராஜேந்தர் மாதிரியே பேசுகிறார்கள். ஒரே பாசமழை. உணர்ச்சிப் பிரவாகம். இல்லாவிட்டால் தொலைக்காட்சி சீரியலில் வரும் பெண்களிடம் காண்பது போன்ற அருவருப்பான வக்கிரம். நண்பனின் காதலைக் காப்பாற்ற வரும் நண்பர்களில் ஒருவனின் கால் மீது ஜீப் ஏறிவிடுகிறது. நண்பர்களின் காரில் லிஃப்ட் கேட்டு ஏறும் ஒரு பெண் தண்ணி போட்டுவிட்டு அவர்களோடு ஒரு ஆபாச டான்ஸ் ஆடுகிறார். தமிழ் சினிமாவில் fetish 'ரசனை' என்று யாராவது ஆராய்ச்சி செய்தால் இந்தப் படத்தில் அதற்கு எக்கச்சக்கமான சரக்கு இருக்கிறது.

இப்படி ஒரு டி. ராஜேந்தர் பாணி படத்துக்கு மதிப்புரை எழுதவில்லையா என்று என்னை ஏன் பலரும் கேட்டார்கள் என்று யோசித்துப் பார்த்தபோதுதான் இதற்கெல்லாம் மூல காரணம் அமீர் என்று புரிந்தது. அவர்தானே ஒப்பனை இல்லாமல் நடிக்கலாம்; நம் வாழ்வில் அன்றாடம் பார்க்கின்ற சராசரி மனிதர்களையே நடிக்க வைக்கலாம் என்று ஒரு பாணியைக் கொண்டுவந்தார்? அதன் விபரீத விளைவுதான் *நாடோடிகள்*. மனித உறவுகள் பற்றிய எந்தப் புரிதலும் இல்லாமல் தொலைக்காட்சி செண்டிமெண்டல் ட்ராமாவை வைத்துக்கொண்டு, நடிகர்களுக்கு அரிதாரம் பூசாமல் நடிக்க வைத்துவிட்டால் அது எதார்த்த சினிமா ஆகிவிடுமா என்ன?

பருத்தி வீரனில் குடும்ப கௌரவத்துக்காகவும், பாசத்துக்காகவும் தன் காதலனைக் காட்டிக் கொடுக்கும் காதலியையும், பணத்துக்காக தன் நண்பனையே காட்டிக் கொடுக்கும் டக்ளஸ் (கஞ்சா கருப்பு) என்ற கதாபாத்திரத்தையும் உருவாக்கியிருப்பார் அமீர். அதில்தான் மனித உறவுகளின் சிடுக்குகள் பொதிந்து இருக்கிறது. இதில் அவர் எதிர்மறையான விஷயங்களையே சொல்லியிருக்கிறார் என்றும் எடுத்துக் கொள்ள முடியாது. ஏனென்றால், நண்பனைக் காட்டிக் கொடுத்து அவன் மரணத்துக்குக் காரணமாக இருந்த டக்ளஸை, அவன் சிறையில் 14 ஆண்டுகளைக் கழித்துவிட்டு வெளியே வரும் வேளையில் போட்டுத் தள்ளி, தன் நண்பனுக்காகப் பழி தீர்த்துக் கொள்கிறான் மற்றொருவன். சிறையிலிருந்து விடுதலையாகும் கைதிகளும், சிறையிலிருந்து நீதிமன்றத்துக்குக் கொண்டு செல்லப்படும் கைதிகளும் சிறைவாசலிலேயே கொல்லப்படும் சம்பவங்களை

நாம் தினந்தோறும் செய்தித்தாள்களில் படிக்கிறோம். அந்த வாழ்க்கையின் ஒரு குறுக்குவெட்டுச் சித்திரமே *பருத்தி வீரன்*.

ஆனால் *நாடோடிகளில்* சொல்லப்பட்டிருப்பது ஒரு செயற்கையான தொலைக்காட்சி சீரியல்.

இதேபோல் நான் பார்த்த மற்றொரு கொடுமை சேரனின் *பொக்கிஷம்*. வெளியே வந்தபோது பலரும் சொன்ன காமெண்ட்: "அறுத்த அறுவையில் உடம்பெல்லாம் ரத்தம் வழிகிறது." சித்ரவதைக் கூடத்திலிருந்து வெளியேறுபவர்களைப்போல் திரையரங்கத்திலிருந்து வந்து கொண்டிருந்தார்கள் ரசிகர்கள்.

இங்கே ஒரு முக்கியமான விஷயத்தை நாம் கவனிக்க வேண்டும். சினிமா என்றால் அதில் நல்ல சினிமா, கெட்ட சினிமா, மசாலா சினிமா, சீரியஸ் சினிமா என்று பலவிதமாக உள்ளது. ஆனால் எந்த சினிமாவாக இருந்தாலும் அதன் அடிப்படையான தன்மை, அது சுவாரசியமாக சொல்லப்பட்டிருக்க வேண்டும் என்பதுதான். ஒரு கலைப்படைப்பு என்றால் அது சுவாரசியமாக இருக்காது; ஒரே அறுவையாக இருக்கும்; அதுதான் ஆர்ட் ஃபில்ம் என்பதாக சராசரி மனிதனிடம் பொதுவாகவே ஒரு தவறான அபிப்பிராயம் உள்ளது. அதில் எள்ளளவும் உண்மை இல்லை. பெர்க்மன், டார்கோவ்ஸ்கி என்று எந்தத் திரைப்பட மேதையாக இருந்தாலும் சரி, அவருடைய படம் ஒரு குறைந்தபட்ச சுவாரசியத்தைக் கொண்டிருக்க வேண்டும். உலகில் எந்த இடத்திலும் சீரியஸ் சினிமா என்றால் பார்க்க முடியாதபடி அறுவையாக இருக்கும் என்ற கருத்து நிலவுவதில்லை.

ஆனால் தமிழ்நாட்டில் மட்டும்தான் அப்படி ஒரு கருத்து இருந்து வருகிறது. சரியான திரைப்படத்தை எடுக்க முடியாதவர்களால்தான் இப்படிப்பட்ட பொய்யான பிம்பம் உருவாக்கப்பட்டிருக்க வேண்டும் என்று நினைக்கிறேன். இந்தக் கருத்தை உலவவிட்டவர்களுக்கு மசாலா படமும் எடுக்கத் தெரியவில்லை; கலாபூர்வமான படத்தையும் உருவாக்கத் தெரியவில்லை. படம் சரியாக ஓடாமல் மக்களால் புறக்கணிக்கப்பட்டால் அது சீரியஸ் சினிமா என்று யார் சொன்னது?

எனவே, சீரியஸ் சினிமா என்று சொல்லப்படும் ரகத்திலும் கெட்ட படம் உண்டு. மசாலா படம் என்று சொல்லப்படும் ரகத்திலும் கெட்ட படம் உண்டு. முதல் ரகத்துக்கு உதாரணம்: *பொக்கிஷம்*. இரண்டாம் ரகத்துக்கு உதாரணம்: *கந்தசாமி*. ஆக,

கெட்ட படம் என்ற வகையில் *கந்தசாமி*யும் *பொக்கிஷ*மும் ஒன்றுதான். எந்த வித்தியாசமும் இல்லை.

நாடோடிகள், பொக்கிஷம் போன்ற படங்களை விட *அச்சமுண்டு அச்சமுண்டு* என்ற தரில்லர் நல்ல படம் என்பதை நாம் கவனிக்க வேண்டும். சமூக அக்கறை கொண்ட படங்கள் என்ற பாவனையுடன் வரும், மிக மோசமான நிலப்பிரபுத்துவ மதிப்பீடுகளைக் கொண்ட படங்களை விட இது போன்ற பொழுதுபோக்குப் படங்கள் வரவேற்கத் தகுந்தவை. இதே பாணியில் சமீபத்தில் வந்த *ஈரம்* என்ற படமும் மிகச் சிறப்பான ஒரு முயற்சி. இயக்குனர் ஷங்கரின் தயாரிப்பில் அறிவழகன் என்ற புதிய இயக்குனரின் *ஈரம்* தமிழ் சினிமாவில் இதுவரை சொல்லப்படாத ஒரு கதையை வெகு நேர்த்தியாகச் சொல்கிறது. ஆனால் *அச்சமுண்டு அச்சமுண்டு* படத்தில் இரண்டு பிரச்சினைகள் இருந்தன. ஒன்று, கார்த்திக் ராஜா. யாராவது த்ரில்லரில் போய் கர்னாடக இசையைப் போடுவார்களா? ஒரு 60 வயது ஆசாமி ஆறு வயதுக் குழந்தையை வன்கலவி செய்ய முயற்சிக்கும் போது காருக்குறிச்சி அருணாசலத்தின் நாதஸ்வரம் ஒலித்தால் உங்கள் கதி என்ன ஆகும்? த்ரில்லர் என்பதற்காக இப்படியுமா பயமுறுத்த வேண்டும்? ஒரு காட்சிதான் இப்படி என்று பார்த்தால், படம் பூராவுமே இதே ரகளைதான். தமிழ் சினிமா இசையமைப்பாளர்களின் இசை உணர்வை நினைக்கும் போது உடம்பே புல்லரிக்கிறது.

மற்றொரு பிரச்சினை, இந்தியாவில்தான் உலகிலேயே அதிக எண்ணிக்கையில் குழந்தைகள் வன்கலவிக்கும் பாலியல் கொடுமைகளுக்கும் ஆளாவதாக படத்தின் இறுதியில் கொடுக்கப்படும் புள்ளி விபரம் கூறுகிறது. அப்படியிருக்கும்போது அமெரிக்காவில் வசிக்கும் ஒரு இந்தியக் குடும்பத்தைச் சேர்ந்த குழந்தையை ஒரு அமெரிக்கன் வன்கலவி செய்வதாக வருவது அந்தப் புள்ளி விபரத்தின்படி தவறாயிற்றே?

இவ்வாறாக, தமிழ் சினிமா தத்தித் தத்தித் தடுமாறிக் கொண்டிருக்கும் வேளையில் இந்தி சினிமா உலக சினிமாவுக்கு நிகராக தொடர்ந்து ஒன்றன் பின் ஒன்றாக மிகச் சிறந்த படைப்புகளை உருவாக்கிக் கொண்டிருக்கிறது.

அப்படி ஒரு படம்தான் விஷால் பரத்வாஜின் *கமீனே* (Kaminey). சிலர் நினைப்பது போல் இந்தப் படத்தின் உச்சரிப்பு காமினி

அல்ல. கமீனே என்ற சொல்லின் நேரடியான பொருள் இழிந்தவன். என்றாலும் அன்றாட வாழ்வில் இது சிறுவர்கள் முன்பு உச்சரிக்கக் கூடாத ஒரு கெட்டவார்த்தை. உதாரணமாக, தமிழில் 'தேவடியாப் பசங்க' என்று ஒரு படத்துக்குப் பெயர் வைப்பது போல. இப்படி ஒரு பெயரை தணிக்கைத் துறை எப்படி அனுமதித்தது என்றுகூட சிலர் மும்பையில் ஆட்சேபணை தெரிவித்தனர். படத்திலும்கூட பல வசனங்களும், காட்சிகளும் தமிழ்நாட்டுப் பத்தாம்பசலி தணிக்கைத் துறையினரால் ஜீரணிக்கவே முடியாதவை. இப்படி ஒரு படத்தை அவர்கள் தமிழில் அனுமதிப்பார்களா என்பதே சந்தேகம்தான். சமீபத்திய இந்திப் படங்களைத் தொடர்ந்து பார்த்து வருபவர்களுக்கு இது புரியும். இந்தியா முழுவதும் பொதுவான தணிக்கை விதிகள் நடைமுறையில் இருக்க வேண்டும் என்ற எண்ணம் கமீனேவைப் பார்த்தபோதும் மீண்டும் ஒருமுறை எனக்குள் தோன்றியது.

முதலில் இப்படி ஒரு படத்தில் நடித்ததற்காகப் பாராட்டப்பட வேண்டியவர் பரியங்கா சோப்ராதான். தமிழின் பிரபலமான நடிகை யாராவது இப்படி ஒரு படத்தில் நடிப்பார்களா என்பதை என்னால் நினைத்துக்கூட பார்க்க முடியவில்லை.

ஹாலிவுட்டில் 1940களின் ஆரம்பத்தில் துவங்கிய புதுவிதமான ஒரு சினிமா பாணியை ஃபில்ம் ந்வார் (கறுப்பு சினிமா) என்று அழைத்தனர். அதன் பெயரைப் போலவே கறுப்பு சினிமா என்பது வாழ்வின் இருண்ட பகுதிகளை வித்தியாசமான முறையில் சொல்வதாக இருந்தது. தமிழ்க் கலாச்சாரத்தில் மொழி, தியாகம், பண்பாடு, கற்பு, புரட்சி போன்ற வார்த்தைகளைப் போலவே தமிழ் சினிமாவில் 'வித்தியாசம்' என்ற வார்த்தை புழங்கி வருவதால் நாம் வித்தியாசம் என்ற வார்த்தையையும் வித்தியாசமாகவே புரிந்துகொள்ள வேண்டும். அதாவது, 40கள் வரை புழக்கத்தில் இருந்த சினிமா மொழியையும், அது எடுத்துக்கொண்ட கதைப்பொருளையும் முற்றிலுமாக ரத்து செய்துவிட்டு சினிமாவில் அதுவரை சொல்லப்படாத வேறு மனிதர்களை வேறுவிதமாகக் காண்பித்தன இந்தப் படங்கள். அரைகுறை வெளிச்சத்தில் அல்லது இருட்டில்தான் சம்பவங்கள் நடக்கும்; எதிர்காலமே இல்லாத நம்பிக்கையற்ற கதாபாத்திரங்கள்; கொஞ்சமும் மனிதத்தன்மையற்ற கிரிமினல்களே கதாநாயகர்கள்.

இரண்டாம் உலகப் போருக்குப் பிறகு அமெரிக்காவில் நிலவிய சமூகச் சூழலே இந்தப் பாணி உருவாவதற்கு ஒரு காரணமாக அமைந்தது. 1976இல் வெளிவந்த Scorsese-இன் *டாக்ஸி ட்ரைவரைக்* கூட விமர்சர்கள் ஃபில்ம் ந்வார் பாணியில்தான் சேர்க்கிறார்கள்.

இதைத் தொடர்ந்து வந்ததே நியோ-ந்வார் படங்கள். பின்நவீனத்துவ காலகட்டமும், நுகர்வோர் கலாச்சாரமும்தான் இவ்வகைப் படங்களின் போக்கை நிர்ணயித்தன என்று சொல்லலாம். இந்தக் கதாபாத்திரங்களின் ஆடை அலங்காரங்கள், காலணி, இவர்கள் செல்லும் உணவு விடுதிகள், சூதாட்ட கிளப்புகள் என்று பல விஷயங்களை இவ்வகையில் நாம் அவதானிக்கலாம். இந்தக் கதாபாத்திரங்கள் சிகரெட்டைப் பற்ற வைக்க Zippo லைட்டரைத்தான் பயன்படுத்துவார்கள். இந்தப் பாணியில் வந்த மிக முக்கியமான படம் Quentin Tarantino-வின் இயக்கத்தில் வெளிவந்த *Pulp Fiction* (1994). சீரியஸ் சினிமா அதுவரை கணக்கில் எடுத்துக் கொள்ளாத ஜனரஞ்சகக் கலாச்சாரத்தின் கூறுகள், சமூகத்தில் நடைபெறும் குற்றங்கள் போன்றவற்றை நான்-லீனியர் முறையில் சொன்ன படம் இது. உதாரணமாக, பல்ப் ஃபிக்‌ஷனின் ஆரம்பக் காட்சி. பம்ப்கினும் ஹனிபனியும் ஒரு உணவு விடுதியில் அமர்ந்து பேசிக்கொண்டிருப்பார்கள். திடீரென்று அவர்களுக்கு அந்த உணவு விடுதியையே கொள்ளையடித்தால் என்ன என்று தோன்றும். கையிலிருக்கும் துப்பாக்கியை எடுத்துப் பிடித்தபடி மேஜை மேல் ஏறிவிடுவார்கள்.

டாரண்டினோவைப் போல் நியோ-ந்வார் பாணியின் மற்றொரு முக்கியமான இயக்குனர் Guy Ritchie. இந்த இருவரின் நியோ-ந்வார் பாணியில் இந்தியாவில் எடுக்கப்பட்ட முதல் படம் *கமீனே* என்று சொல்லலாம்.

சார்லி, குட்டு (Guddu) என்ற இரட்டை சகோதரர்கள். சார்லி சிறு சிறு குற்றங்கள் செய்து பிழைக்கும் ஒருவன். குறுக்கு வழியில் பணம் சம்பாதிப்பதே அவனுடைய லட்சியம். அவனுடைய கனவில் பண மழையாகக் கொட்டுகிறது. குதிரைப் பந்தயத்துக்குச் சென்று பணத்தைத் தோற்கிறான். அவனிடம் எப்படியோ பத்து கோடி ரூபாய் பெறுமானமுள்ள போதை மருந்து போலீஸ் அதிகாரிகளிடமிருந்து தவறுதலாக வந்து சேர்ந்துவிடுகிறது. அந்த அதிகாரிகள்தான் அதை வெளிநாட்டுக் கடத்தல்காரர்களிடம் கொண்டு சேர்ப்பதற்காக எடுத்துச் செல்பவர்கள். சார்லி அந்த போதை மருந்துகளை எடுத்துச்செல்லும்போது சாலைகளில்

போலீஸ்காரர்கள் அவனுக்கு சல்யூட் அடிப்பதைப் பார்த்து ஆச்சரியப்படுகிறான். அப்புறம்தான் அவனுக்குத் தெரிகிறது, அந்தக் கார் போதை மருந்துத் தடுப்புப் போலீஸ் துறையினருக்கு உரியது என்ற விஷயம். இப்படி படம் நெடுகிலும் தொடர்கிறது ப்ளாக் ஹ்யூமர்.

பொதுவாக இந்திய சினிமாவில் இரட்டை வேடம் என்றால் அவர்கள் இரண்டு எதிர்த்துருவங்களில் வாழ்ந்தாலும் கடைசியிலாவது அவர்கள் ஒன்று சேர்வார்கள். ஆனால் *கமீனே*வில் சார்லியும், குட்டுவும் கடைசி வரை ஒருவரை ஒருவர் அழிப்பதிலேயே குறியாய் இருக்கிறார்கள். ஒருவர் அழிந்தால்தான் மற்றவருக்கு வாழ்வு என்ற நிலை. கடைசி வரை அவர்கள் விட்டுக் கொடுப்பதில்லை.

குட்டு நேர்மையானவன். உழைத்துச் சம்பாதித்து வாழ்க்கையில் செட்டில் ஆகி 2014ஆம் ஆண்டு தன் காதலி ஸ்வீட்டியைத் திருமணம் செய்து கொள்ளலாம் என்று திட்டமிட்டு சுவரில் அதற்காக ஒரு 'க்ராஃப்' கூட வரைந்து வைத்திருப்பவன். ஆனால் துரதிர்ஷ்டவசமாக ஸ்வீட்டி கர்ப்பமாகிவிடுகிறாள் என்பதை அறிந்து தன் வாழ்வே பாழாகிவிட்டதுபோல் வருத்தப்படுகிறான்.

சார்லி, குட்டு என்ற இரட்டை வேடத்தில் நடித்திருக்கும் ஷஹீத் கபூர், ப்ரியங்கா சோப்ரா இருவரின் நடிப்பும் படம் பூராவுமே பிரமாதமாக இருந்தாலும், ஸ்வீட்டி கர்ப்பமாகி விட்டாள் என்பதை அறியும் கட்டத்தில் ஒரு உச்சத்தைத் தொடுகிறது. அதிலும் திக்கித் திக்கிப் பேசும் பழக்கம் உள்ளவராக வருகிறார் ஷஹீத் கபூர். ஒரு உடல் ஊனத்தை, நடிப்பு என்பதே தெரியாமல் இவ்வளவு இயல்பாக வெளிப்படுத்தியிருப்பதை இந்தியத் திரையுலகில் நாம் மிக அரிதாகவே காண முடிகிறது. மற்ற நடிகர்கள் 'கிடைத்தது அதிர்ஷ்டப் பரிசு' என்ற பாணியில் மிகை நடிப்பில் ஈடுபட்டு நடித்துத் தள்ளிவிடுவார்கள். அவ்வித சேஷ்டைகள் எதுவும் ஷஹீத் கபூரிடம் இல்லை.

ஸ்வீட்டியின் கர்ப்பத்தைக் கலைப்பதற்காக அவளுடன் துணைக்கு வந்திருக்கும் குட்டு, "ஐயோ, நீ செய்யப் போகும் கொலையில் நான் பங்கேற்க மாட்டேன்" என்று நடுங்கிப் போய் உட்கார்ந்திருப்பது, சார்லி என்று நினைத்துக்கொண்டு குட்டுவை அழைத்து வந்து "10 கோடி ரூபாய் பெறுமானமுள்ள போதை மருந்துப் பெட்டி எங்கே?" என்று கேட்டு போலீஸ்காரர்கள் அடித்து உதைக்கும் போது பயத்தில் வாயிலிருந்து வார்த்தைகள்

வராமல் திக்கித் திக்கித் துடிப்பது என்று பல காட்சிகளை ஷஹீத் கபூரின் நடிப்புக்கு உதாரணமாகச் சொல்லிக்கொண்டு போகலாம். இவ்வளவு இயல்பான நடிப்பை இந்திய சினிமாவில் அமிதாப் பச்சனிடம் மட்டுமே கண்டிருக்கிறேன். ஷஹீத் கபூர் வருங்காலத்தில் ஒரு சூப்பர் ஸ்டாராக வருவார் என்பதற்கான அத்தனை அறிகுறிகளும் அவரிடம் தெரிகின்றன. போலீஸ் சித்ரவதைகளை நாம் பல படங்களில் கண்டிருக்கிறோம். ஆனால் *கமீனே*வின் சித்ரவதைக் காட்சி நம்முடைய சினிமா அனுபவத்தில் மிக அரிதாகவே இருக்கும்).

தமிழ்ப் படங்கள் எந்த அளவுக்கு இன்றைய வாழ்விலிருந்து விலகி 40 ஆண்டுகள் பின்னால் நிற்கின்றன என்பதை *பொக்கிஷம்*, *நாடோடிகள்* போன்ற படங்களைக் கொண்டும், இந்திப் படங்கள் எந்த அளவுக்கு சமகாலத் தன்மை கொண்டிருக்கின்றன என்பதை *தேவ்.டி*, *குலால்*, *கமீனே* போன்ற படங்களையும் வைத்து ஒப்பிட்டு நாம் அவதானித்துக்கொள்ளலாம்.

ஒரே ஒரு உதாரணம் தருகிறேன். *காமரூப கதைகள்* என்ற என்னுடைய நாவலுக்காக கல்லூரி மாணவமணிகளோடு பழகிக்கொண்டிருந்த போது அவர்களுடைய பேச்சில் ஒரு விஷயத்தை கவனித்தேன். குறிப்பாக பெண்கள் கெட்டவார்த்தை பேசும்போது அந்த இடத்தில் dash என்ற வார்த்தையைப் பயன்படுத்துவார்கள். அதாவது, 'What the fuck' என்பதற்கு 'What the dash'. இந்தியா முழுவதும் கல்லூரி மாணவிகளிடையே நிலவும் பழக்கம் இது. அதேபோல் ஒரு எழுத்துக்கு பதிலாக இன்னொரு எழுத்தைப் போட்டுப் பேசுவார்கள். ஒரு மாணவி என்னிடம் ஆஃபம் ஆஃபம் என்று சொன்னபோது "ஆப்பத்தைச் சொல்கிறாளா? அல்லது, வேறு எதுவுமா?" என்று திணறிப் போனேன். அர்த்தம் கேட்டால் நீங்கள் ஒரு 'guy' (சகா) என்ற ஸ்தானத்திலிருந்து அங்கிள் என்ற ஸ்தானத்துக்கு பதவி உயர்வு அளிக்கப்பட்டுத் தூக்கியெறியப்படுவீர்கள். அப்படி ஆனால் என் நாவலின் கதி அதோ கதி ஆகிவிடும். அதனால் அர்த்தம் கேட்காமல் அவள் எந்தச் சமயத்தில் இந்த 'ஆஃபம்' என்ற வார்த்தையைப் பயன்படுத்துகிறாள் என்று கூர்ந்து கவனித்து, அதேபோல் நானும் ஆஃபம் சொல்லி அந்தக் கருமாந்திர வார்த்தை Awesome தான், வேறொன்றுமில்லை என்று கண்டுபிடித்தேன். அதாவது, எஃப்க்கு பதிலாக எஸ். ஆனால் இதில் ஒரு பிரச்சினை இருப்பது பிறகுதான் எனக்குப் புரிந்தது. கோபத்தில் அவளைப் பார்த்து "ஃபக் யூ" என்று திட்டும்போது

எஃப்-க்கு பதிலாக என்னால் 'எஸ்' போட முடியவில்லை. போட்டால் அது கோபம் அல்ல; சரணடைதல் என்று ஆகிவிடும் அபாயம் இருந்தது.

கமீனேவில் சார்லி, குட்டு இருவருக்குமே திக்குவாய்ப் பழக்கம் இருக்கிறது. இந்தக் குறையை குட்டு தனக்குச் சாதகமாகப் பயன்படுத்திக் கொள்கிறான். அதாவது, 'எஸ்' என்ற எழுத்து வரும் இடங்களிலெல்லாம் 'எஃப்' என்ற எழுத்தை விளையாட விடுகிறான். உ-ம்: நீ ரொம்ப செக்ஸியா இருக்கே. நீ ரொம்ப ஃபெக்ஸியா இருக்கே.

பொதுவாக வாழ்க்கையைப் பற்றி குட்டு அடிக்கடி உதிர்க்கும் வாக்கியம் 'ஐஃபே ஐஃபே; கெஃபே கெஃபே' என்பது. இதன் உண்மையான பிரயோகம் என்னவென்றால் 'ஐஸே ஐஸே; கெய்ஸே கெய்ஸே' என்பதாகும். “எது எது எப்படியோ அது அது அப்படித்தான்” என்று பொருள்.

ஆனால் குட்டு உணர்ச்சிவசப்பட்டிருக்கும் ஒரு தருணத்தில் அவனால் அப்படி எஃப் எழுத்தைப் பயன்படுத்த முடியாமல் எஸ்ஸையே பயன்படுத்த வேண்டியிருக்கிறது. ஸ்வீட்டி அவனுடன் உடலுறவு கொள்ளும்போது அந்த உச்சக்கட்ட தருணத்திலும் அவளை சடாரென்று உதறிவிட்டு எழுந்து கிளம்பும்போது “எடுத்து வைத்தேனே; நன்றாக ஞாபகம் இருக்கிறதே” என்று முனகிக்கொண்டே அவசர அவசரமாகத் தன் பையில் தேடுகிறான். அப்போது “அதெல்லாம் தேவையில்லை; நான் ஹோம் சயின்ஸில் எக்ஸ்பர்ட். இப்போது சேஃப் பீரியட்தான்; பயப்படாமல் வா” என்று சொல்லி ஸ்வீட்டி அவனைப் பிடித்து இழுத்துத் தன் மேல் போட்டுக்கொள்கிறாள்.

கரு உருவாகிவிடுகிறது. குட்டு தன் எதிர்காலமே பாழாகிவிட்டது போல் நிலை குலைந்து போகிறான். அப்போது அவன் அவளிடம் அந்த முக்கியமான கேள்வியை கேட்க நினைக்கிறான். வழக்கம் போல் திக்குகிறது. “ஸ்… ஸ்… ஸ்…” என்று தடுமாறுகிறான். ஸ்வீட்டி எஸ்ஸில் ஆரம்பிக்கும் வார்த்தைகள் ஒவ்வொன்றாக எடுத்துச் சொல்கிறாள். அது இல்லை, அது இல்லை என்று தலையை ஆட்டி மறுக்கும் குட்டு கடைசியில் “ஸயன்ஸ். ஹோம் ஸயன்ஸில் எக்ஸ்பர்ட் என்று சொன்னாயே?” என்று கேட்கிறான்.

கமீனேவில் இப்படிப்பட்ட அற்புதமான தருணங்கள் வந்துகொண்டேயிருக்கின்றன. கண்ணிமைக்கும் பொழுது நீங்கள் கவனத்தைச் சிதறவிட்டாலும் ஒரு அற்புதத்தை இழந்துவிடுவீர்கள்

என்கிறாற்போல் பாய்ந்து கொண்டிருக்கிறது படம். ஒரு உதாரணம். ஸ்வீட்டி கர்ப்பமாகி விட்டாள் என்பதை அறிந்து தன் அறைக்குள் சென்று உள்ளே தாளிட்டுக்கொள்கிறான் குட்டு. அது ஒரு மாணவர் ஹாஸ்டல். சுற்றிலும் மாணவர்கள் இவர்கள் சண்டையை வேடிக்கை பார்க்கிறார்கள். ஒரே ஒரு கணம்தான். அவன் கதவைத் திறந்து அவளை உள்ளே இழுத்துக்கொள்கிறான். ஒரு சில நொடிகளே இடம்பெறும் அந்த அறைக் கதவில் இந்தியில் 'அப்னா ஹாத் ஜகன்னாத்' என்று கோணல் மாணலாக எழுதியிருக்கிறது. மணமாகாத ஆண்கள் மட்டுமே தங்கியிருக்கும் விடுதிகளில் நாம் இப்படிப்பட்ட வாக்கியங்களைப் பார்க்கலாம். நம் கையே நமக்குதவி, உங்கள் எதிர்காலம் உங்கள் கையில் இருக்கிறது, இத்யாதி. இந்த இடத்தில் ஜகன்னாத் என்றால் கடவுள். நம் கையே நம் கடவுள்.

பொதுவாக நியோ-ந்வார் படங்களில் இது போன்ற இடங்கள்தான் இவற்றை மற்ற படங்களிலிருந்து வித்தியாசப்படுத்திக் காட்டுபவை. இவை தவிர, வசனமும் பிரதானமான இடத்தைப் பிடித்திருக்கும். பல்ப் ஃபிக்‌ஷனில் ஜூல்ஸ் வின்ஃபீல்ட், ப்ரெட் என்பவனை விசாரணை செய்யும்போது "கேட்ட கேள்விக்கு மட்டும் பதில் சொல்; எதிர்க் கேள்வி கேட்காதே. கேட்டால் சுட்டுவிடுவேன்" என்று சொல்லுவான். ஆனால் ப்ரெட் பயத்தினாலும், பீதியினாலும் திரும்பத் திரும்ப "என்ன, என்ன" என்று கேட்டுக் கொண்டேயிருப்பான். "டேய், இன்னொரு முறை நீ என்ன என்று கேட்டால் செத்தாய்" என்று சொல்லிவிட்டு "சொல், மார்ஸிலஸ் வாலஸ் எப்படி இருப்பான்?" என்று கேட்க, அதற்கும் ப்ரெட் "என்ன?" என்று கேட்கிறான். அப்போது ஜூல்ஸ் வின்ஃபீல்ட் விவிலியத்திலிருந்து ஒரு நீண்ட வசனத்தை மிக அற்புதமான தொனியிலும், உச்சரிப்பிலும் சொல்லி விட்டு ப்ரெட்டை சுட்டுக் கொல்லுவான்.

The path of the righteous man is beset on all sides by the iniquities of the selfish and the tyranny of evil men. Blessed is he who, in the name of charity and good will, shepherds the weak through the valley of the darkness. For he is truly his brother's keeper and the finder of lost children. And I will strike down upon thee with great vengeance and furious anger those who attempt to poison and destroy my brothers. And you will know I am the Lord when I lay my vengeance upon you.

Ezekiel 25:17

இதேபோல் *கமீனே*விலும் வசனம் மிக முக்கியமான இடத்தைப் பிடித்திருக்கிறது. சாதாரண கேங்ஸ்டர் படங்களிலிருந்து *கமீனே*வை வித்தியாசப்படுத்தும் அம்சங்களில் குறிப்பிடத் தக்கதாக இருப்பவை இரண்டு விஷயங்கள்: வசனம் மற்றும் இசை. இந்த இரண்டையுமே இந்தப் படத்தின் இயக்குனர் விஷால் பரத்வாஜே செய்திருக்கிறார் என்பதை இங்கே கவனிக்க வேண்டும். ஸ்வீட்டியின் அண்ணன் மும்பையின் தாதாக்களில் ஒருவன். மராத்தி மொழி வெறியன். அவன் மராத்தியிலும் இந்தியிலும் பேசும் வசனங்களும், சிலேடை மொழிகளும் அபாரமானவை.

ஏற்கனவே *தேவ்.டி*, *குலால்* என்ற இரண்டு படங்களின் அதி விசேஷமான, வித்தியாசமான இசை பற்றி எழுதியிருக்கிறேன். அதை ஒட்டியே *கமீனே*வின் இசையையும் எடுத்துக்கொள்ள வேண்டும். பரீட்சார்த்த ரீதியிலும் அதே சமயம் கேட்பதற்கும் இனிமையாக புதுவிதமான இசையை உருவாக்கி, பாடியும் இருக்கிறார் விஷால் பரத்வாஜ். ஏற்கனவே குல்ஸார் இயக்கிய *மாச்சிஸ்* என்ற படத்துக்கு இசையமைத்தவர் இவர். இந்திய அரசியலில் தீவிரவாதம் பற்றிய மொண்ணையான புரிதல்களோடு எடுக்கப்பட்டு வரும் மணி ரத்னம், கமல்ஹாசன் போன்றவர்களின் படங்களோடு நாம் இந்த *மாச்சிஸ்* படத்தை ஒப்பிட்டுப் பார்க்க வேண்டும். அது தவிர *சத்யா, சாச்சி 420* போன்ற பல படங்களுக்கும் இசையமைத்திருக்கிறார் விஷால். (*குலால்* படத்தின் இசையமைப்பாளரான பியூஷ் மிஷ்ரா பற்றி நான் எழுதியிருந்ததை இங்கே நீங்கள் ஞாபகப்படுத் திக்கொண்டால் இந்தி சினிமாவில் நடந்து வரும் புரட்சிகரமான மாற்றங்களைப் பற்றி நாம் இன்னும் சரியாகப் புரிந்துகொள்ள முடியும்.)

இசையமைப்பாளராக இருந்த விஷால் பரத்வாஜ் எட்டு ஆண்டுகளுக்கு முன்பு திருவனந்தபுரத்தில் நடந்த ஒரு சர்வதேசத் திரைப்பட விழாவில் திரையிடப்பட்ட போலிஷ் இயக்குனர் கீஸ்லோவ்ஸ்கியின் படங்களைப் பார்த்துவிட்டுத்தான் திரைப்படங்களை இயக்க வேண்டும் என்று இறங்கியிருக்கிறார். மாக்பெத்தை அடிப்படையாகக் கொண்ட *மக்பூல் (2003)* இவரது இயக்கத்தில் வந்த முதல் முழுநீளப் படம். இந்தப் படத்தில் பியூஷ் மிஷ்ரா காக்கா (ஷேக்ஸ்பியரில் Banquo) என்ற பாத்திரத்தில் நடித்திருப்பார். இதன் இசை விஷால் பரத்வாஜ்.

இதை அடுத்து *ப்ளூ அம்ப்ரெல்லா* என்ற சிறுவர் படத்தை இயக்கினார் விஷால் பரத்வாஜ். இந்தப் படம் பற்றி வேறு ஒரு பத்திரிகையில் ஏற்கனவே எழுதியிருக்கிறேன். அடுத்து, ஒதெல்லோவைத் தழுவி *ஓம்காரா* என்ற படத்தை இயக்கினார் விஷால். இதற்கும் இவரே இசை.

தேவ்.டி, குலால் இயக்குனர் அனுராக் காஷ்யப் இயக்கிய *நோ ஸ்மோக்கிங்* படத்துக்கும் இசையமைத்தவர் விஷால் பரத்வாஜ்தான்.

இந்தி சினிமாவில் எந்த அளவுக்கு ஒருவருக்கொருவர் ஒன்றிணைந்து செயல்படுகிறார்கள் என்பதையும், உலக சினிமாவின் தொடர்ச்சியாகவும் அதற்கு இணையாகவும் இயங்குகிறார்கள் என்பதையும் நாம் இங்கே அவதானிக்க வேண்டும். ஆனால் தமிழில் நல்ல படங்களை உருவாக்குபவர்கள் உலக சினிமா பற்றிய அக்கறை கொண்டிருக்கிறார்களா என்று தெரியவில்லை. அப்படி இருந்தால் *சுப்ரமணியபுரம்* என்ற அருமையான படத்தை இயக்கிய சசிகுமார், *நாடோடிகள்* என்ற டி. ராஜேந்தர் பாணி படத்தில் நடித்திருக்க முடியுமா என்ற சந்தேகம் எழுகிறது. துரதிர்ஷ்டவசமாக உலக சினிமா பற்றி பிரமிக்கத்தக்க அறிவுள்ள சில பல தமிழ் சினிமாக்காரர்களின் சினிமாவில் அதற்கான எந்த அறிகுறியும் தெரியவில்லை. மாறாக, உலக சினிமாவிலிருந்து ஓரிரண்டு காட்சிகள் மட்டுமே இட மாறுதல் செய்யப்படுகின்றன.

இவ்வளவையும் தமிழ் சினிமா பற்றி அக்கறை கொண்டவர்களின் பார்வைக்கு முன்வைக்கிறேன்.

அல்லா ஜானே...

மலையாளப் பத்திரிகையான *மாத்ரு பூமியில்* ஒருமுறை தமிழ் சினிமா பாடல்களைப் பற்றி ஒரு தொடர் கட்டுரை எழுத முடியுமா என்று கேட்டார்கள். ஏற்கனவே எக்கச்சக்கமான வேலைப்பளுவினால் தலை எது கால் எது என்று புரியாத நிலையில் குழம்பிக்கொண்டிருந்ததால் 'பிறகு பார்க்கலாம்' என்று சொல்லிவிட்டேன். வாஸ்தவத்தில் தமிழ் சினிமா பாடல்கள் பற்றி மூன்று தொகுதிகள் வரும் அளவுக்கு எழுதலாம். அவ்வளவு விஷயங்கள் கொட்டிக் கிடக்கின்றன.

தமிழ் சினிமா பாடல் என்றால் நான் பி.யு. சின்னப்பா, பாகவதர் என்று போய்விடுவேன். அங்கிருந்து துவங்கி கே.வி. மகாதேவன், விஸ்வநாதன் - ராமமூர்த்தி வரை வந்து அங்கேயே வண்டி நின்று விடும். அதற்குப் பிறகு ஒவ்வொரு இசையமைப்பாளரிடமிருந்து ஓரிரு பாடல்கள் மட்டுமே.

சமீபத்தில் என்னுடைய விருப்பத்திற்குரிய தமிழ் சினிமா பாடல் திரட்டைக் கண்ணுற்ற நண்பர் ஒருவர் அதிர்ந்து போனார். காரணம், சமகால இசையமைப்பாளர்களில் இடம் பெற்றிருந்தவர்கள், நான் தொடர்ந்து விமர்சித்து வரும் இளையராஜா (*ஹே ராம்*: நீ பார்த்த பார்வைக்கொரு நன்றி, *குணா*: கண்மணி அன்போடு), ஹாரிஸ் ஜெயராஜ், யுவன்

ஷங்கர் ராஜா என்றுதான் இருந்ததே தவிர அதில் ஏ.ஆர். ரஹ்மானின் பெயர் இல்லை. ஏனென்றால், எனக்கு ரஹ்மானின் இந்திப் பாடல்கள் தான் பிடிக்கும் (உ-ம்: *தில்லி 6*). ஆனால் தங்கள் முதல் படத்திலேயே ரஹ்மானையும் தாண்டிவிட்ட இசையமைப்பாளர்கள் என நான் கொண்டாடுவது தேவ்.டியின் அமித் திர்வேதியும், குலாலின் பியுஷ் மிஷ்ராவும். காரணம், இவர்களின் இசையில் உள்ள பின்நவீனத்துவத் தன்மை.

சமீபத்தில் *கமீனே* என்ற இந்திப் படம் பார்த்தேன். இயக்குனர் விஷால் பார்த்வாஜ். இப்படத்தின் இசையமைப்பாளரும் அவரே. இதில் மொஹித் செளஹான் பாடிய 'பெஹ்லி பார் மொஹ்பத் கீஹை; ஆக்ரி பார் மொஹபத் கீஹை' (இதுதான் என் முதல் காதல்; இதுதான் என் கடைசிக் காதல்) என்ற ஒரு பாடல் வருகிறது. குல்ஸார் எழுதிய இந்தப் பாடலை தினமும் ஒரு 20 தடவையாவது கேட்டுக்கொண்டிருக்கிறேன். அவ்வளவு பிரமாதமான பாடல். இதைப் பாடிய மொஹித் செளஹான்தான் தில்லி-6 இல் மஸாக்களி பாடலைப் பாடியது. இந்தி சினிமா இசை இப்படி எந்தெந்த திசையிலோ பயணம் செய்துகொண்டிருக்கிறது.

ஆனால் தமிழ் சினிமா இசையோ மிகவும் பிற்போக்குத்தனமாக இருக்கிறது. இசையமைப்பாளர்களுக்கு இன்றைய இளைஞர்களின் வாழ்வு பற்றியோ, அவர்களின் ரசனை பற்றியோ எதுவும் தெரியவில்லை. உலக இசை இன்று எந்தெந்த இடங்களைத் தொட்டுள்ளது என்று தெரியவில்லை. இசை ரசனையைப் பொறுத்தவரை நான் ஒரு வெளி ஆள். இசை என்னுடைய தொழில் அல்ல. இசைக்கு நான் ஒரு ரசிகன். அவ்வளவுதான். ஆனால் நான் சந்திக்கும் இசையமைப்பாளர்களிடம் நான் கேட்டுக்கொண்டிருக்கும் இசைக் கலைஞர்களின் பெயர்களைச் சொன்னால் அந்தப் பெயர்கள் அனைத்தும் அவர்களுக்குப் புதிதாக இருக்கிறது. ஆனால் நான் குறிப்பிடும் இசைக் கலைஞர்களெல்லாம் உலக அளவில் மிகவும் பிரபலமானவர்கள். உதாரணமாக, ஷாப் ஹாஸ்னி, ஷாப் மாமி, நான்ஸி அஜ்ரம்...

ஒரு இசையமைப்பாளருக்கு இசைதானே தொழில்? அப்படி இருக்கும் போது ஒரு எழுத்தாளனான எனக்குத் தெரிந்த பெயர்கள் கூட அவர்களுக்கு எப்படித் தெரியாமல் இருக்க முடியும்? சமகாலத்து உலக இசையின் பரிணாமங்களைத் தெரிந்துகொள்ளாமல், இன்றைய ரசனைக்கு ஏற்றபடி எப்படி இசை அமைக்க முடியும்?

அதனால்தான் பல நல்ல திரைப்படங்களின் பாடல்கள் சகிக்க முடியமால் இருக்கின்றன. உதாரணம்: *சீனி கம்.* காரணம், இதன் இசையமைப்பாளர் தமிழ் சினிமாவைச் சேர்ந்தவர். சமீபத்தில் ஒரு திரைப்படத்தின் பாடல் வெளியீட்டு நிகழ்ச்சிக்கு சென்றிருந்தேன். அதன் இயக்குனர் மாற்று சினிமாவை உருவாக்க முயற்சிப்பவர்களுள் முக்கியமானவர். ஆனால் இசையும் பாடல் வரிகளும் மிகச் சாதாரணமாக இருந்ததை வருத்தத்துடன் கவனித்தேன். இசையும் பாடல்களும் அந்த இயக்குனரின் ஆழ்ந்த ஈடுபாட்டுக்குக் கொஞ்சமும் நியாயம் செய்வதாக இல்லை.

இசையமைப்பாளர்களை விட தமிழ்ப் பாடலாசிரியர்களின் தரம் இன்னும் படு பாதாளத்தில் கிடக்கிறது. வெறுமனே காலியிடங்களை வார்த்தைகளால் இட்டு நிரப்புகிறார்கள். சீரும் சிறப்பும் மிக்க பாரம்பரியம் கொண்ட தமிழ் சினிமா பாடல்களின் தற்போதைய நிலை மிகவும் அவலமானதாய் இருக்கிறது. கண்ணதாசன், பட்டுக் கோட்டை கல்யாணசுந்தரம் போன்ற கவிஞர்களால் செழுமைப்படுத்தப்பட்ட தமிழ் இன்றைய பாடலாசிரியர்களால் குரூரமாக வன்கலவி செய்யப்படுகிறது என்றே சொல்லலாம். சமீபத்திய உதாரணம், *கந்தசாமி.* அதில் இடம்பெறும் சில பாடல்களின் வரிகள் இவை:

1. என் பேரு மீனாகுமாரி
என் ஊரு கன்யாகுமாரி
போலாமா குதிரை சவாரி

2. எக்ஸ்க்யூஸ் மீ மிஸ்டர் கந்தசாமி
ஒரு காஃபி குடிப்போம்
கம் வித் மீ
ஹாட்டா கோல்டா நீயே தொட்டுப் பாரு

3. இந்தியப் பொண்ணு தாங்கோ
இத்தாலி கண்ணு தாங்கோ
நானொரு மின்னல் தாங்கோ

என் மேனியே மேக்னட் தாங்கோ
தில் இருந்தா என்னைப் போடுங்கோ

'போடுங்கோ' என்றுதான் என் காதில் விழுந்தது. வேறு வார்த்தையாகவும் இருக்கலாம்.

இதைத்தான் காலியிடங்களை நிரப்புதல் என்று சொன்னேன். ஆனால் நாற்பது ஐம்பது ஆண்டுகளுக்கு முன்பு தமிழ் சினிமாப் பாடல் எப்படி இருந்தது என்று இந்தக் காலி டப்பா பாடலாசிரியர்களுக்குக் கொஞ்சமாவது தெரியுமா? 1960இல் வந்த *ஆளுக்கொரு வீடு* என்ற படத்தில் பி.பி. ஸ்ரீனிவாஸ் பாடிய “அன்பு மனம் கனிந்த பின்னே அச்சம் தேவையா? அன்னமே நீ இன்னும் அறியாத பாவையா?” என்ற பாடலை நீங்கள் கேட்டிருக்கலாம். இதை எழுதிய பட்டுக்கோட்டை கல்யாணசுந்தரம் 29 வயதிலேயே இறந்துவிட்டார். அப்படி இல்லாதிருந்தால் கண்ணதாசன் என்ற அற்புதமான கவிஞன் அளவுக்கு பட்டுக்கோட்டை கல்யாணசுந்தரத்தின் பெயரும் பிரபலமாகி இருக்கும்.

அதேபோல் என்.ஸி. வசந்த கோகிலமும் 32 வயதிலேயே இறந்து போகாதிருந்தால் எம்.எஸ். சுப்புலட்சுமி இவ்வளவு தூரம் பிரபலமாகி இருப்பாரா என்பதும் சந்தேகம்தான். வசந்த கோகிலம் இறந்த ஆண்டு 1951. சுத்தானந்த பாரதியின் பல பாடல்களைப் பாடியிருக்கிறார் இவர். *ஹரிதாஸில்* தியாகராஜ பாகவதருக்கு மனைவியாக நடித்துப் பாடியிருக்கிறார். இவர் பாடிய மற்றொரு அருமையான சுத்தானந்த பாரதி பாடல் இது:

நித்திரையில் வந்து நெஞ்சினில் இடம் கொண்ட உத்தமன் யாரோடி...

இதுபோன்று நூற்றுக்கணக்கான பாடல்களை சொல்லிக்கொண்டே போகலாம். இப்படிச் சொல்வதில் என்னையும் வண்ணதாசனோடு முடிச்சுப் போடும் ஆபத்து இருக்கிறது. அதுபோன்ற நாஸ்டால்ஜியாவை நான் சொல்லவில்லை. இன்றைய வாழ்க்கை, இன்றைய காதல் எல்லாமே மாறிப் போய்விட்டது. *கமீனே* படத்திலிருந்து ஒரு உதாரணம். காதலி கர்ப்பமாகிவிடுவதைக் கண்டு அதிர்ச்சி அடையும் காதலன் அவளிடம் “உன்னிடம் எத்தனை முறை சொன்னேன் காண்டம் பயன்படுத்துகிறேன் என்று. நீதானே ‘நான் ஹோம் சயின்ஸில்’ கில்லாடி என்று சொல்லி என்னை ஏமாற்றினாய்?” என்று கத்துகிறான். ஏனென்றால், அவனுக்கு எதிர்காலம் பற்றிய ஏராளமான கனவுகள் இருக்கின்றன. இவள்தான் இது சேஃப் பீரியட், நாம் செக்ஸ் வைத்துக்கொண்டால் ஒன்றும் ஆகாது என்று சொல்லி இந்த நிலைக்குக் கொண்டுவந்தவள்.

“சரி, இப்போது அபார்ஷன் செய்து கொள்வதைத் தவிர வேறு வழியில்லை” என்கிறான் அவன்.

"அப்படியானால் இது மூன்றாவது அபார்ஷனாக இருக்குமே; பண்ணலாமா? அது சாத்தியப்படுமா?" இது காதலி.

"அய்யய்யோ... மூன்றாவது அபார்ஷனா? அப்படியானால் மற்ற இரண்டு?"

"இப்படிக் கத்துவாய் என்றுதான் அதை உன்னிடம் சொல்லவில்லை."

இதுதான் இன்றைய காதல். என்றாலும் மனித உணர்வுகள் ஆயிரம் ஆண்டுகளானாலும் மாறுவதில்லை; ஒரே விதமாகத்தான் இருக்கும் என்பதற்கு அவர்கள் பாடும் 'பெஹ்லி பார் மொஹ்பத் கீ ஹை; ஆக்ரி பார் மொஹ்பத் கீ ஹை' என்ற பாடல் உதாரணம்.

உலகின் காதல் காவியங்களில் ஒன்றாகக் கருதப்படும் *ரோமியோ ஜூலியட்டை* எடுத்துக்கொள்வோம். ரோமியோ ஜூலியட்டை சந்திக்கும் முன் வேறொரு பெண்ணைத்தான் காதலித்துக் கொண்டிருக்கிறான். ஆனால் ஜூலியட்டைப் பார்த்ததும் இவள்தான் நம்முடைய பெண் என்று அவனுக்குத் தோன்றிவிடுகிறது.

ஆக, என்னதான் கால மாற்றங்கள் நடந்தாலும் மனித உணர்வுகள் மாறுவதில்லை என்ற அர்த்தத்தில்தான் நான் வெறும் நாஸ்டால்ஜியாவைப் பேசவில்லை என்று குறிப்பிட்டேன்.

இவ்வளவும் இன்னும் பல விஷயங்களும் கமல்ஹாசனின் *உன்னைப் போல் ஒருவன்* படத்தின் பாடல்களைக் கேட்டபோது ஞாபகம் வந்தது.

கண்ணதாசனும், பட்டுக்கோட்டையும் நடை போட்ட ராஜபாட்டையில் வைரமுத்துவும் அவர்களுக்கு ஈடாகவே நடந்து கொண்டிருந்தார். சங்க இலக்கியத்திலிருந்து இன்றைய ஞானக்கூத்தன், ஆத்மாநாம் வரை அவருடைய குருதிக்குள் ஓடிக்கொண்டிருந்தது. அதனால்தான் *ஆய்த எழுத்து*வில் அவரால் சொல்லையே மந்திரமாக மாற்ற முடிந்தது. ஆனால் செல்வராகவனின் *ஆயிரத்தில் ஒருவனைக்* கேட்கும் போது அவருக்கும் ஒரு தேக்கநிலை வந்துவிட்டது போல் தோன்றுகிறது. பாடலாசிரியர் தாமரை காதல் பாடல்களில் மட்டுமே சோபிக்கிறார். மற்றவர்களெல்லாம் ராஜபாட்டையில் குறுக்கும் நெடுக்குமாக எலிக்குஞ்சுகளைப் போல் மிரட்சியுடன் ஓடிக்கொண்டிருக்கிறார்கள்.

திரைப்படப் பாடலை செழுமைப்படுத்த வேண்டுமெனில் அதில் ஈடுபடுபவருக்கு தத்துவம், சமூகம், கலாச்சாரம் போன்ற துறைகளில் கூர்த்த மதியும், தெளிந்த சிந்தனையும் தேவை. இவை இல்லாவிட்டால் குறைந்தபட்சம் அவருடைய மொழி சார்ந்த இலக்கியம் அவருடைய உயிரோடும் மூச்சோடும் இரண்டறக் கலந்திருக்க வேண்டும். கண்ணதாசனிடம் மேற்கண்ட இரண்டுமே இருந்தன. வைரமுத்துவிடம் இருந்தது இரண்டாவது.

அதே போல் கமல் டாடி போன்ற மூத்த தலைமுறையினருடன் இணைந்து பணிபுரிந்தாலும் ஷ்ருதி ஹாசன் தனது முதல் படத்திலேயே தமிழ்ச் சூழலுக்கு மிகப் புதியதான, இளைய தலைமுறையினருக்கான இசையை வழங்கியிருக்கிறார். அவருடைய குரலைக் கேட்கும்போது என்.ஸி. வசந்த கோகிலத்தின் பின்நவீனத்துவ வாரிசோ, அவர் ஆரம்பித்துத் தொடராமல் விட்டதைப் பூர்த்தி செய்யவந்த பெண்ணோ என்றெல்லாம் தோன்றுகிறது.

உன்னைப் போல் ஒருவனில் ஷ்ருதி ஹாசன் சிருஷ்டித்திருக்கும் பாடல்களைக் கேட்டபோது எனக்கு 17 ஆண்டுகளுக்கு முன்பு ஏ.ஆர். ரஹ்மான் தமிழ் சினிமா இசையில் ஏற்படுத்திய புரட்சிகரமான மாற்றம் ஞாபகம் வருகிறது. ரஹ்மானுக்கு முன்னால் - 80களில் - தமிழ் சினிமா இசை ஒரு குறிப்பிட்ட pattern-க்குள் மாட்டிக்கொண்டிருந்தது. அதேபோல் என்னதான் ஹாரிஸ் ஜெயராஜும், யுவன் ஷங்கர் ராஜாவும் பல அருமையான பாடல்களைக் கொடுத்தாலும் அவர்களின் பாணியும் தமிழ் சினிமா இசைக்குரிய ஒரு pattern-க்குள்ளேயே இயங்குவதைத்தான் நாம் பார்க்கிறோம். இங்கே நான் சொல்வதை சரியாக விளங்கிக்கொள்ள வேண்டுமானால் *தேவ்.டி*யிலும், *குலால்*-இலும் இடம் பெறும் பாடல்களுக்கும் மற்ற இந்தி சினிமாப் பாடல்களுக்கும் உள்ள வித்தியாசத்தைக் கவனித்துப் பாருங்கள்.

தில்லி-6 இன் பாடல்களை நீங்கள் ரசிக்கலாம். அது ஒரு அற்புதம்தான். ஆனால் *தேவ்.டி*, *குலால்* பாடல்கள் இந்தி சினிமா இதுவரை பார்த்திராத வேறு ஏதோ ஓர் திசையில் சென்றிருக்கின்றன. அதற்கு முன்னால் இருந்த இந்திப் பாடல்களுக்கும் இந்த இரண்டு படங்களின் பாடல்களுக்கும் எந்த சம்பந்தமும் இல்லை. அது வேறு; இது வேறு. அதே

போல், இதுவரையிலான தமிழ் சினிமா பாடல்களுக்கும் ஷ்ருதி ஹாசன் உருவாக்கியிருக்கும் பாடல்களுக்கும் எந்த சம்பந்தமும் இல்லை. இது வேறோர் திசையில் நடந்திருக்கும் பாய்ச்சல். உதாரணமாக, உன்னைப் போல் ஒருவன் என்ற பாடலில் வரும் கிதார், 'வானம் எல்லை இல்லை' என்ற பாடலில் வரும் தவில், அல்லா ஜானேயில் வரும் நரம்புக் கருவிகள். உலக இசையை உள்வாங்கிய ஒருவரால்தான் வாத்தியக் கருவிகளை இந்த விதத்தில் பயன்படுத்த முடியும்.

அடுத்து, உன்னைப் போல் ஒருவனில் 'அல்லா ஜானே' என்ற பாடலைப் பாடியிருக்கும் கமல்ஹாசன் பற்றி எழுதியே ஆக வேண்டும். பாடுவதையே முழுநேரத் தொழிலாகக் கொண்ட பாடகர்களை விட நன்றாகப் பாடியிருக்கிறார் கமல். இது என்னை மிகவும் ஆச்சரியப்படுத்தியது. நான்கு பகுதிகளாக உள்ள 'அல்லா ஜானே'வின் முதல் பகுதியைப் பாடும்போது அவர் குரல் தேனாய் இழைகிறது. அந்தக் காலத்து பி.பி. ஸ்ரீனிவாஸின் குரலில் காணும் இனிமை அது. இவ்வளவு இனிமையான குரலை வைத்துக்கொண்டு அவர் இவ்வளவு காலம் என்ன செய்துகொண்டிருந்தார்? தமிழ் சினிமாவின் மிகச் சிறந்த பாடகரும், மிகச் சிறந்த சிரிப்பு நடிகருமான கமல் தன்னை ஒரு புத்திஜீவி என்று நினைத்துக் கொண்டு செய்யும் காரியங்கள் மிகவும் வருத்தத்தை ஏற்படுத்தக் கூடியவை. ஆனால் இந்தப் படத்தில் அவர் பாடியுள்ள பாடல்கள் அவரை ஒரு முதல்தரப் பாடகராக நிறுவுகின்றன.

'அல்லா ஜானே'விலும் ஒரு பிரச்சினை இருக்கிறது. முதல் பகுதியை தேனினும் இனிய nasal குரலில் பாடிவிட்டு 'வீடுகள் எங்கும் வேதனை நிழல்கள்' என்று தொடங்கும் இரண்டாம் பகுதியை கிட்டத்தட்ட சி.எஸ். ஜெயராமன் குரலில் பாட ஆரம்பித்துவிடுகிறார். அதே குரல்தான் 'பிள்ளைகள் நடுங்கும் பேய்களின் நடனம்' என்ற மூன்றாம் பகுதியிலும், 'வெல்பவர் இல்லா போர்கள் இங்கே' என்ற நான்காம் பகுதியிலும் தொடர்கிறது. கமல் தன் குரலில் பலவித மாயவித்தைகளைக் காட்டினாலும் இந்தப் பாடலில் அது பொருந்தவில்லை. முதல் பகுதியில் அவர் காட்டும் இனிமையான குரலிலேயே பாடல் முழுதும் தொடர்ந்திருக்கலாம். கைலாஷ் கேர் தில்லி-6 இல் 'மோலா' பாடலில் காட்டிய அற்புதத்தைக் காண்பிக்கக் கிடைத்த சந்தர்ப்பத்தை கமல் தவற விட்டுவிட்டார்.

இந்தப் படத்துக்காக கமலுக்கு சிறந்த பாடகருக்கான தேசிய விருதும், ஷ்ருதி ஹாசனுக்கு சிறந்த இசையமைப்பாளருக்கான தேசிய விருதும், மனுஷ்ய புத்திரனுக்கு சிறந்த பாடலாசிரியருக்கான தேசிய விருதும் கிடைக்கும். கிடைக்க வேண்டும் என்று வாழ்த்துகிறேன்.

11.09.2009

Alejandro Jodorowsky: The Psychomagician

புனிதமலை தயாரிப்பின் போது படப்பிடிப்பு நடந்துகொண்டிருந்த இடங்களில் ஜொடரோவ்ஸ்கியிடம் எடுக்கப்பட்டு பின்னர் Penthouse பத்திரிகையில் வந்த பேட்டி:

உங்களைப் பலரும் பைத்தியக்காரன் என்கிறார்களே?

சில சமயங்களில் நானும் என்னை அப்படி உணர்ந்திருக்கிறேன். இங்கே நான் என்ன செய்து கொண்டிருக்கிறேன் என்று கேட்டுக் கொள்வேன். ஏனென்றால், எதார்த்தம் (reality) என்பது எதார்த்த மில்லாததாகவும் (unreal), இதனுள் என் இருப்பு மிக ஆச்சரியமான ஒன்றாகவும் தோன்றும். எனக்கு ஒரு மனம், ஒரு ஈரல், ஒரு இதயம் எல்லாம் இருக்கிறது. ஆனாலும் அது எதார்த்தம் அல்ல. நான் என்பது என்ன? நான் சிந்திப்பதே நான். சிந்திக்கும் மனிதன். யாராவது என்னைப் பைத்தியம் என்று சொன்னால், நான் ஆமாம் என்றுதான் சொல்வேன். இந்த கிரகத்திலுள்ள எல்லா மனிதர்களைப் போலவும் நானும் ஒரு பைத்தியக்காரன். மனிதம் என்பதே முழுமுற்றான ஒரு பைத்திய நிலையில்தான் இருந்து கொண்டிருக்கிறது. ஒருநாள் என்னுடைய நான் நான் எவ்வளவு தூரம் பைத்தியம் பிடித்துக் கிடக்கிறேன் என்பதைக் கவனிக்கும் போது, நான் அன்புடனும் கருணையுடனும் சிரிப்பேன். ஏனென்றால், நீங்கள் எந்த அளவுக்குப் பைத்தியம்

என்பதை நீங்களே பார்க்க முடிகிறது அல்லவா? அதனால் கருணை உண்டாகிறது. நான் பைத்தியமாக இருப்பது பற்றி என் மீது எனக்கு மிகுந்த இரக்கவுணர்வு உண்டு.

உங்களுக்குத் திடீரென்று கடும் கோபம் வருகிறது. அதில் எவ்வளவு தூரம் உண்மை? எவ்வளவு தூரம் நடிப்பு?

தண்ணீர் ஓடுவதைப் பாருங்கள். அதன் ஓட்டத்தை ஒரு கல் தடை செய்தால், தண்ணீர் அந்தக் கல்லை எதிர்க்கிறது. அதைத் தன்னுடன் இழுத்துக்கொண்டு போகிறது. எந்தச் சூழ்நிலையாக இருந்தாலும் என்னை ஒரு கல் தடுக்கும்போது என் வழியிலிருந்து அதை அகற்றுவதற்காக நான் நிதானத்தை இழக்கிறேன். அடுத்த மனிதனிடம் எதிர்வினையை உண்டாக்குவதற்காகவே சண்டை போடுகிறேன். ஒரு குறிக்கோளை எட்டுவதற்காக, தன் வேலையைப் பார்த்துக் கொண்டிருக்கும் ஒருவரிடம் நான் எப்போதுமே கோபப்பட்டதில்லை.

சிலர் உங்கள் முயற்சிகளை நேர்மையானதாக எடுத்துக் கொள்வதில்லை. உங்களைப் புரிந்து கொள்ளாமல் இது என்ன விளையாட்டு என்றே கேட்கிறார்கள்.

என் படைப்புகளை நான் உருவாக்க ஆரம்பித்தபோது நான் ஒரு மனப்பிறழ்வு நிலையில் இருந்தேன். தத்துவம், கணிதம், பௌதிகம் ஆகியவற்றில் பட்டங்கள் பெற்றிருந்தேன். ஸந்த்தியாகோ பல்கலைக் கழகத்தில். ஆனால் சோம்பேறியாக இருந்தேன். சினிமாவுக்குப் போவது, பார்ட்டிகளுக்குப் போவது, கவிதை வாசிப்பது, இப்படி. ஆனால் பாடங்களைப் படிப்பதில்லை. பரீட்சைக்கு முன்னால் இரண்டு நாள் படித்துவிட்டு பிறகு மறந்துவிடுவேன். ஒருநாள் 'இதெல்லாம் சரியில்லை' என்று தோன்றியது. பொம்மைகளில் கவனம் செலுத்த ஆரம்பித்தேன். நாடகங்களுக்குத் தேவையான பொம்மைகளை உருவாக்கினேன். அதே சமயம், நான் பிரபலமாகவும் விரும்பினேன். ஏன் தெரியுமா? நான் நிரந்தரமானவன் அல்ல. சாகக்கூடியவன். இந்தப் பிரச்சினைக்கு விடை கிடைக்கவில்லை. எனவே, என்னுடைய தென்னமெரிக்கச் சூழலில் நான் பிரபலமாவதென்று முடிவு செய்தேன். வரலாற்றில் அழிந்துவிடாதபடி - வரலாற்றில் நிரந்தர இடம் பெறும்படி - வேலை செய்ய ஆரம்பித்தேன். அதுவே என் ஆட்டம். Fando & Lis. அடுத்து, El Topo... இப்படிக் கொஞ்சம் கொஞ்சமாக விளையாடினேன். இப்போது நான் மரணத்தைக் குறித்து அஞ்சவில்லை. இப்போது

எனக்கு நிம்மதியாக உள்ளது. El Topo வின் முடிவில், இந்த மனிதார்த்தப் பிரச்சினையில் நான் வெளிப்படையாக இருந்தேன். படிப்படியாக, புனித மலையில் நான் புகழ், பணம் போன்ற பிரச்சினைகளிலிருந்து விடுபட்டேன். புற உலகம் எனக்கு மறந்து போனது - நான் உருவாக்கிக்கொண்டிருந்த சினிமாவைத் தவிர. ஆனால் சினிமாவை உருவாக்குவதென்பது என் வாழ்வோடும் சம்பந்தப்பட்டது. என்னைப் பொறுத்தவரை சினிமாவுக்கும், வாழ்க்கைக்கும் எந்த வித்தியாசமும் இல்லை. அதோடு, சினிமா அல்ல - சினிமாவை உருவாக்குவதுதான் முக்கியமான விஷயம். அதுவே என் ஆட்டம். முழுமையான மனிதனாவதற்கான முயற்சி அது.

எல்லா காட்சியிலும் நான் விலங்குகளைப் பயன்படுத்தினேன். விலங்குகளின் அர்த்தத்தைப் புரிந்து கொள்ள விரும்பினேன். நாம் கூட்டு ஞாபகம் கொண்டவர்கள் என்பதால் விலங்குகளின் அர்த்தம் நமக்குள் சேகரமாகியிருக்கிறது. உதாரணமாக, நீர் யானையை எடுத்துக்கொள்ளுங்கள். எகிப்தியர்களுக்கு நீர் யானை ஒரு கடவுள். பூமியின் எடைக்குரிய கடவுள். எனவே, நான் ஒரு நீர் யானையைப் பயன்படுத்தும்போது ஒரு மனிதனின் நனவிலி மனம் என்ன நினைக்கும் என்று எனக்குத் தெரியும்.

'புனித மலை' நடிகர்களுக்கு அளிக்கப்பட்ட பயிற்சிகளைப் பற்றிக் கூறுங்கள்.

ஆம். நான் ஆசான்களைத் தேடிக்கொண்டிருந்தேன். ஏனென்றால் புனித மலையில் நான் ஆசான்களைப் பற்றிப் பேசுகிறேன். சில இந்திய யோகா குருமார்களிடம் யோகா பயின்றேன். பிறகு, ஒரு ஜென் குருவிடம் இரண்டு ஆண்டுகள் பயிற்சி பெற்றேன். படத்தைத் துவக்குவதற்கு முன்பு இந்த குருவிடம் நானும் என் படக்குழுவினரும் ஏழு நாட்கள் தூங்காமலிருக்கும் பயிற்சியைப் பெற்றோம். மிகப் பெரிய வேதனை அது. அதை முடித்துவிட்டு ஒரு மாதம் 'அரிக்கா' பயிற்சி. சில இந்து பயிற்சிகளும், ஜப்பானிய பயிற்சிகளும், எகிப்திய பயிற்சிகளும் சேர்ந்தது அந்த முறை. இதற்காக ஒரு குருவும் இருந்தார். அவரையும் நான் நன்கு அவதானித்தேன். ஏனென்றால், படத்தில் நான்தான் குருவாக நடிக்க வேண்டியிருந்தது.

நீங்கள் ஒரு குருவிடம் பயின்ற பிறகுதான் குருவிடம் பயின்று கொள்ள எதுவுமில்லை என்ற முடிவுக்கு வந்ததாகக் கூறியிருக்கிறீர்கள்.

ஆம். ஒரு குரு நமக்குக் கற்பிக்கக்கூடிய விஷயம் என்னவென்றால்,

நாம் நாமாகவே கற்றுக்கொள்வது எப்படி என்பதைத்தான். இதில் ரகசியம் எதுவுமில்லை. உங்களை விழிப்பூட்டுவதற்கு எந்த வழிமுறையும் கிடையாது. சில மூச்சுப் பயிற்சிகள் உள்ளன. இல்லையா? அந்த மாதிரிதான் என் குழுவிலுள்ள அத்தனை பேருக்கும் ஒரு மாதம் அரிக்கா பயிற்சி கொடுத்தேன். மற்றொரு மாதம், ஒன்றாக வாழ்ந்தோம். வெளியிலேயே செல்வதில்லை. தினமும் நான்கு மணி நேரம்தான் உறங்கினோம்.

அவர்களிடம் அது பாதிப்பை ஏற்படுத்தியதா?

நான் மேலே குறிப்பிட்ட சூழ்நிலையில் நான்கு மாதங்கள் ஒன்றாக வாழும்போது அது பாதிப்பை ஏற்படுத்தாமல் இருக்குமா? De Bono என்ற எழுத்தாளரை உங்களுக்குத் தெரியும் அல்லவா? அவர் ஒரு அற்புதமான ஆள். அவர் சொல்கிறார்: "ஒரு மனிதன் கால்ஃப் விளையாட்டைக் கற்றுக்கொள்ள எவ்வளவோ நேரத்தை செலவு செய்கிறான். ஆனால், தன் மனதை இயக்குவதற்கு சிறிது நேரத்தைக்கூட ஒதுக்குவதில்லை." நாங்கள் ஒரு குழுவாகச் செயல்பட்டோம். ஒருங்கிணைந்த பயிற்சியே ஒரு குழுவை உருவாக்குகிறது. நாங்கள் சகோதரர்களைப்போல் இருந்தோம். அதை நீங்கள் படத்தில் காண்பீர்கள்.

தனிப்பட்ட ஹீரோ என்ற கருத்து என்ன ஆயிற்று?

அது ஒரு ஹாலிவுட் கண்டுபிடிப்பு. நான் ஒரு கூட்டு மனிதனைப் பற்றியே யோசிக்கிறேன். மனிதனே மனித சமூகம். புனித மலையில் நான் ஒரு கூட்டத்தையே ஹீரோ ஆக்கினேன். அதில் 12 பேர் இருந்தார்கள். 10 பேர் சூரியக் குடும்பம். இரண்டு பேர் Zodiac. பிறகு, நாங்கள் ஒரு குழுவாக இணைந்து எங்கள் சாகசப் பயணத்தைத் துவங்கினோம். நாங்கள் எந்தவித ஆத்ம விசாரத்தையும் தேடிப் போகவில்லை. உள்ளார்ந்த மனிதார்த்தத்தையே நாங்கள் தேடினோம். ஃப்ராய்டுக்கும் யுங்குக்கும் உள்ள வேறுபாட்டைப் பார்த்தால் நான் சொல்ல வருவதை நீங்கள் தெளிவாக விளங்கிக்கொள்ளலாம். ஃப்ராய்ட் தனிமனித மனதை ஆய்வு செய்கிறார். யுங் தேடுவதோ கூட்டு நனவிலி மனம். நான் யுங்கின் நிலைப்பாட்டை எடுப்பவன். Wilhelm Reichஇன் நிலைப்பாடு அது. தனிமனிதனை செழுமைப்படுத்து வதன் மூலம் நாம் சமூகத்தை செழுமைப்படுத்தலாம் என்றார் ராய்க்.

நீங்கள் - அதாவது, அலெஹாந்த்ரோ ஹொடரோவ்ஸ்கி - ஒரு தனி மனிதவாதி என்ற வகையில் இதுபற்றி நீங்கள் இன்னும் சற்று விளக்கியாக வேண்டும்.

நாம் அனைவருமே தனித் தனி மனிதர்கள் என்பதை நான் ஒப்புக் கொள்கிறேன். ஆனால் எல்லா ரகசிய போதனைகளும் objective மனிதனையே தேடிக் கொண்டிருக்கின்றன; Subjective மனிதனை அல்ல. இதுதான் *புனித மலையின்* கரு. Subjectivityயைக் கொல்லுதல், என்னையே பிரபஞ்ச மனிதனாக உணர்தல்.

உங்களை ஒரு கருவியாக உணர்கிறீர்கள்?

ஆம். உலகிலுள்ள எல்லா கவிஞர்களையும், ஞானிகளையும் போல. பிரபஞ்ச ஒழுங்கை எதிர்க்க முடியுமா? உங்களையே நீங்கள் எதிர்த்துக் கொள்ள முடியுமா?

இன்றைய நவீன மனிதனின் வேதனைகளில் ஒன்றான 'தனிமை'யை உங்களுடைய கூட்டு மனிதன் எப்படி எதிர் கொள்கிறான்?

ஒரு மனிதன் 'நான் தனியாக இருக்கிறேன்' என்று சொல்லும்போது அவன் அவனோடு இருப்பது பற்றி அவனுக்குத் தெரியவில்லை என்றுதான் அர்த்தமாகிறது. கூட்டு மனிதன் என்று சொல்லும்போது, அதிகமான மனிதர்களுடன் இருப்பது என்று அர்த்தமல்ல. ஒரு மனிதன் இந்த மனிதக்கூட்டத்தையே தனக்குள் உணர்கிறான் என்ற பொருளில் கூறுகிறேன். பிரபஞ்சம் என்பது ஒரு கட்டுமானம் என்று நீங்கள் கூறினால், ஒன்று, இந்தக் கட்டுமானத்திற்காகப் பாடுபடலாம்; அல்லது, இதை அழிக்கலாம். இதற்காகப் பாடுபடுவது என்று முடிவு செய்தால், நீங்கள் உங்களுக்காகப் பாடுபடுகிறீர்கள் என்று பொருள். கூட்டு மனிதனாக விரும்பினால், நீங்கள் ஒரு தியாகம் செய்ய வேண்டும். உங்கள் வாழ்க்கை, உங்கள் குடும்ப வாழ்க்கை எல்லாவற்றையும் இழக்க வேண்டிவரும். கூட்டு மனிதன் அவன் தனியாகவே வேலை செய்தாலும் - அவன் மனித சமூகத்திற்காகவே பாடுபடுகிறான். பலனை எதிர்பாராமல்.

பிரார்த்தனையில் இரண்டு விதமுண்டு. ஒன்று, ஏதோ ஒன்றைக் கேட்பது. இரண்டு, கொடுக்கப்பட்டுள்ள எல்லாவற்றிற்கும் நன்றி தெரிவிப்பது. இந்த இரண்டாவது வகையே, கூட்டு மனிதனின் வேலை. பிரபஞ்ச மனிதன் குற்றவுணர்வுள்ளவனாக இருக்க முடியாது. கடந்த காலம் முடிந்துவிட்டது. கர்மாவிடம் நீங்கள் இப்படிச் சொல்லலாம்: நான் உன்னை நேசிக்கிறேன். இந்த

நிலையை வந்தடைவதற்காகவே இவ்வளவு தப்பிதங்களும் நிகழ்ந்தன. நான் எதைச் செய்திருக்க வேண்டுமோ அதைச் செய்யாததற்குக் காரணம், இப்போது இருப்பது போல அப்போது நான் இல்லை என்பதுதான். நான் அப்போது கற்றுக்கொண்டிருந்தேன். போராடிக்கொண்டிருந்தேன். என்னை நான் உருவாக்கிக் கொண்டிருந்தேன். அது பற்றி நான் குற்றவுணர்ச்சி கொள்ள முடியாது. நான் செய்யக்கூடிய ஒரே விஷயம், அந்தத் தவறுகளை மீண்டும் செய்யாமலிருப்பதுதான். அந்தத் தவறுகளை நான் மீண்டும் செய்தால், குற்றவுணர்ச்சியால் பீடிக்கப்படுவேன்.

நோயிலிருந்து நீங்கள் ஆரோக்கியத்துக்கு மாறியாக வேண்டும். சமூகத்தின் நோய்களை நாம் சொஸ்தப்படுத்தவேண்டும்.

உங்கள் சினிமாவோடு ஒப்பிடும்போது உங்கள் குடும்பத்தின் முக்கியத்துவம் என்னவாக இருக்கிறது?

வாழ்க்கையில் நாம் எதைச் செய்தாலும் அது எல்லாவற்றுக்கும் சமமான முக்கியத்துவம்தான் இருக்கிறது என்று. என் சினிமா என்னெதிரே உள்ளது. அதைப் போலவேதான் என் குடும்பமும் - மற்றொரு தளத்தில், மற்றொரு சூழலில் இருக்கிறது. தெரியவில்லை. ஒருவேளை, வலேரி இதற்குப் பதில் சொல்லலாம். என் பிள்ளைகளுக்கு நான் கொடுக்க நினைக்கும் ஒரே விஷயம்: சந்தோஷம். வேறு எதுவுமில்லை. ஆப்பிள் மரம் அதன் பழங்களுக்கு சந்தோஷத்தைத் தர விரும்புவதில்லை. அது வெறுமனே ஆப்பிள்களை உண்டு பண்ணுகிறது. குடும்பத்தில், நான் குடும்பத்தை உண்டாக்குகிறேன். சினிமாவில், நான் சினிமாவை உருவாக்குகிறேன். சினிமாவில் ஏகப்பட்ட பிரச்சினைகள் உள்ளன. குடும்பத்தில் அப்படியில்லை. குடும்பத்தில் நான்கு அல்லது ஐந்து பேர்தான். சினிமாவில் 5000 பேர்; 10000 பேர் அது மிகவும் சிரமம். ஆனால் சினிமாவை விடவும் குடும்பத்தை விடவும் சிரமமானது, உங்களை உருவாக்கிக்கொள்வதுதான். வாழ்க்கையில் மிகச் சிரமமான காரியம் அது ஒன்றுதான். உங்களோடு போராடுவது. பயங்கரமான வேலை அது. ஒருவேளை நான் ஒரு கலைஞன் என்பதால் எனக்கு இப்படித் தோன்றுகிறதோ என்னவோ, தெரியவில்லை. சினிமாவை உருவாக்கும்போது என் உணர்வுகள் மிகவும் பலஹீனமாக இருக்கும். எதைச் செய்யப் போகிறோம், எப்படிச் செய்யப்போகிறோம் என்ற பதற்றத்திலேயே போகும்.

சுய அழிவு என்பது கணிசமாக நடந்து கொண்டிருக்கும் ஒரு சமூகத்தில், உங்களுடனான போராட்டத்தில் நீங்கள் வெல்வது கடினம். இந்தச் சுய அழிவு என்னிடம் மிக வலிமையாக உள்ளது. இதை எதிர்த்து நான் தினமும் போராடவேண்டியுள்ளது. நான் ஏன் இன்னமும் விழிப்பு நிலையை எய்தவில்லை. ஏன் இன்னமும் குழந்தையாகவே இருக்கிறேன் என்று சதா சர்வகாலமும் என்னை நான் கேட்டுக்கொள்கிறேன். புத்தர் எப்படியிருந்தார், ஒரு ஜென் துறவி எப்படியிருந்தார் என்றெல்லாம் படிக்கும்போது வருத்தம் மேலிட நான் எனக்குள் போராடுகிறேன். நான் அழ விரும்புகிறேன். தினசரிகளால் பாதிக்கப்படக் கூடாது என்று போராடுகிறேன். தினந்தோறும் செய்தித்தாள்கள் என்னை அவமானப்படுத்துகின்றன. தினந்தோறும் இந்த சமூகத்துடன் எனக்கு ஒரு புதிய பிரச்சினை முளைக்கிறது. ஒரு முழுமையான மனிதனாக இருப்பது மிகவும் சிரமமமானதாக உள்ளது. எனவே, இதையெல்லாம் விட சினிமா சற்று சுலபமானதுதான். என்னை உருவாக்குவதுதான் பயங்கரமான விஷயம். குடும்பம் அவ்வளவு பயங்கரமானது அல்ல.

நீங்கள் எப்படிப்பட்ட தந்தை?

நான் எப்படிப்பட்ட தந்தை, எப்படிப்பட்ட கணவன் என்று வலேரி தான் கூறமுடியும்.

வலேரி: *அவரை ஒரு தந்தை என்று சொல்லமுடியுமா என்று தெரியவில்லை. குழந்தைகளுடன் அவர் செலவிடுவது மிகச் சிறிய நேரம்தான். ஆனால் அந்தச் சமயத்தில் அது முழு ஈடுபாட்டோடு இருக்கும். சினிமா வேலையில் இருக்கும் போது வாரத்தில் இரண்டு முறை குழந்தைகளுடன் 15 நிமிடம் அல்லது அரை மணிநேரம் செலவிடுவார். குழந்தைகளுக்கு மிகப் பிடித்த நேரம் அது. ஏனென்றால் அவரும் குழந்தைகளோடு குழந்தையாகிவிடுவார். அவர் குழந்தைகள் மீது எதையும் திணிக்க மாட்டார்.*

தாய் தகப்பன் என்ற விஷயங்களையெல்லாம் நான் தாண்டி வந்துவிட்டேன். குழந்தைகள் எங்களை அலெஹாந்தரோ என்றும், வலேரி என்றும்தான் அழைக்கிறார்கள். அதிகாரத்தைத் துறந்துவிட்டேன். அவர்களுக்குப் பிடித்தவாறு அவர்கள் உடுத்திக்கொள்ளலாம். அவர்களுக்குப் பிடித்த பள்ளியில் படிக்கலாம். அவர்களுடைய தந்தையை விரும்ப வேண்டுமென்று தோன்றினால் விரும்பலாம். அல்லது, வெறுக்கலாம். இங்கே

தாய் தந்தை என்று யாரும் கிடையாது. மகன்களோ, மகள்களோ கிடையாது. மனிதம் மனிதத்துக்கு உதவுகிறது. அதற்குமேல் எதுவுமில்லை. 'இது என் குழந்தை' என்று ஒரு தந்தை சொல்வதை நான் விரும்புவதில்லை. நமக்கு எதற்காக ஈகோ இருக்க வேண்டும்? ஒரு நல்ல குஞ்சைப் பொரிக்கும் அளவுக்கு, ஒரு முட்டையின் ஓட்டைப்போல் இருக்கவேண்டும். குழந்தையின் ஈகோ வலிமையானதாக இருந்தால்தான் பின்னாளில் அந்த ஈகோ வெற்றிடத்தையும் உருவாக்கமுடியும்.

வலேரி: *செக்ஸில் ஆக்ஸலுக்கு மிகவும் ஈடுபாடு உண்டு.*

அப்போது அவனுக்கு ஏழு வயது. ஐந்து வயதிலேயே அவனுக்கு அதில் ஈடுபாடு ஏற்பட்டுவிட்டது. அவனுக்கு பிடித்த புத்தகங்களில் ஒன்று: Sexual Positions. சில ஜோடிகள் செக்ஸின் எல்லா நிலைகளையும் செய்து காட்டியிருந்தனர். ஒருநாள் அவன் அந்தப் புத்தகத்தை வைத்துக்கொண்டு "பார், எனக்கும் விறைத்திருக்கிறது" என்றான். அது ஒரு அருமையான விஷயம். செக்ஸில் அவனுக்கு ஆர்வம் இருந்தது. செக்ஸ் பற்றித் தெரிந்து கொள்வதற்கான புத்தகங்களை நான் அவனுக்குக் கொடுத்தேன். ஒருநாள் வலேரியுடன் செக்ஸில் ஈடுபட்டிருந்தேன். அதைக் கதவிடுக்கிலிருந்து பார்த்தான் ஆக்ஸல். அவன் பார்க்கிறான் என்று தெரிந்தும் நான் பதற்றமடையவில்லை. "ஆக்ஸல், என்ன பார்க்கிறாய்? உனக்கு என்ன தெரிய வேண்டும்? உள்ளே வந்து பார்" என்று சொல்லி அவனுக்கு போகத்தின் எல்லா நிலைகளையும் காண்பித்தோம். என்ன பெரிய புதிர்? நாங்கள் எப்போதும் நிர்வாணமாகத்தான் இருந்தோம். விறைப்பு ஏற்பட்டால் ஏற்படட்டும். விறைப்பு ஏற்படுவதைப் பற்றி ஒருவர் அவமானம் கொள்ள வேண்டுமா என்ன? சுயபோகம் பற்றி ப்ரான்ட்டிஸிடம் ஒரு ஜோக் சொன்னேன். எல்லோரும் சிரித்தோம். ஏனென்றால், அவனுக்குத் தெரியும், இந்த விஷயம் பாவம் இல்லை என்று. புதிர்கள் இல்லை. பாவங்களும் இல்லை. வலேரியுடன் கலவி கொள்ளவேண்டும் என்பதற்காக, சில சமயம் ப்ரானட்டிஸையும் ஆக்ஸலையும் அறையை விட்டு வெளியே போகச் சொல்லுவோம். புரிந்துகொண்டு அவர்களும் சென்றுவிடுவார்கள். நான் ஏன் பொய் சொல்லவேண்டும்? எதார்த்தம் என்பது எதார்த்தம்தான்.

சினிமா எடுக்காமல் நீங்கள் நியூயார்க்கில் இருக்கும் போது உங்கள் குழந்தைகளுடன் அதிக நேரம் இருக்க முடிகிறதா?

இங்கே நான் காலை பத்து மணியிலிருந்து மாலை எட்டு வரை வேலை செய்கிறேன். பிறகு, தினமும் எட்டிலிருந்து இரவு ஒரு மணிவரை குழந்தைகளோடு கழிக்கிறேன். நியூயார்க் வரும்போதெல்லாம் நான் என் மனைவியோடும், மூன்று குழந்தைகளோடும், என் பூனையோடும், என்னுடைய நூற்றுக்கணக்கான புத்தகங்களோடும்தான் வருவது வழக்கம். கிட்டத்தட்ட ஒரு ஜிப்ஸியைப்போல்தான் நான் ஊர் சுற்றிக்கொண்டிருக்கிறேன்.

ஒரு நிமிஷம். நீங்கள் உங்கள் புத்தகங்களையெல்லாம் அழித்துவிட்டதாக ஒருமுறை சொல்லியிருக்கிறீர்கள்.

ஆம். அது ஒரு ஜப்பானிய பௌத்த மரபு. உங்களுக்கு ஞானம் (Enlightenment) கிடைத்துவிட்டால் *10000* புத்தகங்களை அழித்துவிடலாம். அழித்துவிடுவது என்றால் அதன் பௌதீக அர்த்தத்தில் அல்ல. புத்தகத்தில் என்ன இருக்கிறது என்று சிலர் கேட்கலாம். ஒரு மலரில் என்ன இருக்கிறது? அதில் எதுவுமில்லை என்று சொல்வது அசாத்தியமான ஒன்று. எனக்குப் புத்தகங்களே மலர்கள். வாசிப்பதில் நான் எல்லையற்ற மகிழ்ச்சியடைகிறேன். வாழ்வதற்கு எனக்குப் புத்தகங்கள் தேவையில்லாமல் இருக்கலாம். வாழ்வதற்கு மலர்களும் கூட தேவையில்லாமல் இருக்கலாம். ஆனால் மகிழ்ச்சி?

இளவயதிலேயே செக்ஸ் பற்றி அறிய நேர்ந்ததா?

ஆம். நான் ஒரு சிறிய ஊரில் வளர்ந்தேன். அங்கே மாலுமிகள் வேசிகளைத் தேடி வருவார்கள். நான்கைந்து வயதிலேயே நாங்கள் சுயபோகம் செய்யத் தொடங்கிவிட்டோம். எல்லோருமே ஏழெட்டு வயதில் இளவயது வேசிகளுடன் செக்ஸில் ஈடுபட்டோம். ஒருநாள், எட்டுவயது சிறுவன் ஒருவன் ஒரு வாளியை எடுத்து வந்தான். அதில் ஆண்குறி ஒன்று கிடந்தது. வேசி ஒருத்தியின் மகளின் கூட்டாளி அவன். வேசிகள் ஒரு மாலுமியைக் கொன்று அவனுடைய ஆண் குறியைத் துண்டித்துவிட்டார்கள். அதை அவன் எங்களிடம் காண்பித்தான். ஆச்சரியமாக இருந்தது. நாங்கள் அந்த ஆண்குறியை கல்லறைக்கு எடுத்துச்சென்று அடக்கம் செய்தோம். ஒருநாள் நாங்கள் கடலில் ஒரு பெரிய கல் மிதந்து வருவதைக் கண்டோம். அது கரையை நோக்கி வந்துகொண்டிருந்தது.

மிதக்கும் கல்?

ஆமாம். அதை எங்களால் அசைக்க முடியவில்லை. யாரும் எங்களை நம்பவில்லை. ஒரு பெரிய தேனீ என்னைத் தொடர்ந்து வந்தது. ஒரு தங்கத் தேனீ. மூன்று வருட காலம் அந்தத் தேனீ என்னைத் தொடர்ந்து கொண்டிருந்தது.

நீங்கள் மட்டும்தான் வெள்ளை நிறத்தவர் என்பதால் மற்ற சிறுவர்கள் உங்களைத் துன்புறுத்தினார்கள் என்று ஒருமுறை சொல்லியிருக்கிறீர்கள்.

அதற்கு இரண்டு காரணங்கள். ஒன்று, என் வெள்ளை நிறம். இரண்டு, என் ஆண்குறி. அது நாய்க்குடையைப் போலிருந்தது. நாங்கள் ஒன்றாகச் சேர்ந்துதான் சுயபோகம் செய்வது வழக்கம் என்பதால் அது மற்றவர்களுக்குத் தெரிய வந்தது. அவர்களுடைய ஆண்குறி நீளவாக்கில் இருந்தது.

முன்தோல் நீக்கப்பட்டதா?

தெரியவில்லை. எப்படியோ அது நாய்க்குடை மாதிரி இருந்ததால் மற்றவர்களுக்குப் பிடிக்கவில்லை. எனக்கு யாரும் நண்பர்களில்லை. அவர்களோடு சேர்ந்து என்னால் வேசிகளிடம் செல்ல முடியவில்லை. அவர்களோடு சேர்ந்து மரிஜுவானா கூட புகைக்க முடியவில்லை. பூனைகளையும் நான் துஷ்பிரயோகம் செய்ததில்லை.

அப்படியென்றால்?

ஆமாம். பூனைகள். பையன்கள் பூனைகளையும் பெண் நாய்களையும் செக்ஸுக்குப் பயன்படுத்திக்கொண்டார்கள். என்னால் அது முடிந்ததில்லை. அதோடு அவர்கள் நாய்ப்பாலையும் குடித்தார்கள். நாய்க் குட்டிகளைக் கொன்றுவிட்டு என் சிநேகிதர்கள் அந்த நாயின் பாலைக் குடிப்பார்கள். அதில் போதை வந்தது என்றார்கள். இதுதான் என் இளமைப்பருவம்.

எல் தோப்போவில் நீங்கள் சொல்லியிருக்கிறீர்கள் - மணலில் புணர்ச்சி செய்ததாக. உங்கள் குறியில் மண் புகுந்து விடாதா? பயங்கரம்...

ஆமாம்.

ஏன் அப்படிச் செய்தீர்கள்?

ஏனென்றால் நீங்கள் வெவ்வேறு இடங்களில், வெவ்வேறு சூழ்நிலைகளில் செக்ஸ் வைத்துக்கொள்ள வேண்டும்.

வித்தியாசமான ஒரு சூழலில், செக்ஸும் வித்தியாசமாகத்தான் இருக்கும். அப்படி நான் புதுப்புது இடங்களைத் தேடிக்கொண்டிருந்தேன்.

நாம் இந்த ஈகோ பிரச்சினைக்கே திரும்புவோம். பள்ளிகள் எப்போதாவது தியானம், யோகா என்பதையெல்லாம் கற்றுக் கொடுக்கப் போகின்றனவா?

ஆம். நிச்சயம் நடக்கும். இன்றைய இளைஞர்கள் நாளை இதைச் செய்வார்கள். தர்ஸனம், நிலைகள், மையங்கள், சக்கரம் என்றெல்லாம் பேசுகிறேன். சக்கரம் என்று சொல்லும்போது அது கவிதையைப்போல் இருக்கிறது. தேகத்தில் இந்த மையங்களை நாம் உருவாக்க வேண்டும். எதார்த்தத்தில் என் தேகத்தில் மலர்கள் இல்லை. நான் அந்தக் கவிதையைக் கண்டுபிடிக்கவேண்டும். அந்தப் பயிற்சிக்குத் தேவை, அகப் பார்வை. அகப் பார்வையினூடாக உங்கள் மனதில் ஒரு எழுத்தைப் பதித்துக்கொண்டு பாருங்கள். பின்னர், நீங்களே - உங்கள் தேகம் முழுவதுமே - அந்த எழுத்தாக மாறிவிடுவதை உணர்வீர்கள். இப்படி நீங்கள் எழுத்தாக மாறமுடியும்போது, புலியாகவும் மாறலாம், தேவதையாகவும் மாறலாம். ப்ளாஸ்டிக்காகவும் மாறலாம். அதனால்தான் எனக்கு மார்வல் காமிக்ஸில் வரும் ப்ளாஸ்டிக் மனிதனைப் பிடித்திருக்கிறது. அவன் பெயர் என்ன? அவன் அந்த கண்ணுக்குப் புலனாகாத பெண்ணை மணந்து கொள்கிறான். ப்ளாஸ்டிக் மனிதனும் கண்ணுக்குப் புலனாகாத பெண்ணும் பிரமாதமான ஒரு போர்னோக்ராஃபியை உருவாக்க முடியுமல்லவா? ப்ளாஸ்டிக் மனிதன் அந்தப் பெண்ணைப் புணர்கிறான். அவனுடைய ஆண்குறி மெலிதாகி, மெலிதாகி, மெலிதாகி அவளுடைய ரத்த நாளங்களுக்குள் புகுந்து உள்ளே உள்ளே உள்ளே சென்று கடைசியில் இதயம் வரை சென்று விடும். அவனுடைய காதலியின் இதயத்திலேயே அவனால் சுக்கிலத்தைப் பாய்ச்ச முடியும். அற்புதம்! அற்புதம்!

நீங்கள் காந்தக் கவர்ச்சி கொண்ட மனிதர். உங்களுக்கு ஏகப்பட்ட விசிறிகள்; சீடர்கள். இது தேவையா? உங்கள் வேலையை நீங்கள் நிறுத்திவிட்டால் என்ன ஆகும்?

எந்த இடத்தையாவது சென்றடைய வேண்டுமானால், நீங்கள் எதையாவது செய்துதான் ஆகவேண்டும். இந்த பூமியில், உங்கள் நெற்றி வியர்வையைச் சிந்தித்தான் உங்கள் ரொட்டியைச் சம்பாதித்தாக வேண்டும். ரொட்டி என்றால் என்ன?

ரொட்டிதான் முழுமையான மனிதன். எல்லாவற்றுக்கும், உழைப்பு தேவையாயிருக்கிறது. எல்லாவற்றுக்கும், சப்பாத்துகள் செய்ய. சினிமா எடுக்க. சிற்பங்கள் செய்ய. ஆனால் எதுவுமே செய்யாமல் இருப்பது - அது அசாத்தியம்.

உங்களைப் பார்த்து பயந்துதான் நீங்கள் அவ்வப்போது முரண்பாடாகப் பேசும்போதுகூட பலரும் அதற்கு மறுப்பேதும் கூறாமல் மௌனமாக இருந்து விடுகிறார்களா?

அதுபற்றி நான் கவலைப்படவில்லை. நான் எதையும் நிரூபிக்க விரும்பவில்லை. என்னிடம் ஒருவர் வரும்போது அதை ஒரு அழகிய தருணமாக மாற்ற விரும்புகிறேன். ஒரு அமைதியான தருணம். எதையாவது கற்றுக்கொள்ளலாம். எதையாவது செய்யலாம். ஆனால் நான் எந்தக் கோட்பாடுகளையும் நிரூபிக்க முயற்சி செய்ய மாட்டேன். என்னைப் பொறுத்தவரை இரண்டுபேர் சேர்ந்திருப்பதென்பது - இருவரும் சேர்ந்து தேநீர் அருந்துவதைப்போல. இருவரும் சேர்ந்திருக்கும்போது அவர்கள் இந்த உலகை மறந்து விடுகிறார்கள். அவர்கள் நித்தியத்துவத்தில் இருப்பதாக உணர்கிறார்கள். தேநீரை அருந்துகிறார்கள். அவர்கள் கைதிகள் அல்ல. அவர்கள் பிரிகிறார்கள். அந்த அனுபவம் முடிந்து போகிறது. அது ஒரு அழகான தருணம். அவ்வளவுதான். அதற்குமேல் எதுவுமில்லை.

பிரச்சினைகளைப் பற்றி கவலை கொள்வதிலிருந்து விடுபட தியானம் உதவுவதாகச் சொல்கிறார்களே?

எனக்கு எந்தப் பிரச்சினைகளும் இல்லை. யாருக்கும் எந்தப் பிரச்சினைகளும் இல்லை.

பிரச்சினை இருப்பதாக நினைத்தால்?

பொறுங்கள். பிரபஞ்சமே ஒரு முழுமையான தீர்வு. யாராவது தனக்குப் பிரச்சினை என்று கூறினால், அவருக்கு எந்தப் பிரச்சினையும் இல்லை என்று நான் அவருக்குப் புரியவைக்க முயல்வேன். நான் குரு அல்ல. ஆசான் அல்ல. நான் சினிமா எடுப்பவன். அதற்குமேல் எதுவும் இல்லை.

ஆக, உங்களை அவர் தன்னுடைய மேஜிக்காக பயன்படுத்திக் கொள்ளலாம்?

ஆம். சிருஷ்டிகரமான மனிதன் எதையும் பயன்படுத்திக்கொள்ள நினைக்கமாட்டான். எல்லாமே அவனைத்தான் பயன்படுத்திக்

கொள்ளும். என்னை அப்படி எல்லாமே பயன்படுத்திக் கொள்வது பற்றி நான் மகிழ்ச்சியடைகிறேன். இந்த நட்சத்திர மண்டலமே நம்மைப் பயன்படுத்திக்கொள்கிறது. எதற்காகவோ. எதற்காக என்று தெரியவில்லை. சூரியனை எதிர்கொள்ளும் பொருட்டு, பூமி இந்த மரங்களைப் பயன்படுத்தி ஒருவித தின்பண்டத்தை உருவாக்குகிறது. இந்த சூரியத் தின்பண்டங்களை நாம் உண்கிறோம். அவற்றிற்குப் பழங்கள் என்று பெயரிடுகிறோம். உண்மையில், சூரியனைத்தான் நாம் சாப்பிடுகிறோம். ஆக, நாம் ஒரு ரேடியோவைப்போல் பயன்படுத்தப்படுகிறோம்.

நீங்கள் பேசுவது கவிதையைப் போல இருக்கிறது. சினிமா எடுப்பது மலையை நகர்த்துவதைப் போன்ற ஒரு வேலை. அதில் உங்களுக்கு ஒரு பிரச்சினையும் ஏற்படுவதில்லையா?

எந்தப் பிரச்சினையும் இல்லை. சிரமங்கள் இருக்கும். உதாரணமாக, எனக்கு உடல் நலமில்லாமல் போகும். நோய்மை என்பதற்கு ஒரு மேஜிக் அர்த்தம் இருப்பதாக நான் நினைக்கிறேன். நோய்க்கு எதிராக நாம் போராடக்கூடாது. நோய்மையை ஒரு நண்பனைப்போல் கருதி, நீங்கள் ஏன் நோய்வாய்ப்பட்டீர்கள் என்பதைப் புரிந்து கொள்ள வேண்டும்.

நோய்மை பலஹீனத்தின் அறிகுறி. சமூகம் பலஹீனமாக இருக்கும் போது, அது நோய்வாய்ப்படுகிறது. ஒவ்வொரு போரின் அர்த்தமும் அதுதான். வாழ்க்கை முழுவதுமே நான் பிரச்சினைகளால் ஆட்பட்டிருந்தேன். Marcel Duchampஐப் படிக்கும் வரை. பிறகுதான் புரிந்து கொண்டேன். பிரபஞ்சம் ஒரு மகத்தான தீர்வைத் தனக்குள் கொண்டிருக்கிறது.

எல் தோப்போவில் மனிதச் செயல்பாட்டின் குறிக்கோள் தர்ஸனம் என்றீர்கள். இப்போது அது இல்லை என்கிறீர்களே?

தர்ஸனத்தைத் தேடுவதற்கான தருணம் இது அல்ல. வாயைத் திறப்பதற்கான நேரம் இது. கவிதை வந்தால் கவிதை. ஏப்பம் வந்தால் ஏப்பம். ஒரு முட்டாளைப்போல் நான் தர்ஸனத்தைத் தேடிக்கொண்டிருந்தேன். பிறகு திடீரென்று ஆசான்களிடமிருந்து விடைபெற்றேன்.

ஏன் அந்த முடிவுக்கு வந்தீர்கள்?

ஆசான் இருந்தால் உங்களுக்கு வேதனைதான். ஏனென்றால் ஆசானின் தர்ஸனம் உங்களுடைய தர்ஸனம் அல்ல. உங்களைப்

பற்றி நீங்கள் அறிந்து கொள்ள ஆசான் கற்பிக்க வேண்டும். அதில் அவர் உங்களுக்கு உதவலாம். ஆனால், வாழ்க்கை உங்களுடையது. வேறு சாத்தியங்கள் ஏதும் இல்லை.

அதற்குப் பதிலாக நாம் குழந்தைகளிடமிருந்து கற்றுக்கொள்ளலாம். குழந்தைகள் என்ன செய்கின்றன? விளையாடுகின்றன. நாமும் விளையாட வேண்டும். அற்புத ஆட்டங்களை. தர்ஸனங்களை. ஆட்டங்களை. கடவுளிடம் பேசுவதற்கான ஆட்டங்கள் அவை. பிரபஞ்சம் முழுவதையும் சுற்றி வருவதற்கான ஆட்டங்கள். அவதாரம் - என்ன ஒரு அற்புதமான ஆட்டம்! மரணத்திற்கான ஆட்டம். திருமணத்திற்கான ஆட்டம். குழந்தை பெற்றுக்கொள்வதற்கான ஆட்டம். புற்றுநோய் வருவதற்கான ஆட்டம். போரில் ஒருவனைக் கொல்வதற்கான ஆட்டம் எல்லாம் ஆட்டங்கள். எல்லா இயக்கமுமே ஒரு கனவுதான்.

வாழ்வே பல விளையாட்டுகளின் நீட்சிதான் என்பதை எப்படிப் புரிந்து கொள்வது?

உங்கள் உடலிலிருந்து தொடங்குங்கள். சௌகர்யமாக உணருங்கள். முதலில் உங்கள் ஈகோவைப் புரிந்துகொள்வதற்கான தைரியம் உங்களுக்கு வேண்டும். மாயை, மாயை என்று கூறுங்கள். பிரச்சினையிலிருந்து விலகுவதற்கு முதலில் பிரச்சினை என்ன என்பது தெரிந்திருக்க வேண்டும். கடந்த காலத்தைக் கொல்லுங்கள். உங்கள் பெயரை மாற்றுங்கள். உங்கள் வழிகளைச் சரி செய்யுங்கள். மனதைத் தூய்மையாக்குங்கள். இதயத்தைத் தூய்மையாக்குங்கள். புதிய மனிதனாகுங்கள். இந்த சரீரம் என்னுடைய சரீரம் அல்ல. ஏனென்றால் இதை நான் உருவாக்கவில்லை. இது எனக்குக் கிடைக்கப் பெற்றது. என் வாழ்க்கை என்னுடைய வாழ்க்கை அல்ல. ஏனென்றால் என் வாழ்க்கையை நான் உருவாக்கவில்லை. என் வாழ்க்கை எனக்குக் கிடைக்கப் பெற்றது. அது ஒரு பரிசு. பிரபஞ்ச நியதியோடு கிடைக்கப் பெற்றது இந்த சரீரம். எல்லாக் குறியீடுகளின் திறவுகோல் மனித சரீரம்தான். அதில் எல்லாமே இருக்கிறது. நமது நினைவிலி மனம் எல்லையற்றது. நாம் முழுமையான மனிதனாக முடியும். ஆனால் நாம் எதுவாக இருக்க வேண்டுமோ அதுவாக இல்லை. எல்லா சாத்தியப்பாடுகளின் கீழே நாம் இருக்கிறோம். கீழே. ஆனால், குழந்தைகளைப் போலவே நாம் கற்றுக்கொண்டு வருகிறோம். இந்த சமூகம் மனித சரீரம் பற்றிய தவறான உணர்வை ஏற்படுத்தியிருக்கிறது.

எப்படி இந்த சமூகம் அத்தகைய தவறான உணர்வை ஏற்படுத்துகிறது?

உங்களையே நீங்கள் பார்த்துக் கொள்ளுங்கள். சூழலுக்கேற்ப உங்கள் உடலை நீங்கள் வித்தியாசமாக உணர்வீர்கள். ஆஃப்ரிக்காவின் ஒரு கிராமத்தில் நீங்கள் நிர்வாணமாக இருக்கலாம். Hopiயில் ஒரு தாயை அவள் மகன் புணர்ந்துகொண்டிருப்பதைக் காணலாம். ஒவ்வொரு சமூகமும் மனித உடல் பற்றிய ஒவ்வொரு வித கருத்தாக்கத்தைக் கொண்டிருக்கிறது. இந்த உடல் உங்களுடையது. நீங்கள் உருவாக்காவிட்டாலும் இது உங்களுடையது. ஆனால் இந்த உடல் நீங்கள் அநித்தியத்திலருந்து நித்தியத்துவத்துக்குச் செல்வதற்கான பயணத்திற்காக வழங்கப்பட்ட ஒரு தற்காலிகக் கப்பல் என்று சமூகம் உங்களுக்குச் சொல்லவில்லை. உங்கள் உடல் தனி மனித உடல் அல்ல. அது ஒரு சமூக உடல். உலகம் க்ஷீணமடைந்தால் நான் க்ஷீணமடைவேன். உலகில் ஒரு கொலை நடந்தால், நான் கொலைகாரன். உலகில் ஒரு மதிப்பீடு உருவானால், நானே அந்த மதிப்பீடு. யூதர்கள் இறைத்தூதருக்காகக் காத்திருக்கிறார்கள். இந்த உலகில் யார் நீதியைக் கொண்டுவருவார்கள்? எப்போது மனித சமூகத்தில் தர்மம் தழைக்கிறதோ அதுதான் இறைத்தூதர் வரும் நாள். It will be the day of the collective body and unique soul.

போதை மருந்து மற்றும் ஆல்கஹால் பற்றி?

நான் இரண்டையுமே தொடுவதில்லை. போதைமருந்து சில அனுபவங்களைத் தரலாம். ஆனால் அது உங்கள் ஆரோக்கியத்தைக் கெடுத்து விடும்.

ஆல்கஹாலைவிட மரிஜுவானா மோசமானதா?

ஆம். வாசிப்பைவிட மேஜிக் நல்லது. மரிஜுவானா ஒரு மேஜிக். நாம் இப்போது விளையாடிக் கொண்டிருக்கிறோம். விரைவில் நடனமாடக் கற்க வேண்டும். Solar systemத்தின் இசை நடனம்தான். வாழ்க்கை என்பது விளையாட்டல்ல. அது ஒரு நடனம். இந்த உலகம், நடனமாடுவதற்காக சிருஷ்டிக்கப்பட்டிருக்கிறது. அன்றொரு நாள் என் மூன்று வயது மகன் தியோவை படுக்கையில் பார்த்தேன். தூங்கிக்கொண்டிருந்தான். தியானத்தின் ஒரு சிக்கலான நிலை. அது ஒரு புத்தநிலை. நாம் மறந்துவிடுவது குழந்தைகளுக்குத் தெரிகிறது. அவன் விளையாட்டில் இல்லை. அவன் நடனமாடிக் கொண்டிருக்கிறான்.

மார்ஷல் மக்லூஹனிடம் பேசிக் கொண்டிருப்பதுபோல இருக்கிறது. நீங்கள் மக்லூஹனைச் சந்தித்தது உண்டா?

இல்லை.

வேறு யாரை நான் சந்திக்கலாம் என்று நீங்கள் கருதுகிறீர்கள்?

R. D. லெய்ங், கின்ஸ்பெர்க், ஆலன் வாட்ஸ், கார்லோஸ் காஸ்டநடா. நீங்கள் அவருடைய தோன் ஹுவான் கதைகளைப் படித்திருக்கிறீர்களா?

எங்கள் நண்பர் ஒருவர் சொல்கிறார். அவருக்கு காஸ்டநடாவைப் பிடிக்குமாம். ஆனால் தோன் ஹுவான் டெலிவிஷன் டாக் ஷோவில் தோன்றினால்தான் அவரை நம்புவேன் என்கிறார்.

தோன் ஹுவான் உண்மையா கற்பனையா என்பது நமக்கு முக்கியமல்ல. இந்தப் புத்தகங்களையெல்லாம் கதைகளாகப் படிக்க வேண்டும்.

திரும்பவும் மரிஜுவானாவுக்கே வருவோம். 12, 13 வயதினர் அதைப் பயன்படுத்தலாமா?

யூத மதத்தில் 13 வயதிலேயே ஒரு இளைஞன் முதிர் மனிதனாகி விடுகிறான். ஏன் நமது சமூகம் 13 வயது இளைஞனை குழந்தையாகக் கருதுகிறது? காரணம், ஸ்தாபனம் வாக்குரிமை குறித்து பயப்படுகிறது. அரசு தனது குடிமக்களை மனவளர்ச்சி குன்றியவர்களாகவே வைத்திருக்க விரும்புகிறது. மனித வாழ்வில் சில கட்டங்கள் உள்ளன. முதல் ஏழு வருடங்கள், உடல் வளர்ச்சி. ஏழு முதல் பதினான்கு வயது வரை மன வளர்ச்சி. இல்லாவிட்டால் மன வளர்ச்சி குன்றியவனாவான். மீதி வாழ்நாளெல்லாம் அவன் தன் ஆத்மாவை கவனிக்க வேண்டியவனாகிறான். Gurdjieff மிகத் தெளிவாகக் கூறுகிறார். "ஆத்மாவின் விதையோடு நாம் இந்த உலகுக்கு வந்தோம். அதை நாம் பரிபாலிக்க வேண்டும்."

ஆன்ம வளர்ச்சியே ஒரு மனிதனின் அடிப்படை உணர்வு. இதை உணரும் சாத்தியமில்லாவிட்டால் அவன் சலிப்படைகிறான். பதி மூன்று வயதில் போதை மருந்து எடுத்துக்கொள்வதும் இதே காரணத்தினால்தான். இது ஒரு அறிகுறி. போதை மருந்துகளை பிரச்சினையாகக் காண்பதை விட்டுவிட்டு, ஆன்ம வளர்ச்சியின் பால் நாம் கவனத்தைச் செலுத்த வேண்டும்.

பலரும் உங்களைப் பார்த்து பயப்படுகிறார்கள். உங்களுக்கு நீங்கள் எப்படி?

நம்முடைய உரையாடல் அற்புதமாக இருந்தது. நம் குரல் இந்தச் சிறிய மெஷினில் பதிவாகியிருக்கிறது. குரல். இது ஒரு நம்பமுடியாத விஷயம் அல்லவா? பிரபஞ்சத்தின் ஒரு நுண்ணிய துகள் இது. நாம் பேசுவது நம்முடைய நரம்பு மண்டலத்திலிருந்து வருகிறது. நம்முடைய மூளை நம் சரீரத்திலிருந்து உருவாகும் ஒரு அற்புதம். நம் தேகமே குரலாக உருவெடுக்கிறது. இந்த நட்சத்திர மண்டலத்திலேயே மிக அற்புதமான சிருஷ்டி மனிதன்தான்.

தமிழ் சினிமா பாடல்கள்: ஒரு பண்பாட்டு வீழ்ச்சியின் அடையாளம்

(இந்தக் கட்டுரையை இரவு பத்து மணிக்கு மேல் குடும்ப உறுப்பினர்களின் நச்சரிப்பு இல்லாமல், தன்னந்தனியாக, ஸ்காட்ச் உதவியுடன், அல்லது, உங்களுக்குப் பிடித்தமான ஏதோ ஒரு மதுபானத்துடன் வாசிப்பது நல்லது. ஏனென்றால், இந்தக் கட்டுரையினூடே கால எந்திரத்தில் அமர்ந்து ஒரு முப்பது நாற்பது ஆண்டுகள் பின்னோக்கிச் செல்ல இருக்கிறோம்).

எழுத்து, வாசிப்பு என்ற இரண்டு செயல்பாடுகளும் ஒன்றோடொன்று சம்பந்தமுடையதாக இருந்தாலும் ஒரு எழுத்தாளனுக்கு எழுத்து என்பது வாதை தரக்கூடியதாகவே இருக்கிறது. இந்த சுயவதையில் எழுத்தாளர்கள் தொடர்ந்து ஈடுபடுவதும், புத்தகச் சந்தைகளில் டஜன் கணக்கில் புத்தகங்களை வெளியிடுவதும் ஆராய்ச்சிக்குரிய விஷயம். ஆனால் வாசிப்பு என்னும் செயல் அப்படியல்ல. பிரதியின் இன்பம் என்றெல்லாம் சொல்லக்கூடிய அளவுக்கு வாசகருக்கு இன்பத்தைத் தரக்கூடியது அது. இந்த நிலையில் இசை பற்றி எழுதினால் மட்டும் அது வாதையாக இல்லாமல் ஒரு ஆனந்த அனுபவமாக இருக்கிறது. அத்தகைய அனுபவம் இந்தக் கட்டுரையை எழுத முனைந்த போதும் கிடைத்தது.

தமிழ் சினிமா இசை என்பது ஆயிரமாயிரம் பக்கங்கள் எழுத வேண்டிய அளவுக்கு மிக விரிந்த உலகம். அதிலும்

இசை பற்றி எழுதும்போது இன்னொரு ஆபத்தை எதிர்கொள்ள வேண்டியிருக்கிறது. இசை ரசிகர்கள் தங்களுடைய ரசனை சார்ந்து மதவெறியர்களைப் போல் நடந்து கொள்கிறார்கள். ஒரே ஒரு பிழை செய்தாலும் உருட்டுக்கட்டை வருகிறது. அதிலும் அவர்களுக்குப் பிடித்த ஒரு கலைஞரை விமர்சித்துவிட்டால் பல உருட்டுக்கட்டைகள்.

ஆனால் இசை பற்றி எவ்வளவுதான் objective-ஆக எழுத முயன்றாலும் அது சாத்தியமில்லாத ஒன்றாகத்தான் இருக்கும். ஒருவருக்கு எல்.ஆர். ஈஸ்வரியின் குரல் பிடித்திருக்கலாம். என்ன செய்ய? இப்படி எல்லாவிதமான சாத்தியங்களையும் உள்ளடக்கியதாக இருக்கிறது இசை ரசனை. இசை பற்றி எழுதுகிற யாராக இருந்தாலும் அதில் ஓரளவாவது எந்த தர்க்க நியாயங்களுக்கும் உட்படாத அவரது சொந்த விருப்பு வெறுப்பு சார்ந்த மதிப்பீடுகள் இருந்தே தீரும். இதையெல்லாம் மனதில் வைத்துக் கொண்டே இசை பற்றிய கட்டுரைகளை நாம் வாசிக்க வேண்டும்.

உலகின் எந்த மூலையைச் சேர்ந்த இசையாக இருந்தாலும் அதற்கும் என் சொந்த மொழியில் உருவாகும் இசைக்கும் என்னைப் பொறுத்த வரை உணர்வுரீதியான வித்தியாசம் ஏதும் இருப்பதில்லை. எனக்கு லெபனானின் நான்ஸி அஜ்ரமும் ஒன்றுதான்; கேரளத்தின் ஜாஸி கிஃப்ட்டும் ஒன்றுதான். ஆனால் பல சமயங்களில் வெகுஜன ரசனையோடு என் ரசனை ஒத்துப்போவதில்லை என்பதைக் கண்டு வருந்தியிருக்கிறேன். தமிழ்நாட்டில் - வேண்டாம்; இந்தக் கட்டுரையின் மையக் கருத்து விடுபட்டு அந்த உதாரணத்திலேயே கவனம் சென்றுவிடும். அதனால் பக்கத்தில் உள்ள கேரளத்தை எடுத்துக் கொள்வோம். கடவுளின் பூமி என்று கொண்டாடப்படும் அந்த நிலத்தில் எனக்குப் பிடிக்காதவை என்று மிகச் சில விஷயங்களே உள்ளன. அதில் முதலில் வருவது ஜேசுதாஸ். எல்லா உணர்வுகளுக்கும் ஒரே மாதிரியாக வரும் இழுவையான ஒரு ரொமாண்டிக் குரல் அவருடையது. உதாரணமாக, 1984இல் வெளிவந்த *கானாமரயத்து* என்று ஒரு படம் மம்முட்டியும், ரஹ்மானும் நடித்தது. அதில் ஜேசுதாஸ் பாடும் *'ஒரு மதுரக் கினாவின் லஹரியிலெங்கோ கூட முல்லப்பூ விரிஞ்ஞோ'* என்ற பாடல். அதில் வரும் பையன் (ரஹ்மான்) குளியலறையில் தன் காதலியை நினைத்து சுய மைதுனம் செய்துகொண்டிருக்கும்போது பாடுவதாக வரும் இந்தப் பாடலை ஜேசுதாஸ் பாடுகிறார். சுய மைதுனம் செய்து

முடித்ததும் மேலே ஷவரிலிருந்து சொட்டுச் சொட்டாக நீர் கீழே விழுகிறது. (நம்முடைய இயக்குனர் சிகரம் பாலச்சந்தர் படத்தில் வருவது போன்ற ஸிம்பாலிக் காட்சி. ஆச்சரியமில்லை; இயக்கம் ஐ.வி. சசி) சுய மைதுனம் செய்யும்போதுகூட இப்படி ஒரு நெகிழ்வான, பக்திபூர்வமான குரலா! குருவாயூரப்பனுக்கே வெளிச்சம்!

அண்ணன் ஜேசுதாஸிடமிருந்து எவ்வாறு தப்பிப்பது என்ற பீதியிலேயே நெடுங்காலமாக இருந்த என்னை மேலும் காத்திருக்க வைக்காமல் காப்பாற்றுவதற்காகவே ஆண்டவனால் அனுப்பப்பட்டவர் என்று ஜாஸி கிஃப்டை நினைக்கிறேன்.

ஐந்து ஆண்டுகளுக்கு முன்பு ஒரு நாள் சின்மயா நகரில் நான் வழக்கமாகச் செல்லும் டாஸ்மாக் பார். ஒரு சனிக்கிழமை இரவு எட்டு மணி இருக்கும். அப்போது தில்லேல்லே தில்லேல்லே கும்தலக்கடி தில்லேல்லே... என்ற படு அட்டகாசமான குரல் வந்ததும் ஆர்வத்துடன் கவனித்தேன். அடுத்த வரி, *'அன்னக்கிளி நீ என்னிலெ வர்ணக் கனவேறி வந்து, கன்னிக்கிளி நீ எந்நில் பொன்தூவல் தூவி நிந்து...'* அவ்வளவுதான். என் மனதும் உடம்பும் குதியாட்டம் போட ஆரம்பித்துவிட்டது. நீண்ட காலமாக என்னுடைய சொந்த ஜாதகக் கோளாறின் காரணமாக தமிழ் அன்னக்கிளியால் துன்பத்தில் இருந்த நான் இந்த மலையாள அன்னக்கிளியைக் கண்டு பரவசமானேன். அதைத் தொடர்ந்து அதே குரலில் *லஜ்ஜாவதியே* என்ற ஒரு பாடல். யார் பாடியது, எந்தப் படம் என்றெல்லாம் தெரியாமல் எட்டு மணியிலிருந்து எட்டு ரவுண்டு முடியும் வரை அந்த இரண்டு பாடல்களையும் திருப்பித் திருப்பிப் போடச் செய்து ஒரே ஆட்டம், பாட்டம், கொண்டாட்டம். பார் பொடியன்கள் எனக்கு வேண்டியவர்கள் என்பதால் அவர்களும் மறுப்பேதும் சொல்லாமல் என் வேண்டுகோளை நிறைவேற்றிக் கொடுத்தார்கள். எட்டு மணியிலிருந்து எட்டு ரவுண்டு முடியும் வரை அதே இரண்டு பாடல்கள். திரும்பத் திரும்ப. மறுநாள்தான் *அது 4 தெ பீப்பிள்* என்ற மலையாளப் படத்தில் ஜாஸி கிஃப்ட் என்பவர் பாடியது என்று தெரிந்தது.

பிறகு அடுத்த சனிக்கிழமை அதே பாருக்குச் சென்று அந்த "அன்னக் கிளியைப் போடு" என்றதும் எல்லாப் பையன்களும் சிரித்துக்கொண்டே கோரஸாக "முதலாளி எடுத்துக்கொண்டு போய்விட்டார்' என்றார்கள். முதலாளி ஒரு மலையாளி.

இந்த அளவுக்கு என்னைக் கவர்ந்த தமிழ்ப் பாடல், *குமுதம்* (1961) படத்தில் இடம் பெற்ற மாமா மாமா மாமா என்ற பாடல் கே.வி. மகாதேவன் இசையில் டி.எம். சௌந்தர்ராஜனும் ஜமுனா ராணியும் பாடியது. எனக்குப் பிடித்த பத்துப் பாடல்கள் என்று பட்டியல் இட்டால் அதில் முதலில் வரக்கூடியது இந்தப் பாடலாகத்தான் இருக்கும். இதை இயற்றியவர் ஏ. மருதகாசி. மருதகாசி என்றதும் அவர் இயற்றிப் பெரும் புகழ் பெற்ற பாடல்கள் நினைவுக்கு வருகின்றன.

'அடிக்கிற கை தான் அணைக்கும்', பாடியவர்: திருச்சி லோகநாதன், படம்: *வண்ணக்கிளி* (1952); ஆயிரம் கண் போதாது வண்ணக்கிளியே! சி. எஸ். ஜெயராமன், படம்: *பாவை விளக்கு* (1960); சந்திரனைக் காணாமல் அல்லி முகம் மலருமா? படம்: *குலமகள் ராதை* (1963); என்னை விட்டு ஓடிப் போக முடியுமா?' சீர்காழி கோவிந்தராஜன், சுசிலா. படம்: *குமுதம்* (1961); இன்பம் எங்கே இன்பம் எங்கே என்று தேடு. காவியமா, நெஞ்சின் ஓவியமா, அதன் ஜீவியமா, தெய்வீக காதல் சின்னமா? சி. எஸ். ஜெயராமன், பி. சுசிலா. படம்: *பாவை விளக்கு* (1960), கோடி கோடி இன்பம் வரவே தேடி வந்த செல்வம். டிஆர். மகாலிங்கம். படம்: *ஆட வந்த தெய்வம்* (1960).

ஆனால் சினிமாத் துறையின் சாபம் என்னவென்றால், இப்படி காலத்தால் அழியாத பாடல்களை இயற்றி பெரும் புகழ் பெற்றிருந்த மருதகாசியின் புதல்வர் மருதபரணி டப்பிங் ஆர்ட்டிஸ்டாக இருந்தார். அவரது மனைவி உமா, மௌலி இயக்கிய *வா இந்தப் பக்கம்* என்ற படத்தில் கதாநாயகியாக நடித்து, 'வா இந்தப் பக்கம் உமா' என்றே அறியப்பட்டு, பின்னர் பாக்கியராஜின் *தாவணிக் கனவுகளில்* அவரது தங்கைகளில் ஒருவராக ஆகி, பின்னர் டப்பிங் ஆர்ட்டிஸ்டாக மாறினார்.

தமிழ் சினிமாவில் சாகாவரம் பெற்ற பாடல்களை இயற்றிய மற்றொரு கவிஞர், 1948ஆம் ஆண்டு மாடர்ன் தியேட்டர்ஸின் *மாயாவதி* என்ற படத்தின் மூலம் தமிழ் சினிமாவுக்கு அறிமுகமாகிய கவி கா.மு. ஷெரிஃப் ஐம்பதுகளிலும், அறுபதுகளிலும் கொடிகட்டிப் பறந்தவர் இவர். திருச்சி லோகநாதன் பாடிய வாராய் நீ வாராய் (*மந்திரி குமாரி*; பணம் பந்தியிலே குணம் குப்பையிலே, ஏரிக்கரையின் மேலே போறவளே பெண் மயிலே' (*முதலாளி*; வாழ்ந்தாலும் ஏசும் தாழ்ந்தாலும் ஏசும், வையகம் இதுதானடா' (*நான் பெற்ற செல்வம்*) சிட்டுக் குருவி, சிட்டுக் குருவி, சேதி தெரியுமா (*டவுன்*

பஸ்) வானில் முழுமதியைக் கண்டேன் (சிவகாமி) ஒன்று சேர்ந்த அன்பு மாறுமா (மக்களைப் பெற்ற மகராசி) அன்னையைப் போல் ஒரு (அன்னையின் ஆணை), ஆடும் மயிலே ஆட்டம் எங்கே (துளசி மாடம்) போன்ற பல அற்புதமான பாடல்களை எழுதியவர் கவி கா.மு. ஷெரிஃப்.

இவர்தான் மு. கருணாநிதியை மாடர்ன் தியேட்டர்ஸுக்கு அறிமுகப்படுத்தியவர். இவரும் கருணாநிதியும் திருவாரூர் பகுதியைச் சேர்ந்தவர்கள். இவர் திருவாரூரில் இருந்தபோது 'ஒளி' என்ற பத்திரிகையையும் நடத்தியிருக்கிறார். தீவிரமான தமிழ்ப் போராளியான இவர், திருத்தணி ஆந்திராவுக்குப் போய்விடாமல் தமிழ்நாட்டோடு இருப்பதற்காக நடந்த போராட்டத்தில் கலந்து கொண்டு சிறைக்குச் சென்றதால் தமிழ் சினிமா பாடல் உலகில் உச்சத்தில் இருந்த இவர் தன் இடத்தை கண்ணதாசனிடம் விட்டுக் கொடுக்க வேண்டியதாயிற்று. கண்ணதாசனிடம் இருந்த ஒரு பழக்கம் என்னவென்றால், தான் பாடல் எழுதுகின்ற படத்தில் தன்னைத் தவிர வேறு யாரும் பாடல் எழுதக் கூடாது என்பதில் கவனமாக இருப்பார். கண்ணதாசனைப் போன்ற ஒரு அற்புதமான கவிஞனுக்கே தன் இடத்தைப் பற்றிய பயம் இருந்திருக்கிறது. சிறைக்குச் செல்வதை தன்னுடைய தொழில் முன்னேற்றத்துக்காகப் பயன்படுத்தத் தெரியாமல், சினிமாவில் தன் இடத்தை இழந்த கலைஞர்களில் கவி கா.மு. ஷெரிஃபும் ஒருவர்.

கவிஞரின் குடும்பம் ஜீவனோபாயத்துக்காக சிரமப்பட்டுக் கொண்டிருந்தபோது அவரது மனைவி அப்போது தமிழக முதல்வராக இருந்த கருணாநிதியிடம் சென்று தன் மகனுக்கு ஒரு வேலை வாய்ப்பு கேட்டிருக்கிறார். கருணாநிதி தன்னுடைய வழக்கத்தின்படி "நான் வாய்ப்பு கொடுத்தால் கவிஞர் கோபித்துக் கொள்ளுவார்; கவிஞரிடமிருந்து ஒரு கடிதம் வாங்கி வாருங்கள்" என்று சொல்லித் திருப்பி அனுப்பிவிட, இதை அறிந்த கவி கா.மு. ஷெரீஃப் தன் மனைவியைக் கடிந்து கொண்டிருக்கிறார். கருணாநிதியை அவர் முதல்வர் பதவியில் இல்லாதபோது சந்திப்பதே கவிஞரின் வழக்கமாக இருந்திருக்கிறது.

கவி கா.மு. ஷெரிஃப் உமறுப் புலவரின் சீறாப் புராணத்திற்கு விரிவான ஒரு விளக்கவுரையும் எழுதியிருக்கிறார்.

இப்படி எத்தனையோ கவிஞர்களும் பாடலாசிரியர்களும் தமிழ் சினிமாவுக்குப் பங்காற்றியிருக்கிறார்கள். 'ஆண்டவன்

உலகத்தின் முதலாளி' என்ற பாடலை எழுதிய ஆலங்குடி சோமு (*தொழிலாளி* 1964), 'ஆயிரம் நிலவே வா' போன்ற பாடல்களை எழுதிய புலமைப் பித்தன், என்றுமே மறக்க முடியாத பட்டுக்கோட்டை கல்யாணசுந்தரம், இப்படி ஒவ்வொருவருக்கும் தனிப் புத்தகம் எழுதலாம்.

அந்தக் காலத்தில் தங்கவேலுக்குப் பாடிய ஒரு ஜோடி எஸ்.சி. கிருஷ்ணன், ரத்னமாலா. 'அடி தாராபுரம் உன் தலையிலே கனகாம்பரம்; அட ஏகாம்பரம் சிதம்பரம் உன் இடுப்பிலே பீதாம்பரம்'-படம்: *மக்களைப் பெற்ற மகராசி* (1957); கோவிக்கராப்புல கோவிச்சுக்காத கண்ணு, இப்போ குட்டிக் கரணம் போடணுமா நீ எண்ணு' - படம்: *உழவுக்கும் தொழிலுக்கும் வந்தனை செய்வோம்* (1959). இந்த எஸ்.சி. கிருஷ்ணன் பற்றி என் நண்பர் ஆர்.பி. ராஜநாயஹத்திடம் விசாரித்தேன். அவர் சொன்ன விவரங்கள் ஒரு கட்டுரை காணும். கடைசியாக, "மதுரை தத்தனேரி சுடுகாட்டுலதான் அவரை அடக்கம் பண்ணினது; எழுபத்தாறோ எழுபத்தேழோன்னு நினைக்கிறேன்" என்று முடித்தார்.

அதேபோல் 'ஆஹா நம் ஆசை நிறைவேறுமா?' என்ற பாடல் பானுமதியும் டி.எம்.எஸ்.ஸும் பாடியது. *தாய்க்குப் பின் தாரம்* (1956) படத்தில் இடம் பெற்ற இந்த தேவகானத்தை இயற்றியவர் கவி லக்ஷ்மணதாஸ்.

மற்றொரு முக்கியமான பாடலாசிரியர் பாபநாசம் சிவன். தியாகராஜ பாகவதரின் பெரும்பாலான படங்களுக்குப் பாடல்கள் எழுதிய இவரைப் பற்றியும் தனிப் புத்தகம் எழுத வேண்டும். பாகவதரின் *சிவகாமி* என்ற படத்துக்கு இவர் இயற்றிய அரவா பரணன் என்ற பாடலைக் கேட்டுக்கொண்டிருந்தபோது ஒரு விஷயம் பளீரிட்டது. 1960இல் வெளிவந்து தோல்வியுற்ற படம் *சிவகாமி*. பாகவதரின் திரையுலக வாழ்வை முடித்து வைத்த படம் என்று சொல்லலாம். ஆனால் பாகவதரின் புகழ் மங்கியிருந்த ஐம்பதுகளில் மூன்று இளம் நடிகர்கள் முன்னணியில் இருந்தார்கள். அவர்களுடைய எல்லாப் படங்களும் மகத்தான வெற்றிப் படங்களாக அமைந்ததால் மூவரில் யார் சூப்பர் ஸ்டார் என்பது பற்றி விவாதங்கள் நடந்து கொண்டிருந்தன. ஜெமினி, சிவாஜி, எம்ஜியார் என்ற மூவர்தான் அவர்கள். சிவாஜிக்கு முதல் படமான *பராசக்தியே* சூப்பர் ஹிட். ஆண்டு: 1952. அடுத்து, *திரும்பிப் பார்* (1953), *அந்த நாள்* (1954), *கள்வனின் காதலி* (1955), எம்ஜியாருக்கு *மந்திரி குமாரி* (1950), *மர்ம யோகி*

(1951), நாம் (1953), அலிபாபாவும் நாற்பது திருடர்களும் (1956) ஜெமினிக்கு மனம் போல் மாங்கல்யம் (1953), கணவனே கண் கண்ட தெய்வம் (1954), காலம் மாறிப் போச்சு (1956), ஆசை (1956).

ஐம்பதுகளில் வெளிவந்த படங்களைப் பார்க்கும் போது எம்ஜியார், சிவாஜி, ஜெமினி மூவருக்கும் முதலிடத்தைப் பிடிப்பதில் கடும் போட்டி இருந்திருப்பது தெரிகிறது. ஆனால் நான் பாகவதரைப் பற்றி யோசிக்கிறேன். முப்பதுகளின் பிற்பகுதியிலும், நாற்பதுகளிலும் தமிழ்நாட்டையே தன் குரலாலும் அழகாலும் பைத்தியம் பிடிக்கச் செய்த ஒரு சூப்பர் ஹீரோவின் படங்கள் அனைத்தும் ஐம்பதுகளிலேயே கொள்வாரற்று, அந்த நடிகரும் மறக்கடிக்கப்பட்டு அவருடைய இடத்துக்கு மூன்று இளைஞர்கள் போட்டி போடுகிறார்கள் என்றால் அந்தக் காவியத் துயரம் எப்படியிருக்கும்!

திரும்பவும் *தாய்க்குப் பின் தாரம்* படப் பாடல்களைக் கேட்டால் பானுமதி பாடிய 'அசைந்தாடும் தென்றலே தூது செல்லாயோ' என்ற பாடல் வருகிறது. இதை இயற்றியவர் தஞ்சை ராமையாதாஸ். அது ஒரு தனிக்கதை.

அதேபோல் கொத்தமங்கலம் சுப்பு, கு.மா. பாலசுப்ரமணியம், பட்டுக்கோட்டை கல்யாணசுந்தரம் என்று மேலும் மேலும் கவிஞர்களின் பெயர்கள் வந்துகொண்டேயிருக்கின்றன. கு.மா. பாலசுப்ரமணியம் இயற்றிய அழகான பாடல், 'மலரும் வான் நிலவும் சிந்தும் அழகெல்லாம் உன் எழில் வண்ணமே.' *மகாகவி காளிதாஸ் (1966)*இல் இடம்பெற்றது.

இவ்வளவுக்கும் இடையில் இந்தக் கட்டுரையில் கண்ணதாசன் பெயரைச் சேர்க்கவில்லை. அவர் ஒரு லெஜண்ட். அதனாலேயே மற்ற கவிஞர்கள் எழுதிய பல அற்புதமான பாடல்களின் சிறப்பெல்லாம் கண்ணதாசனுக்கே சென்றது. எந்த நல்ல பாட்டைக் கேட்டாலும் "என்னமா எழுதியிருக்கான் பார் இந்தக் கண்ணதாசன்!" என்றுதான் எல்லோருமே சொல்வதைக் கேட்டு வருகிறோம். சட்டென்று நினைவுக்கு வரும் கண்ணதாசன் பாடல்கள்: 'எந்த ஊர் என்றவளே', பி.பி. ஸ்ரீனிவாஸ், படம்: *காட்டு ராஜா (1963)*; கங்கைக் கரை தோட்டம் படம்: வானம்பாடி *(1963)*; இரவுக்கு ஆயிரம் கண்கள், பகலுக்கு ஒன்றே ஒன்று. படம்: *குலமகள் ராதை (1963)*.

கண்ணதாசனைப் போல் சந்திரபாபுவும் தனியான ஆய்வுக்குரியவர். அவரே இயற்றிப் பாடி, ஆடி ரகளை பண்ணிய

பாடல்கள் நிறைய உண்டு. உ-ம்: கொஞ்சம் தள்ளிக்கணும். இவர்கள் தவிர, மாணிக்க வாசகர், அருணகிரிநாதர், ஆண்டாள், பாரதி போன்றவர்களின் பாடல்களும் தமிழ் சினிமாவில் உண்டு. ஜி. ராமனாதனின் இசையில் வெளிவந்த அற்புதமான பாடல்கள் மற்றொரு பக்கம். ஆடாத மனமும்; ஆடல் காணீரோ (மதுரை வீரன்), 'ஆட வேண்டும் மயிலே' *(அருணகிரிநாதர்),* சின்னப் பயலே *(அரசிளங்குமரி),* 'இன்பம் பொங்கும் வெண்ணிலா' *(வீரபாண்டிய கட்டபொம்மன்),* காற்று வெளியிடை கண்ணம்மா *(கப்பலோட்டிய தமிழன்),* விழியோடு விளையாடும், மன்மத லீலையை *(ஹரிதாஸ்),* 'சொப்பன வாழ்வில்' *(சிவகவி)* வா கலாப மயிலே' (காத்தவராயன்), 'வாடா மலரே' *(அம்பிகாபதி)* 'யாரடி நீ மோகினி' *(உத்தமபுத்திரன்).*

இவ்வளவு பெரிய பாரம்பரியம் கொண்ட தமிழ் சினிமாப் பாடல்களின் இப்போதைய கதியை நினைத்தால் கண்ணீர்தான் வருகிறது. எல்லாம் இந்தக் *கந்தசாமி*யால் வந்தது. அந்தப் படத்தின் பாடல்களைக் கேட்டிருக்காவிட்டால் இந்தக் கட்டுரையை எழுதியிருக்க மாட்டேன். இவ்வளவுக்கும் அந்தப் பாடல்களின் மெட்டுகளும், வாத்தியக் கருவிகளின் இசையும் அட்டகாசமாக இருந்தன. பாடல் வரிகள்தான் குப்பை. உண்மையில் தேவிஸ்ரீ பிரசாத் இசையமைத்தால் நானே பாடலாசிரியனாகி விடுவேன் என்று தோன்றுகிறது. *கந்தசாமி*யில் ஒரு பாடல்: என் பேரு மீனாகுமாரி, என் ஊரு கன்யாகுமாரி, போலாமா குதிரை சவாரி.

இதேபோல் நான் இயற்றிய பாடலைக் கேளுங்கள்: அம்மா இங்கே வா வா, அஸ்கு புஸ்கு தா தா, இலையில் சோறைப் போட்டு ஈஃபல் டவரைக் காட்டு.

35 ஆண்டுகள் மாங்கு மாங்கு என்று எழுதி என்னத்தைக் கண்டோம். இப்படி ஒரு நாலு வரி எழுதி பிரபலமாகி விடலாமே என்று தோன்ற, இதேபோல் *40* கவிதைகளை இயற்றி தேவிஸ்ரீ பிரசாத்துக்கு அனுப்பியிருக்கிறேன். என்னுடைய கவித்திறனின் மீது எனக்கு இருக்கும் நம்பிக்கை ஒரு பக்கம். மற்றொன்று, தேவிஸ்ரீ பிரசாத்தை சினிமா உலகத்துக்கு அறிமுகப்படுத்தியவர் என் நண்பரும் இசை விமர்சகருமான ஷாஜி. பதிலுக்கு பதில் உபகாரம்.

தமிழ் சினிமாவில் இப்போது எனக்குப் பிடித்த இசையமைப்பாளர்கள் இரண்டு பேர். தேவிஸ்ரீ பிரசாத் மற்றும் விஜய் ஆண்டனி. தேவிஸ்ரீ பிரசாத்தை தெலுங்கின் ஏ.ஆர்.

ரஹ்மான் என்று சொல்கிறார்கள். வில்லு படத்தில் ரீட்டாவும், டிப்புவும் பாடிய ‘வாடா மாப்பிளே வாழைப் பழத் தோப்புல வாலிபால் ஆடலாமா?’ என்ற காவிய வரிகளைக் கொண்ட பாடல் கேட்பதற்கு அட்டகாசமாக இருக்கிறது. ரீட்டாவின் விசேஷமான குரல் ஒரு வசீகரம். மற்றொரு பாடல்: டாடி மம்மி வீட்டில் இல்லை, தடை போட யாரும் இல்ல, விளையாடு வோமா தில்லானா’ திவ்யாவின் காமாந்தகரமான குரல் நம்மைக் கொல்லுகிறது. தேவிஸ்ரீ பிரசாத் பாடிய தீம்தணக்க தில்லானா என்ற பாடலும் அருமை. இம்மாதிரி பாடல்களுக்கெல்லாம் வார்த்தைகளே தேவையில்லை. அதனால்தான் புலம்பெயர்ந்த தமிழர்கள் வாழும் வெளிதேசங்களில் இருக்கும் டிஸ்கோக்களில் இம்மாதிரி பாடல்கள் பிளந்து கட்டுகின்றன. தமிழர்கள் மட்டுமல்லாமல் அந்தந்த நாட்டு இளைஞர்களும் இப்பாடல்களை அர்த்தம் விளங்காமலேயே ரசித்து ஆடுவதன் காரணமும் இதுதான்.

ஒரு கட்டுரையில் நான் பாடலாசிரியர்களை விமர்சித்துவிட்டு, ஆனால் அதே பாடல்களை வெகு உத்சாகத்துடன் ரசித்துக்கொண்டிருப்பதைப் பார்த்த நண்பர் ஒருவர் ஆச்சரியத்துடன் வினவியபோது “இதையெல்லாம் ஆஃப்ரிக்கப் பாடல்களை ரசிப்பது போல் தான் ரசிக்கிறேன்” என்றேன். என்னைப் போலவேதான் அந்த வெளிதேசத்து இளைஞர்களும் சமீபத்திய தமிழ் சினிமாப் பாடல்களை ரசிக்கிறார்கள்.

டிஷ்யூம் என்ற படத்தில் சில அட்டகாசமான மெட்டுகளை அமைத்திருக்கிறார் விஜய் ஆண்டனி. இதில் பூமிக்கு வெளிச்சமெல்லாம் என்று ஒரு பாடல். காயத்ரி, ராகுல் நம்பியார் ஆகியோரின் குரல். காயத்ரியின் செக்ஸியான குரல்; அதற்கு ஈடு கொடுக்கும் ராகுல். ஆனால் பாடல் வரிகளில் எதுவுமே இல்லை. இதே படத்தில் ‘டைலாமோ டைலாமோ’ என்ற நல்ல பாடலிலும் சொற்கள் வெறும் இடம் நிரப்பும் வேலையையே செய்கின்றன. அதில் வரும் ஒரு வரி: ஸ்ரீலங்கா நீயானா எல்ட்டிடீயி நானாவேன். டியெம்கே நீயானா ஏடிம்கே நானாவேன். பெண் பாடுகிறாள். கேட்கும் போது நம் உணர்வுகள் காயடிக்கப்பட்டது போல் நடுங்குகின்றன. எந்த மகாகவி இதை இயற்றியது என்று தெரியவில்லை. இலங்கை ராணுவத்திடம்தான் பிடித்துக் கொடுக்க வேண்டும்.

இதே படத்தில் சுக்வீந்தர் சிங், காயத்ரி பாடிய கிட்டே நெருங்கி வாடியிலும் அட்டகாசமான மெட்டு. காயத்ரியின் ஆண் தன்மை நிரம்பிய குரல். ஆனால் பாடல் வரிகள் வீண்.

இப்படிப்பட்ட கொடுமையான உளறல்களை ஏ.ஆர். ரஹ்மானைப் போன்ற ஒரு கலைஞன் தனது ஆத்மாவிலிருந்து எழுப்பிப் பாடும்போது அதைக் காண வேதனையாக இருக்கிறது. இந்தக் காரணத்தினால்தான் ரஹ்மானின் இந்திப் பாடல்கள் தமிழைவிட சிறப்பாக அமைகின்றன. ஏனென்றால் அங்கே ரஹ்மானுக்கு இணையாக குல்ஸார் என்ற அருமையான கவிஞர் அவரோடு இணைகிறார். இந்த இடத்தில் இரண்டு ஆங்கில பாப் பாடல்களை ஞாபகப்படுத்த விரும்புகிறேன்.

ஈகிள்ஸ் குழுவினர் பாடிய ஹொட்டேல் கலிஃபோர்னியா என்ற பாடல். 1976இல் வெளியான இந்தப் பாடலில் அமெரிக்காவின் ஒரு காலகட்டத்தின் வாழ்க்கையே சொல்லப்பட்டிருக்கிறது. இதை நான் கேட்ட வெவ்வேறு தருணங்களைப் பற்றி ஒரு சிறு கதையே எழுதலாம். பாலைவனத்தில் சென்றுகொண்டிருக்கும் ஒருவன் தூரத்தில் ஒரு கட்டிடத்தைப் பார்த்துவிட்டு அங்கே காரை நிறுத்துகிறான். அது ஒரு ஹோட்டல். (அது சொர்க்கமாகவும் இருக்கலாம்; நரகமாகவும் இருக்கலாம்). பார்ப்பதற்கு அது சொர்க்கத்தைப் போலவே இருக்கிறது. அந்த இரவை அவன் அங்கேயே கழித்துவிட விரும்புகிறான். ஆனால் அந்த இடத்தில் அவன் சந்திக்கும் பெண்ணொருத்தி 'நாங்களெல்லாம் இங்கே சிறைக்கைதிகள்' என்கிறாள். பயந்து போய் வாசலை நோக்கி ஓடுகிறான். அப்போது தான் அவனுக்குத் தெரிகிறது; அவன் அந்த ஹோட்டலுக்குள்ளே நுழைய முடியும், தங்க முடியும்; குடித்துக் கும்மாளம் போட முடியும்; ஆனால் வெளியேற முடியாது.

We are programmed to receive.
You can checkout any time you like,
But you can never leave!

இந்தப் பாடல் 70களின் ஆடம்பரமான கேளிக்கை வாழ்க்கையைக் கிண்டல் செய்யும் ஒரு உருவகப் பாடல். 'போதை மருந்துகள், சூதாட்டம், பெண்கள், விபச்சாரம், காமக்களியாட்டம் எல்லாம் இருக்கிறது; ஆனால் வாழ்வின் சாரம் இல்லை; அதனால் கலிஃபோர்னியா ஒரு சிறைக்கூடமாகிவிட்டது' என்ற செய்தியைச் சொல்லும் ஒரு ஆன்மீக ரீதியான உள்நீரோட்டம் கொண்ட பாடல் இது. இந்தப் பாடல் ஈகிள்ஸ் குழுவினரின் சொந்த

வாழ்க்கை அனுபவத்தின் அடிப்படையில் உருவாக்கப்பட்டது என்பது மற்றொரு செய்தி. அதனால்தான் இன்றளவும் இது இசை ரசிகர்களின் மிக விருப்பத்துக்குரிய பாடலாக விளங்குகிறது.

மற்றொரு பாடல் 'பேக்ஸ்ட்ரீட் பாய்ஸ்' குழுவினரின் Show Me the Meaning. பிரிவின் கொடுமையை உக்கிரமாகச் சொல்லும் அந்தப் பாடலின் ஒருசில வரிகள் இவை:

சொல், நீ எங்கே இருக்கிறாயோ அங்கே நான் ஏன் இருக்க முடியாது? என் இதயத்திலிருந்து ஏதோ காணாமல் போய்விட்டது.

முடிவே இல்லாமல் வாழ்க்கை சென்றுகொண்டிருக்கிறது.

செல்வதற்கு எனக்கு இடமில்லை.

என் இதயத்தையும் தேகத்தையும் ஆன்மாவையும் உனக்கு அர்ப்பணிக்கிறேன்.

நீ எனக்குக் காண்பிக்கவே இல்லாத விஷயங்களை நான் உணர வேண்டும் என்று எப்படி நீ எதிர்பார்க்கலாம்?

என் இதயத்திலிருந்து நீ காணாமல் போய் விட்டாய்.

சொல், நீ எங்கே இருக்கிறாயோ அங்கே நான் ஏன் இருக்க முடியாது?

இவையெல்லாம் ஆங்கிலத்தில் வெகுஜனப் பாடல்கள் என்பது குறிப்பிடத்தக்கது. இங்கே தமிழின் வெகுஜன ரசனை எப்படி இருக்கிறது என்று பார்ப்போம்.

படம், அழகிய தமிழ் மகன்: இசை ஏ.ஆர். ரஹ்மான். மிகப் பிரமாதமான மெட்டில் அமைந்த ஒரு பாடல் இது:

ஆண்: நீ மர்லின் மன்றோ க்ளோனிங்கா... ஜெனிஃபர் லோபஸின் ஸ்கேனிங்கா? ஹேய் பேபி என் ஆல்பம் நீ, ஹேய் பேபி உன் டி.ஜே. நான்...

ஒன் டே மட்டும் கேல் ஃப்ரண்டாக வரியா?

பெண்: சாட்டர்டே நைட் பார்ட்டிக்குப் போகலாம் வரீயா?

பெண்கள் ஒரு மிக்ஸி; வந்தால் ஆண் சட்னி.

பெண்கள் ஒரு க்ரிக்கெட், ஆண்கள்தான் விக்கட்

பெண்கள் மிக்ஸி, வந்தால் ஆண் சட்னி என்று சந்தம் கூட இல்லாத இந்தக் காவிய வரிகளைப் படைத்திருப்பவர் யார் என்று பார்த்தால் நா. முத்துக்குமார். ஆனால் பாடலின்

மெட்டு, குரல், வாத்திய இசை எல்லாமே உலகத்தரத்தில் இருக்கிறது. தமிழில் இப்படி ஒரு பெண் குரலை நான் இதுவரை கேட்டதில்லை. யார் இந்த மோகினிப் பிசாசு என்று பார்த்தால் உஜ்ஜையினி என்ற பேரழகி. இவர் நடிக்கச் சென்றிருந்தால் பலரையும் மூர்ச்சையடைய வைத்திருக்கலாம்.

தெலுங்கிலிருந்து வந்திருக்கும் மற்றொரு இசையமைப்பாளர் மணி ஷர்மா. *போக்கிரி* படத்தில் புகுந்து விளையாடி இருக்கிறார். ஆனால் பாடலாசிரியர் எல்லாவற்றையும் காலி செய்து விட்டார். சுசித்ராவின் போதையூட்டும் குரலில் *டோலு டோலு* என்ற பாடலில் பாடலாசிரியரின் கற்பனை வறட்சி தெரிகிறது. அந்தப் பாடலில் இப்படி ஒரு வரி வருகிறது. பெண் இடையும் இறைவனும் ஒன்றுதான்; ரெண்டும் இருந்தும் தெரிவதே இல்லை. இயற்றியவர் பா. விஜய்.

இந்த விஜய் தான் பணியாற்றும் அத்தனை இசையமைப்பாளர்களையும் கொத்துப் பரோட்டா செய்து முழுங்கிவிடுகிறார். மிகவும் அரிதாகக் காணக்கூடிய அரபி இசையை இசைக்கும் யுவன் ஷங்கர் ராஜாவை ஒரு படத்தில் எவ்வளவு பயங்கரமாக கைமா பண்ணுகிறார் தெரியுமா? ஹரிஹரனைக் கூட விட்டுவைக்கவில்லை பா. விஜய். ஹரிஹரனின் தங்கக் குரல் விஜய்யின் உயிரற்ற சொற்களில் வதைபடுவதைக் காணச் சகிக்கவில்லை.

சமீபத்தில் இந்தக் கட்டுரை எழுதுவதற்காக ஒரு பாடலைக் கேட்டேன். அந்தப் பாடலை சில தடவைகள் மட்டுமே கேட்டிருக்கிறேன். படம் தெரியவில்லை. இயற்றியவர் தெரியவில்லை. ஆனாலும் அருமையான பாடல். இவ்வளவு நல்ல பாடலை எழுதிய பா. விஜய்யை நாம் ஏன் விமர்சித்துக் கொண்டிருக்கிறோம் என்று எண்ணி இந்தக் கட்டுரை எழுதும் திட்டத்தைக் கைவிட்டேன். அப்புறம்தான் தெரிந்தது, அந்தப் பாடலை எழுதியவர் தாமரை. மீண்டும் உத்வேகத்தோடு கட்டுரையில் அமர்ந்தேன். அந்தப் பாடல்: *காக்க காக்க*வில் வரும் 'என்னைக் கொஞ்சம் மாற்றி'. இப்படி எந்த நல்ல பாடலை எடுத்தாலும் அது வைரமுத்துவாகவோ, தாமரையாகவோதான் இருக்கிறது. 'ஒன்றா ரெண்டா ஆசைகள்' என்று ஒரு பாடல். யார் எழுதியது? பா. விஜய்யாக இருந்தால் இந்தக் கட்டுரை வேண்டாம். ம்ஹூம். அந்த வாய்ப்பை பா. விஜய் எனக்குக் கொடுக்கவில்லை. அந்தப் பாடலும் தாமரைதான். அப்போதுதான் எனக்கு மற்றொரு விஷயம் புரிந்தது. இளையராஜாவின்

மகத்தான வெற்றிக்கு ஒரு முக்கியமான காரணம், வைரமுத்து. சமீபகாலத் தமிழ் சினிமாப் பாடல்களின் சிகரம் என்று இரண்டு படங்களைச் சொல்லுவேன். *ஆய்த எழுத்து, இருவர்*. இரண்டுமே மணி ரத்னம் இயக்கம். இரண்டுக்குமே இசை ஏ.ஆர். ரஹ்மான். இரண்டிலுமே வைரமுத்துவின் வரிகள். என்ன ஒரு கூட்டணி பாருங்கள்!

பாபநாசம் சிவன், உடுமலை நாராயண கவி, ஆலங்குடி சோமு, ஏ. மருதகாசி, கவி கா.மு. ஷெரிஃப், கவி லட்சுமண தாஸ், கண்ணதாசன், வைரமுத்து என்று எங்கோ உச்சத்தில் இருந்த தமிழ் சினிமா பாடல் இன்று 'பெண்கள் மிக்சி, வந்தால் ஆண் சட்னி' என்று சீரழிந்து கிடப்பதன் காரணம் என்ன? பல காரணங்கள் தென்படுகின்றன. முதல் காரணம், பாடலாசிரியர்களின் வியாபார நோக்கு. எழுத்தாளன், கவிஞன் என்ற திமிரான சுய கௌரவத்தை விட்டுவிட்டு பணத்துக்காகவும், புகழுக்காகவும் எந்த சமரசமும் செய்து கொள்ளத் தயாராக இருக்கும் அவல நிலை. அதனால்தான் பாடலாசிரியர் யார் என்று பார்த்தால் அவர்களின் பெயர்களே காணக் கிடைக்கவில்லை. இதற்காகப் பாடலாசிரியர்கள் போராட வேண்டும். மு. கருணாநிதியின் பாராட்டு விழாவுக்குப் போய் பஜனை பாடுவதைவிட இது அவர்களுக்கு முக்கியமான காரியம். அவர்களுடைய இந்த சமரசப் போக்கினால்தான் அவர்கள் வெறும் spacefillers என்று கருதப்படுகிறார்கள். விவேகா என்ற பாடலாசிரியர் தன் வாழ்க்கை *கந்தசாமிக்கு* முன், *கந்தசாமிக்குப்* பின் என்று ஆகிவிட்டதாகக் கூறுகிறார். இந்தக் கொடுமையை எங்கே போய் முறையிடுவது! தேவிஸ்ரீ பிரசாத்தின் மெட்டுகளில் ஏதோ ஒரு ஆஃப்ரிக்க மொழியின் வார்த்தைகளைப் போட்டு நிரப்பினால் கூட அந்தப் பாடல்கள் இதே அளவுக்கு ஹிட் ஆகும் என்ற சாதாரண விஷயம்கூட பாட்டுக்காரருக்குத் தெரியவில்லை.

இன்னொரு காரணம், ஹீரோ நடிகர்களின் மொண்ணைத் தனத்தால்தான் இப்படிப்பட்ட பாடல்கள் உற்பத்தி செய்யப்படுகின்றன. மொண்ணைத்தனம் என்று எதைச் சொல்கிறேன்? இலக்கியம், கலாச்சாரம் என்ற விஷயங்களில் குறைந்தபட்ச பரிச்சயம் கூட இல்லாமல் மிகப் பெரிய சமூக அங்கீகாரத்துடனும், பல சமூகச் செயல் பாடுகளை தீர்மானிக்கக்கூடியவர்களாகவும் வாழ்வதே மொண்ணைத்தனம். தனக்குக் கொடுக்கப்பட்ட இந்த மிகப் பெரிய அங்கீகாரத்துக்

காகவாவது ஒன்றிரண்டு விஷயங்களில் இவர்கள் அக்கறை எடுத்துக் கொள்ளக் கூடாதா? உதாரணமாக, கமலின் வாரிசு என்று கருதப்படுபவர் விக்ரம். அப்படிப்பட்டவர் கந்தசாமி என்ற குப்பையில் நடிக்க எப்படி ஒத்துக்கொண்டார்? மொண்ணைத்தனம்தானே காரணம்? விஜய் படங்களில் வரும் வசனங்களையும் பாடல்களையும் கேட்டால் தமிழ்நாட்டைவிட்டே ஓடிவிடலாம்போல் இருக்கிறது? கேரளத்திலோ, வங்காளத்திலோ, இந்தியிலோ இதெல்லாம் நினைத்துக்கூடப் பார்க்க முடியாத விஷயம்.

அடுத்து, ஒட்டு மொத்தமான philistine சமூகச் சூழல் தமிழ்நாட்டில் மட்டுமே காணக்கூடிய இந்தச் சூழல் தனக்கு அறிமுகமாகும் எதையுமே வடிகட்டி அதன் நீர்த்துப்போன வடிவத்தையே தனக்கென்று எடுத்துக் கொள்கிறது. காப்பியில் பால் ஊற்றிக் குடிக்கும் கொடுமையை உலகில் வேறு எங்காவது பார்த்திருக்கிறீர்களா? காப்பியில் பால், ஸ்காட்ச் விஸ்கியில் தண்ணீர், வோட்காவில் லிம்கா. சுரணையுள்ள ஒருவருக்கு இதையெல்லாம் கேட்டாலே குமட்டல் எடுக்கும். உணவு விஷயத்தில் இப்படி நீர்த்துப்போன சமாச்சாரத்தை உட்கொள்வது போலவேதான் தமிழர்கள் கலாச்சாரத்திலும் நீர்த்துப் போனதையே தனக்குரியதாக எடுத்துக் கொள்கிறார்கள். இப்படிப்பட்ட சூழலில் தம்மை மூழ்கடித்துக் கொண்டதால்தான் பாடலாசிரியர்கள் வெறும் அர்த்தமற்ற வார்த்தைகளை உற்பத்தி செய்து கொண்டிருக்கிறார்கள்.

ஆனால், பைங்கிளி எழுத்து என்று சொல்லப்படும் pulp எழுத்தை உற்பத்தி செய்யும் ராஜேஷ் குமார், இந்திரா சௌந்தர்ராஜன் போன்றவர்களின் எழுத்தில் கூட அவர்களின் முத்திரை அல்லது அடையாளம் தெரிகிறது. ஆனால் கடவுளுக்கு நிகரான கவிஞன் என்ற உயர்ந்த ஸ்தானத்தில் அமர்ந்திருக்கும் இந்தப் பாடலாசிரியர்களின் அடையாளத்தை இவர்கள் உருவாக்கும் எழுத்தில் காண முடியவில்லை. ஆனால் இதே சூழலில்தானே வைரமுத்துவும், தாமரையும் எழுதுகிறார்கள்? அவர்களால் மட்டும் எப்படித் தமது விசேஷமான அடை யாளத்தை ஒவ்வொரு வார்த்தையிலும் விட்டுச் செல்ல முடிகிறது. யாக்கை திரி என்பது போன்ற மந்திர வார்த்தைகளை இப்போது எத்தனை பாடலாசிரியர்களால் எழுத முடியும்? மேலும், என்னதான் ஜனரஞ்சக, பைங்கிளி கலாச்சாரமாக இருந்தாலும் அதில் கொஞ்சமாவது தமிழ் உணர்வும், தமிழ் வாழ்க்கையும் இருக்க

வேண்டும்; தமிழ் வாழ்க்கையின் வேர் இருக்க வேண்டும். ஆனால் தமிழ்நாட்டின் வெகுஜன கலாச்சாரத்தில் அப்படி இருக்கிறதா? கண்ணதாசன் ஏன் ஒரு லெஜண்டாக மாறினார் என்றால் தமிழ் வாழ்க்கையை அவர் பிரதிபலித்தார். *வீதி வரை மனைவி, காடு வரை பிள்ளை* என்ற பாடலை தன்னுடைய வாழ்வின் ஒரு கணத்திலாவது உணராத ஒரு தமிழனையாவது நம்மால் பார்க்க முடியுமா?

ஆனால் இப்போது வேரே இல்லாத, கடன் வாங்கப்பட்ட வார்த்தைகள்தான் கலாச்சாரச் சூழலில் அர்த்தமற்று உலவிக்கொண்டிருக்கின்றன. இதை மாற்றுவதற்கு ஒரே ஒரு சலனத்தையாவது ஏற்படுத்தினால் இந்தக் கட்டுரை எழுதப்பட்டதன் நோக்கம் பூர்த்தியாகும்.

சாரு நிவேதிதா

18.12.1953இல் திருவாரூர் மாவட்டத்தில் திருத்துறைப்பூண்டிக்கு அருகில் உள்ள இடும்பாவனம் என்ற ஊரில் பிறந்தார். வளர்ந்ததும் பள்ளிப் படிப்பும் நாகூரில். கல்லூரிப் படிப்பு காரைக்கால், தஞ்சாவூர், திருச்சி. கல்லூரிப் படிப்பை முடிக்கவில்லை. சென்னையில் ஒரு ஆண்டு சிறைத்துறையில் எழுத்தர் பணி. 1978இலிருந்து 1990 வரை தில்லி நிர்வாகம் சிவில் சப்ளைஸ் துறையில் ஸ்டெனோ. பின்னர் பனிரண்டு ஆண்டுகள் தமிழ்நாடு அஞ்சல் துறையில் பணி. 2002இலிருந்து முழுநேர எழுத்து.

இகனாமிக் டைம்ஸ் நாளிதழின் அகில இந்தியப் பதிப்பில், 2001 2010 என்ற பத்தாண்டுகளின் சாதனையாளர் பட்டியலில் தமிழகத்திலிருந்து இடம் பெற்ற இரண்டு பேர்களில் ஒருவர் சாரு நிவேதிதா.

இவரது நாவல் 'ஸீரோ டிகிரி' Jan Michalski சர்வதேசப் பரிசுக்குப் பரிந்துரைக்கப்பட்டது. ஹார்ப்பர் காலின்ஸ் தொகுத்த, இந்தியாவின் ஐம்பது முக்கிய புத்தகங்களில் ஒன்றாகவும் தேர்ந்தெடுக்கப்பட்டது.

ஆங்கிலப் பத்திரிகைகளில் இவர் எழுதும் கட்டுரைகள் சர்வதேச அளவில் கவனம் பெற்றவை. லண்டனிலிருந்து வெளியாகும் PS Publication-இன் Exotic Gothic தொகுதியில் இவரது Diabolically Yours என்ற பேய்க்கதை ஆங்கிலத்தில் வெளியாகி உள்ளது. தற்சமயம் லண்டனிலிருந்து வெளிவரும் ArtReview Asia என்ற பத்திரிகையில் தொடர் கட்டுரை எழுதி வருகிறார்.

இவரது எழுத்தை ஆங்கில விமர்சகர்கள் விளதிமீர் நபக்கோவ், வில்லியம் பர்ரோஸ், கேத்தி ஆக்கர் போன்ற எழுத்தாளர்களோடு ஒப்பிடுகிறார்கள். உலகின் முக்கியமான transgressive வகை எழுத்தாளர்களில் ஒருவராகக் கருதப்படுகிறார் சாரு நிவேதிதா. தற்போது சென்னையில் வசிக்கிறார்.

ஆசிரியரின் பிற நூல்கள்

நாவல்

1. எக்ஸிஸ்டென்ஷியலிஸமும் ஃபேன்சி பனியனும்
2. ஸீரோ டிகிரி
3. ராஸ லீலா
4. காமரூப கதைகள்
5. தேகம்
6. எக்ஸைல்

ஆங்கிலத்தில் கிடைக்கும் நூல்கள்

1. Zero Degree - Novel
2. Marginal Man - Novel
3. Morgue Keeper - Selected Short Stories
4. Unfaithfully Yours - Collection of Articles
5. Towards a Third Cinema
6. To Byzantium: A Turkey Travelogue

சிறுகதைத் தொகுப்பு

1. கர்னாடக முரசும் நவீன தமிழ் இலக்கியத்தின் மீதான ஓர் அமைப்பியல் ஆய்வும்
2. நேநோ
3. மதுமிதா சொன்ன பாம்பு கதைகள்
4. ஷேக்ஸ்பியரின் மின்னஞ்சல் முகவரி
5. ஊரின் மிக அழகான பெண் (மொழி பெயர்ப்புச் சிறுகதைகள்)
6. முத்துக்கள் பத்து (தேர்ந்தெடுத்த சிறுகதைகள்)
7. Diabolically Yours - Exotic Gothic Vol-2 இல் வெளிவந்த சிறுகதை

நாடகம்

ரெண்டாம் ஆட்டம்

கட்டுரைத் தொகுப்பு

1. கோணல் பக்கங்கள் - பாகம் 1
2. கோணல் பக்கங்கள் - பாகம் 2
3. கோணல் பக்கங்கள் - பாகம் 3
4. கலகம் காதல் இசை
5. வாழ்வது எப்படி?
6. எனக்குக் குழந்தைகளைப் பிடிக்காது
7. தீராக் காதலி
8. கனவுகளின் மொழிபெயர்ப்பாளன்
9. கடவுளும் நானும்
10. மூடுபனிச் சாலை
11. தப்புத் தாளங்கள்
12. வரம்பு மீறிய பிரதிகள்

13. தாந்தேயின் சிறுத்தை
14. கடவுளும் சைத்தானும்
15. கலையும் காமமும்
16. மலாவி என்றொரு தேசம்
17. கெட்ட வார்த்தை
18. மனம் கொத்திப் பறவை
19. எங்கே உன் கடவுள்?
20. கடைசிப் பக்கங்கள்
21. பழுப்பு நிறப் பக்கங்கள் (பாகம் - 1)
22. பழுப்பு நிறப் பக்கங்கள் (பாகம் - 2)
23. பழுப்பு நிறப் பக்கங்கள் (பாகம் - 3)
24. சரசம் சல்லாபம் சாமியார்
25. வேற்றுலகவாசியின் டயரிக் குறிப்புகள்
26. நிலவு தேயாத தேசம்
27. மழையா பெய்கிறது?
28. மெதூஸாவின் மதுக்கோப்பை
29. நாடோடியின் நாட்குறிப்புகள்
30. கனவு, கேப்பச்சினோ, கொஞ்சம் சாட்டிங்... - தொகுதி - 1
31. கனவு, கேப்பச்சினோ, கொஞ்சம் சாட்டிங்... - தொகுதி - 2
32. திசை அறியும் பறவைகள்

சினிமா

1. லத்தீன் அமெரிக்க சினிமா - ஓர் அறிமுகம்
2. சினிமா: அலைந்து திரிபவனின் அழகியல்
3. சினிமா சினிமா
4. நரகத்திலிருந்து ஒரு குரல்
5. கனவுகளின் நடனம்
6. ஒளியின் பெருஞ்சலனம்

கேள்வி-பதில்

1. அருகில் வராதே
2. அறம் பொருள் இன்பம்

நேர்காணல்

1. ஒழுங்கின்மையின் வெறியாட்டம்
2. இச்சைகளின் இருள்வெளி (நளினி ஜமீலாவுடன் ஒரு உரையாடல்)

இணையதளம்

www.charuonline.com
www.charunivedita.com

www.ingramcontent.com/pod-product-compliance
Lightning Source LLC
LaVergne TN
LVHW060606051026
849519LV00002B/501